Võ Long Triều

Miền Nam Quê Hương Tôi

Kỷ Niệm Thời Thơ Ấu

Miền Nam Quê Hương Tôi
Kỷ Niệm Thời Thơ Ấu
Tác giả **Võ Long Triều**

Người Việt Books xuất bản tại Hoa Kỳ lần thứ nhất, 2015

Bìa và trình bày: Nguyễn Đồng & Nguyễn Thị Hợp

ISBN: 978-1517724573

Võ Long Triều

Miền Nam Quê Hương Tôi

Kỷ Niệm Thời Thơ Ấu

Người Việt Books

Tưởng nhớ
Ông cố, ông nội tôi,
những người nông dân chân lấm tay bùn,
đã cực lực lao động,
dạy cho con cháu một bài học,
"Tài sản nào cũng là
kết quả của mồ hôi và công sức".

Tập sách nầy là tổng hợp công sức chung của một số anh chị em. Có thể nói, không có nhà báo Đinh Quang Anh Thái đã tận tình giúp đỡ, góp ý, sửa chữa cho quyển sách nầy được hoàn chỉnh hơn, và anh chị Họa sĩ Nguyễn Đồng & Nguyễn Thị Hợp, đã tiếp tay sắp xếp, trang hoàng cho tập Kỷ Niệm Thời Thơ Ấu - Miền Nam Quê Hương Tôi được tốt đẹp, thì quyển sách nầy đến tay quí độc giả không được trang trọng như tác giả ước muốn.

Tôi hết lòng biết ơn, anh Thái và anh chị Nguyễn Đồng - Nguyễn Thị Hợp.

MỤC LỤC

LỜI NÓI ĐẦU 9
NGÔ NHÂN DỤNG
SỐNG LẠI THỜI THƠ ẤU VỚI VÕ LONG TRIỀU *13*
NGUYỄN THANH LIÊM
VIẾT VỀ VÕ LONG TRIỀU *17*
TRẦN VĂN
VÀI CẢM NGHĨ VỀ TẬP BÚT KHẢO CỦA NHÀ BÁO VÕ LONG TRIỀU *24*
MIỀN NAM QUÊ HƯƠNG TÔI - KỶ NIỆM THỜI THƠ ẤU *33*
CÚNG ĐÌNH TẾ THẦN *36*
NẮNG HẠN ĐI BƠI *41*
SOI ẾCH *45*
NGHỀ NÔNG THỜI TÔI CÒN THƠ ẤU *50*
CÂU CẮM *63*
NƠM CÁ *66*
CÂU CÁ RÔ NON *70*
VỚT CÁ LIA THIA *74*
BẮT CÀ CUỐNG *79*
NẤM RƠM *80*
NẤM MỐI *84*
ĐÀO DẾ CƠM *86*
ĐẶT BUNG *89*
ĐẶT NÒ *93*
CHIỀU XEM CHIM BAY VỀ TỔ *94*
THẦY PHÁP CHỮA BỆNH *97*
CÚNG CÔ HỒN *100*
BÙA LỖ BAN *102*
HOC VÕ ĐỂ GIỮ NHÀ GIỮ CỬA *105*
NGÀY TẾT CỦA TUỔI THƠ *110*
MẪU NGƯỜI DÂN QUÊ *114*
XOM LƯƠN *119*
NGOÉO ẾCH *124*
GẶT LÚA - ĐẬP BỒ *127*
MÓT LÚA *131*
LƯỢM TRỨNG VỊT CHẠY ĐỒNG *132*

CHUỘT ĐỒNG *134*
CHUỘT DỪA *136*
BẮT CÁ CẠN *138*
LÀM HẦM BẮT CÁ *141*
TÁT ĐÌA *144*
LÀM MẮM ĐỒNG *150*
BẦN CHUA VÀ MẮM SỐNG *153*
NHỮNG CÂY CẦU KHỈ *157*
RẮN TRẢ THÙ *161*
CÂU CUA *163*
CÂU CÁ LÒNG TONG - CÁ CHỐT *164*
THỤT HANG CÁ BỐNG KÈO - CÁ BỐNG SAO *166*
MỘT CUỘC ĐỔI ĐỜI *169*
GIỮ BÒ *173*
NGỦ BỜ NGỦ BỤI *176*
BẮN CHIM *180*
THỔI CHIM *182*
CHẤM CHIM *183*
GIỰT CHIM *185*
GIỰT CU *190*
GÁC CU *193*
ĐUỔI CHIM *198*
BẮT Ổ CHIM *201*
CHIM BÌM BỊP *209*
CÂU CÁ VÀ DỤNG CỤ *215*
CÂU DÂY *221*
CÂU ỐNG *223*
BẮT DƠI QUẠ - ĐẬP DƠI SEN *225*
LẤY MẬT ONG RUỒI *228*
NHỮNG TRÒ CHƠI THỜI THƠ ẤU *232*
NUÔI GÀ CHE *246*
BƠI LỘI *248*
ĐẶT CHÀ NGOÀI SÔNG *250*
THẢ CHÀ NUÔI TÔM *253*
ĐĂNG CÁ *255*
ĐÓNG ĐÁY *257*
THAY LỜI KẾT LUẬN *263*

Lời Nói Đầu

Lý do đôn đốc tôi viết quyển sách nầy vào lúc tuổi hơn bát thập, thành bại thị phi đã rõ rồi. Nghĩ lại đời mình, nhìn về đất nước, quê hương, xã hội, hình như mọi thứ đã thay đổi! Chỉ còn lại trong tôi những kỷ niệm xa xưa, thời thơ ấu, kỷ niệm một cuộc sống an bình trong cảnh thiên nhiên đẹp đẽ, trù phú của miền Nam.

"Thời gian thấm thoát thoi đưa
Nó đi đi mãi có chờ đợi ai"

Bây giờ nhớ lại những người dân quê, chất phát, hiền lành, ngay thẳng, sống hòa nhã với chồm xóm láng giềng, sống nhờ sự ban phát vật chất của thiên nhiên, những gì quí giá của ngày xưa mà tôi trân trọng, nay không còn nữa. Nên tôi ngồi viết lại những kỷ niệm thời thơ ấu như một giấc mơ giữa ban ngày, như tôi đang tìm lại một sự an ủi về những gì mình đã mất.

Tôi đang nhìn lại lúc còn ấu thơ, ghi lại những ký ức và những sinh hoạt, nếp sống, tập tục của quê mình, trong cái tuổi thơ ấu bấy giờ. Hơn bảy thập niên về trước, quê tôi là xã Phú Thuận, quận An Hóa sau nầy là Bình Đại. Ở cái tuổi ấy, tôi không nhìn được xa hơn cái quận Bình Đại, hay cù lao An Hóa, nơi chôn nhau cắt rún của mình. Quận Bình Đại là một điểm trong địa đồ Nam Kỳ, An Hóa cũng là một điểm nhỏ, cách bắc Rạch Miễu khoảng 5 cây số. Đối với tôi, đó là MIỀN NAM QUÊ HƯƠNG TÔI. Không phải là Miền Nam chung chung, từ Bến Hải đến Mũi Cà Mau. mà là Phú Thuận, Bình Đại, An Hóa, trên giòng sông Tiền, của Cửu Long Giang. Cũng không phải là miền Nam thời nay, thời xã hội chủ nghĩa của cộng sản, hay một thời nào khác, mà là Phú Thuận, Bình Đại, An Hóa, trong thập niên 1935-1945 .

Nó có một sắc thái đặc thù, một nếp sống văn hóa, một ngôn ngữ quê mùa, những lễ nghi về cúng tế, những mê tín dị đoan, riêng biệt của nó: Cúng Đình, Nắng Hạn Đi Bơi, Nghề nông, Nơm Cá, Vớt cá Lia Thia vv... Ở Việt Nam, nơi nào cũng có, nhưng ở quê tôi khác với Long Xuyên, Rạch Giá, hay Miền Sông Hậu. Sinh hoạt và nếp sống "miệt vườn" của quê tôi khác hẳn với những nơi khác.

Tôi có đọc qua Đồng Quê của Phi Vân, Hương Rừng Cà Mau của Sơn Nam và Chuyện Đồng Quê của Trần Văn. Đó là những tác phẩm giá trị nghệ thuật đánh dấu một thời văn xuôi đậm nét văn chương của giấy trắng mực đen.

MIỀN NAM QUÊ HƯƠNG TÔI đến với quí độc giả có hình ảnh, có màu sắc, bên cạnh chữ nghĩa trừu tượng, có ngôn ngữ không lời, lời của hình ảnh, có khi nói nhiều hơn và rõ hơn một sự mô tả công phu nhiều trang giấy.

Ngôn ngữ diễn tả những ký ức và cảm xúc của tôi đơn giản, bình dị, bởi lẽ tôi không thuộc giới văn đàn cho nên ngôn ngữ của tôi thô sơ, mộc mạc của đồng ruộng quê tôi thời ấy. Cái thời gian trên dưới một thập niên, một thời điểm quá nhỏ so với thời gian vô tận. Thế mà hình như tôi lưu giữ quá nhiều việc, nhiều ý, nhiều tình. Tôi muốn ghi lại tất cả những hồi ức và chia xẻ những tâm tình. Nhưng tôi không đủ ngôn từ để diễn đạt hết ý, còn tình cảm thì mênh mông, sâu thẳm, làm sao giãi bày cho cạn. Tình người, tình đối với Phú Thuận-Bình Đại-An Hóa, là ruộng vườn, là xóm làng cô bác người thân, là quê hương, là đất nước, là tất cả những gì quí trọng nhứt của cuộc đời mà tôi chưa diễn đạt hết được. Còn biết bao nhiêu chuyện nhỏ nhặt nhưng đượm tình, đầy nghĩa, in sâu vào tâm thức tôi. Thôi thì tôi đành coi như viết chưa xong, chưa hết, còn dang dở, chờ ngày về quê tái ngộ...sẽ kể lại Miền Nam Quê Hương Tôi tập II.

Hiện tại xin độc giả hãy cùng với tôi khám phá một thế giới xa lạ, đối với một số người, nhưng cũng có thể rất quen thuộc đối với số người khác. Tôi dẫn dắt quí vị đi từ chuyện nầy sang chuyện khác, không theo từng chương từng mục, để cho có sự thay đổi khỏi nhàm chán, mà cũng đúng theo sự đổi thay của cuộc đời ấu thơ của tôi thời ấy. Nếu tôi không thành công kể chuyện đời xưa cho những nhà văn, hay trí thức, nghe qua mà không cảm thấy vui lòng, thì ít ra tôi cũng hy vọng con cháu tôi, và các bạn trẻ sau nầy biết được, ở một thời điểm xa xưa nào đó, Miền Nam Việt Nam của chúng ta rất xinh đẹp, trù phú và an bình.

Xinh đẹp với những giòng sông chằng chịt, khai thông một hệ thống thủy lộ đầy ghe thuyền xuôi ngược. Trên các giòng sông đó có những giọng hát, câu hò gợi cảm nên thơ. Miền Nam trù phú vì sông nước chứa đựng tôm cá dẫy đầy, mang đất phù sa bồi đắp những vườn cây ăn trái rợp trời, những bông lúa dầy đặc nặng trĩu. Sống trong sự ưu đãi của thiên nhiên, người miền Nam không nhọc tâm lo âu nhiều về vấn đề sinh nhai hằng ngày, tính bình dị tự nhiên, "tốt bụng" rộng rãi, ngay thẳng, mang tiếng là "lè phè, ba phải". Nhưng khi cần họ cũng giống như tổ tiên ngày trước đã dày công và cực lực lao động, khai phá miền Nam hoang dã nên mới có được như ngày nay.

Và miền Nam của chúng ta an bình vì người dân không cảm thấy bị đe dọa, áp bức nếu mình không phạm pháp. Bởi vì đặc biệt trong xã Phú Thuận của tôi các trưởng lão, hương chức hội tề, và thân hào nhân sĩ thường hay bàn bạc, chê, khen, phê phán, đề nghị, và bình luận về mọi sinh hoạt của xã hội nhỏ bé nầy. Từ đó nó tạo thành những thông lệ trong làng, một thứ luật không thành văn, mà các làng khác có thể có hoặc không, hay là dưới một hình thức nào khác. Nếu ai vi phạm những thông lệ riêng biệt của làng mình thì sẽ bị cô lập phê phán, khiến bản thân họ và gia đình khó sống yên vui trong làng. Có lẽ người ta nói "phép vua thua lệ làng" là như thế.

Riêng những ai đã từng sống qua ở Nam kỳ lục tỉnh chắc chắn cũng như tôi, hối tiếc miền Nam mình đã thay đổi quá nhiều. Con cháu chúng ta sau nầy dù có mơ tưởng cũng khó có thể hình dung được miền Nam Việt Nam như thế nào? Chúng nó đọc quyển sách nầy cũng như đọc chuyện đời xưa "Một ngàn lẻ một đêm" vậy.

SỐNG LẠI THỜI THƠ ẤU VỚI VÕ LONG TRIỀU

Ngô Nhân Dụng

Đọc tập cuốn hồi ký mới của Võ Long Triều, điều thú vị nhất là được học tiếng Việt, học thêm hay học lại. Nhiều tiếng nghe thấy quen, rất nhiều tiếng mới thấy lần đầu. Thí dụ, hồi nhỏ tới lớn tôi vẫn thấy người ta chứa, đựng đồ trong rổ, rá, rọ, thúng, nhưng chưa từng biết có cái "đụt," cũng phát âm là "đụt," theo giọng miền Nam. Cũng chưa bao giờ biết có dụng cụ chuyên chở kêu là "cộ," từ đó sinh ra động từ "cộ," cho trâu "cộ lúa" về nhà. Còn "cái bống" là cái gì? Không phải "Cái bống đi chợ Cầu Nơm / Sao mày chẳng rủ cái tôm đi cùng." Nghe Võ Long Triều kể chuyện thì học được thêm một từ mới: "cái bống" là một dụng cụ để Cậu Sáu Triều đi đánh bẫy chim! Trời đất!

Nghe những tiếng "ruộng gò, ruộng trũng" thì có thể hiểu ngay, chắc trong đời mình đã nghe nói, lâu lắm rồi. Nhưng sau mấy chục năm không nghe ai nói tới, mà mình cũng chẳng hề dùng tới, bây giờ đọc mấy chữ đó thấy như lại gặp người cùng làng cùng xóm!

Có những từ nghe thấy như hơi quen, hơi lạ, chắc mình nghe đâu đó rồi, có thể chưa nghe ai nói bao giờ, nhưng đọc lên hiểu liền. Như "con nhỏ mập ú na ú nần!" Đố ai giải nghĩa được "ú na ú nần?" Nhưng ai cũng hình dung được "con nhỏ" nó mập thế nào! Đó là cách sáng tạo ngôn ngữ của các thi sĩ dân gian. Mấy tiếng đó chắc mình đã nghe, đã đọc đâu đó, từ đời kiếp nào rồi. Bây giờ gặp lại, thấy chúng xuất hiện, tay bắt mặt mừng, mình phải vòng tay ôm lấy ngay! Ú na ú nần! Ú na ú nần! Nghe sướng quá!

Bây giờ nếu nghe nói có anh nông dân "đập bồ" chắc mọi người sẽ thương "cô bồ" bé nhỏ và giận anh chàng này quá vũ phu. Nhưng lầm rồi, không phải vậy! "Đập bồ" là một công việc tay chân cực nhọc, đi làm được trả công, nhưng không làm ai đau đớn hết! Tôi xin lỗi, không nói "đập bồ" là đập cái gì. Mời quý vị đọc Võ Long Triều, lần lần sẽ biết! Cũng nói để quảng cáo thương mại, hai chữ "ếch bung" không phải là món bung nấu với ếch; cứ đọc rồi sẽ rõ! Có chữ "đi bơi" mới ly kỳ. Gặp mùa khô hạn, nhà nông trông mong trời mưa, các viên chức làng xóm làm lễ cầu mưa, họ cùng nhau "đi bơi!" Một màn "đi bơi" được mô tả rất kỹ ngay phần đầu cuốn sách, chúng ta thấy một hoạt cảnh đời xưa không bao giờ còn diễn lại nữa.

Nhiều từ tôi nghe từ lâu nhưng không hiểu rõ, như "gác cu," trong câu "Ở đời có bốn cái ngu – Làm mai, gánh nợ, gác cu, cầm chầu." Ngoài ba thứ ngu đã biết, chỉ có chuyện "gác cu" tôi vẫn chưa hình dung được nó thế nào. Cậu Sáu Triều có mô tả tường tận, vì chính cậu đã học từ các bậc trưởng lão trong làng và đã chứng kiến họ gác cu. Nếu không được nghe cậu kể thì tôi cũng không biết cả trò "Giựt Cu" rất thịnh hành tại miền đồng bằng sông Cửu Long! Cả những hoạt động sinh nhai như "Câu Ống" hoặc "Bắt dơi quạ, Đập dơi sen" tôi cũng hoàn toàn không biết. Bởi vậy mới nói đọc cuốn sách này là học tiếng Việt, học được cả đời sống muôn mặt của người Việt Nam!

Có những chữ đoán được ý nghĩa, như "vịt chạy đồng." Có

thể tiết lộ cho những ai chưa biết: Sau khi gặt lúa, chủ ruộng cho phép người ngoài vào ruộng mót những nhánh lúa hay hạt thóc còn vương vãi, một cách giúp người nghèo. Nhưng có một cách khác, để kiếm thêm tiền, là cho phép những người nuôi vịt thả cả đàn vịt vào ruộng, tha hồ cạp thóc mà ăn.

Chúng ta đều biết những thứ cá như lòng tong, cá chốt, cá lóc, cá trê, chim cu, cò, vạc. Còn những thứ như "con tèm lem, con ốc lất," (con tèn hen, con ốc lát) hoặc là con chim "cúm núm" thì người đọc như tôi thật tình không biết là những giống gì, chắc phải về Bình Đại, Bến Tre để học tại chỗ. Các nhà soạn tự điển các sinh vật ở nước ta nên ghi tên các loại chim, cá, ốc này cho các học sinh tham khảo. Võ Long Triều cũng góp phần chỉ bảo cho các bạn trẻ hiểu rõ đời sống nông thôn, mỗi khi mô tả để giải thích những công việc bình thường, như "cầy, bừa, gặt lúa, cấy lúa …" vân vân, nếu có hình chụp hay vẽ thì rất ích lợi trong việc giáo dục thanh thiếu niên ở thành phố hay ở nước ngoài.

Nhưng một ông lão gần 80 như tôi vẫn được "giáo dục" về đồng quê miền Nam khi nghe Võ Long Triều làm bảng liệt kê ra có bao nhiêu cách bắt chim, bao nhiêu cách bắt cá, bắt tôm, cua, bắt ếch, vân vân. Nhưng nói "bắt cá" chưa đủ. Phải biết "vớt cá, thọc cá, lưới cá, nơm cá," vân vân, với những dụng cụ và kỹ thuật khác nhau. Lại còn những trò "thổi chim, giựt chim, chấm chim," chưa kể cái "ống chum" (ống trúm) đi "xom lươn," hay trò ngoéo ếch" nữa. Đó là những kế sinh nhai cho người lớn, trò chơi cho trẻ em. Tôi đã sống ở làng quê miền Bắc suốt thời thơ ấu nhưng chưa bao giờ được dự đủ các trò mà các cậu Sáu làng Phú Thuận lén ông nội, giấu ba má, bầy ra chơi với anh em. Cả một thế giới ly kỳ đáng công khám phá!

Lại còn trò "dậm cù" nữa. Tôi đã thích thú đọc Huỳnh Văn Lang kể chuyện đi bắt chuột đồng. Đọc Võ Long Triều được "mở mang kiến thức" thêm. Huỳnh Văn Lang kể chuyện đá cá, đá gà, người đọc nghĩ tới những trò chơi của người lớn. Cậu Sáu Triều cũng đá cá, lại còn đá dế, những cuộc chơi của trẻ em. Cả hai đều cho thấy tấm lòng thiết tha, bùi ngùi thương nhớ nơi quê cha đất tổ, mỗi người một cách. Cả hai đều đang sống xa quê hương, như hàng triệu người Việt Nam.

Trong cuốn sách này Võ Long Triều bày tỏ tấm lòng yêu thương nơi chôn nhau cắt rún một cách giản dị, chân thành. Nếu không yêu tha thiết thì không ai nhớ được quá nhiều kỷ niệm lớn nhỏ như vậy. Lại nhớ từng chi tiết để có thể mô tả đầy đủ, kỹ lưỡng. Như ghi lại những câu hò hô lên trong đám rước "đi bơi;" hoặc tả cảnh đi bắt dế phải chọn dế gò mả, giải thích tại sao chúng đá hay nhất. Nhớ chi ly như vậy, người viết phải trải qua những ấn tượng rất mạnh, để lưu giữ được 70 năm trời không quên.

Võ Long Triều đồng ý: Những ấn tượng ghi khắc suốt đời đó tạo nên tình yêu đất nước. Kể lại những kỷ niệm ấu thời vừa để sống lại tình yêu nước, mà cũng truyền tấm tình quê hương đó cho tất cả mọi người.

Có lần tôi đã thú nhận khi nghe bài Má vlast của Smetana viết về nước Tiệp tổ quốc của ông, hay bài Finlandia của Sibelius, thì lại cảm thấy tình yêu nước Việt Nam của mình dào dạt dâng lên . Đọc Võ Long Triều kể chuyện thời thơ ấu thì tình cảm đó còn mạnh hơn nữa. Trong mấy ngày đọc cuốn sách này trong đầu tôi cứ vọng lên những câu hát đã thấm thía hơn nửa thế kỷ trước: "Gió đưa gió đẩy lá dừa/ Muốn ai thì muốn nhưng chừa em ra! Hay là Gió đưa gió đẩy về rẫy ăn còng/ Về sông ăn cá, về đồng ăn cua! Cảm ơn Cậu Sáu.

VIẾT VỀ VÕ LONG TRIỀU

Nguyễn Thanh Liêm

Võ Long Triều và Nguyễn Thanh Liêm là hai người sinh trưởng ở cùng một quận, quận An Hoá (hay có lúc gọi là quận Bình Đại), tỉnh Bến Tre. Ông Triều ở làng Phú Thuận. Ông Liêm ở làng Phú Túc, cách xa nhau khoảng 30 km. An Hoá là một trong ba cái cù lao làm thành tỉnh Bến Tre: Cù Lao An Hoá, Cù Lao Minh và Cù Lao Bảo. Làng Phú Thuận ở cuối phía Đông của quận An Hoá, gần biển (Biển Đông), làng Phú Túc ở gần cuối phía Tây, ngang Rạch Gầm, chổ quân Nguyễn Huệ đánh tan quân Xiêm trước thời Chúa Nguyễn lên ngôi. Nguyễn Thanh Liêm và Võ Long Triều là hai người bạn thân xấp xỉ đồng thời, dù chỉ cách xa nhau có mấy tháng tuổi. Họ đã cùng trải qua những quảng đời yên lành lúc nhỏ (1934-1945) trước khi bị lôi cuốn vào chiến tranh liên miên 30 năm trời (1945-1975). Họ đã từng là bạn đồng lớp, đã từng giữ chức vụ quan trọng trong nền Đệ Nhị Cộng Hoà của Việt Nam, một người từng là Bộ Trưởng Bộ Thanh Niên và Thể Thao (Võ Long Triều) và một người là Thứ Trưởng Bộ Văn Hoá Giáo Dục (Nguyễn Thanh Liêm). Họ cùng là loại con của những người điền chủ có của cải, ruộng đất, thuộc người dân Miệt Vườn đúng nghĩa.

Hôm nay Võ Long Triều, với tuổi đã hơn 80, viết lại kỷ

niệm thời thơ ấu ở làng quê Phú Thuận. Nguyễn Thanh Liêm, sau khi đọc kỷ niệm nầy, có vài nhận định về sách của người bạn thân Võ Long Triều. Ngoại trừ những hồi ký có tính cách chính trị, sách của Võ Long Triều lần nầy hoàn toàn có khuynh hướng sáng tác bình dân, đồng quê. Ông quay lại ruộng đồng, vườn cây, chim muông, gà vịt, cá tôm, với những người nông dân hiền hoà, chất phác, nhưng trù phú của Miệt Vườn - một phần quan trọng của Đồng Bằng sông Cửu Long. Các tỉnh Mỹ Tho, Gò Công, Bến Tre, Vĩnh Long, vv... là vùng đất phì nhiêu có ruộng đồng mênh mông, có vườn tược rợp trời, từ những vườn dừa dày đặc đến những lùm cây trái xum xuê đầy ắp những sầu riêng, măng cụt, bòn bon, chôm chôm, nhãn, vú sữa, mãng cầu, mít, cam quít, sa-bô-chê, li-ki-ma, vv... Cùng với vùng đất mầu mỡ, người dân hiền hoà còn được trời cao ban cho một thời hoà bình thịnh vượng nhất Việt Nam ở thế kỷ 20 nầy. Thật là một địa đàng nho nhỏ của hạ giới.

Chúng tôi, Nguyễn Thanh Liêm và Võ Long Triều, đã sống một thời gian sung sướng đó. Thật ra thời kỳ hoà bình, thịnh vượng, hạnh phúc sung sướng đó không dài được bao lâu. Từ lúc Nhật đảo chánh Pháp, và sau đó một thời độc lập ngắn ngủi của Bảo Đại, và tiếp theo đó là một chuỗi ngày dài liên miên binh lửa loạn lạc, với Thanh Niên Tiền Phong, Việt Minh, và Việt Nam Cộng Hoà chống trả Việt Cộng, đến ngày Việt Cộng chiếm trọn Miền Nam năm 1975, chúng tôi không bao giờ được trở lại thời thơ ấu hoà bình hạnh phúc đó nữa. Từ đó chúng tôi rời bỏ làng quê, rời bỏ ruộng vườn, rời bỏ cái thiên đàng nhỏ bé, để lao mình vào cuộc đời dẫy đầy danh lợi chiến tranh, ô trọc.

Bây giờ nghĩ lại, Võ Long Triều viết: “Tuổi già người ta thường sống lại những kỷ niệm xa xưa, tưởng nhớ thời thơ ấu, đôi khi kể cho con cháu nghe những thú vui, chuyện lạ của miền Nam mà bây giờ chúng nó không còn cơ hội biết được..." Những chuyện lạ của miền Nam mà bây giờ chúng nó không còn cơ hội biết được là những chuyện gì? Một cách ngắn gọn là những sinh hoạt thường nhật của một thanh thiếu niên khá giả, kiểu văn minh Miệt Vườn. Ngoài việc học hành bắt buộc phải có, những "công tử văn minh Miệt Vườn"nho nhỏ này thường rong chơi, theo người lớn đánh bắt cá tôm, đánh bắt chim chóc, bắt chuột bọ vv... Họ rất thường chơi những trò chơi trẻ con ở nhà quê, đi theo xem cúng đình, xem thầy bói, xem cày cấy, cày bừa, gieo mạ, gặt lúa vv... Kể ra thì cậu nhỏ Võ Long Triều cũng rất hết sức bận rộn, nhưng có phần rắn mắt, tò mò, lúc nào cũng tìm hiểu, rờ mó mọi việc xung quanh. Cậu nhỏ nầy nhờ đó mà biết rất nhiều. Chỉ riêng vụ đánh bắt cá tôm, Võ Long Triều đã mô tả không biết bao nhiêu chuyện lạ mà người dân An Hoá như tôi cũng không hề hiểu biết. Ông Triều kể chuyện "câu cắm:, "nơm cá", "câu cá rô non", "câu cá lòng tong – cá chốt", "thụt hang cá bống kèo – cá bống sao", "câu ống", "đóng đáy", "soi ếch", "ngoéo ếch", "xom lươn", "câu cua", "tát đìa", "bắt cá cạn", "thả chà nuôi tôm" vv...

Hết đánh cá thì xoay qua bắt chim: "bắn chim", "thổi chim", "bẫy cò", "chấm chim", "giựt chim", "gác cu", "giựt cu","đuổi chim","bắt dơi quạ" v.v... Một chút ra ngoài việc thường làm là "bắt cà cuống","chuột đồng","chuột dừa", "lượm trứng vịt chạy đồng", "lấy mật ong ruồi", "nấm rơm", "nấm mối", "hái nhãn lòng - trứng cá" vv... Xem ra thì chú nhỏ nầy có vẽ rất thành thạo với tuổi ấu thơ. Một khía cạnh khác rất quan trọng không thể thiếu được là trò chơi trẻ con ở nhà quê: "vớt cá lia thia", "đánh trổng", "đá dế", "đào dế cơm" "nuôi gà tre", "chọi đáo", "bơi lội", "u nước", "đá banh chuối", vv...

Ở nhà quê mà không nói chuyện làm ruộng thì một thiếu sót không thể tha thứ được. Võ Long Triều nói nhiều về việc đồng áng như cày bừa, trục, gieo mạ, cấy lúa, đập lúa, gặt lúa, đập bồ". Thật ra thì việc đồng áng là việc của người lớn chớ không phải chuyện trẻ con, nhưng trẻ con vẫn có thể đi theo, để xem, để nhìn, và rất có thể được học hỏi. Một số quan trọng trong việc làng xóm là tế lễ, cúng đình, hát bội, xôi bánh cúng bái với hương chức hội tề, bồi bái, hành chánh, tất cả được ghi lại khá đầy đủ ở vùng Bình Đại. Kể cả việc "thầy pháp chữa bệnh", việc làm"bùa lỗ ban" để ếm người ta, việc "học võ để giữ cửa".

Con người nhà quê Miền Nam là người hiền hoà, chất phác, có những đặc biệt như sau, theo Võ Long Triều: "Cuộc sống của chú năm Tiển gói gọn bằng mấy chữ: Câu, nhậu, tán dóc, giúp bà con lối xóm. Chú không se sua quần áo, không ham tiền, chỉ trọng nghĩa dù quê mùa thất học, nhưng bản chất người miền Nam trời phú cho vô tư, thành thật. Sở dĩ được như vậy là nhờ thiên nhiên ưu đãi Nam Kỳ lục tỉnh. Không cần phải lăn lộn giành giựt, hao tổn nhiều công sức mới có đủ ăn. Chú năm vô tư vì biết chắc ngày nào chú cũng kiếm đủ mồi nuôi vợ nuôi con. Ngày nào cũng vui thú nhậu nhẹt với đám bạn bè tận tình tận nghĩa, không bon chen tính toán. Đối với chú năm ngày tháng trôi qua trong niềm vui bắt cá, tát mương, giở chà, gặp ai cũng nở nụ cười, khoe giỏ cá đầy hay giỏ cá lưng. Hình như con người chú không biết buồn vì cả ngày nếu không câu thì nhậu, tán dóc, không biết lo vì thiên nhiên cung cấp sẵn vật chất cần thiết cho cuộc sống hằng ngày, chú chỉ cần thò tay bắt lấy. Chú không nghĩ làm giàu, không ước vọng con cái học rộng làm quan".

Trở lại với Võ Long Triều, thật là dồi dào, thật là phong phú đối với một người ở tuổi ấu thơ ở Miệt Vườn. Ngay cả những người cùng tuổi, cùng thời, cùng môi trường, hoàn cảnh, với tác giả cũng không biết được hết. Phải công nhận là tác giả sống rất nhiều, rất từng trải, mới có thể ghi chú đầy đủ như thế. Nhưng không phải tất cả những phong tục tập quán đều giống nhau như khuôn đúc ở tất cả các làng xã trong vùng Đồng Bằng Sông Cửu Long. Lẽ dĩ nhiên là những ghi nhận về phong tục tập quán của làng Phú Thuận có thể có những sai biệt nhỏ ở những làng khác ở Miệt Vườn. "Bắt cảng" là một loại hình bắt cá ở một khúc sông (sông Cái Sơn) của một cộng đồng cùng chung với nhau ở làng quê, đặc biệt là làng Phú Túc. Cũng ở làng này, người dân thường bắt cá tôm bằng những dụng cụ đặc biệt gọi là cái "đăng", cái "nóp", vv... Ở Phú Túc còn có thói thưởng ngoạn đờn ca hát xướng kiểu tài tử Miệt Vườn, loại nghệ thuật rất thông dụng ở đồng quê miền Nam, nhất là vùng Đồng Bằng Sông Cửu Long. Những câu vọng cổ nhất là câu vọng cổ Sáu Lầu, và nhiều điệu cổ nhạc Nam phần, những câu lý chiều chiều, lý cái mơn, lý ngựa ô, lý con sáo, ca chuồn chuồn, v.v … đã được nhiều người dân quê mến chuộng. Đây là loại nghệ thuật rất là thông dụng, rất là bình dân đại chúng.

Võ Long Triều là dân "Nam Bộ" đặc sệt. Ông viết văn như ông nói, nói làm sao thì viết cũng như vậy, diễn tả thẳng thắn, không văn hoa, không cao kỳ, không chải chuốt, nói thẳng tuột, rất là trực tánh như người dân Nam Việt. Từ ngữ của ông là những từ ngữ thường dùng của người bình dân Nam Việt. Ngay vấn đề chính tả cũng vậy. Với người Nam không có vấn đề khác biệt với dấu ngã và dấu hỏi (hỏi ngã cũng vậy), không khác biệt những chữ cuối "t' và "c"(phát và phác) và những chữ cuối "n" và "ng"(tan và tang), và không khác biệt những chữ đầu "v" và "d"và "gi" (và, dà, già cũng vậy). Một số người Nam đã nhờ bạn bè người Bắc chữa lại chính tả. Thật ra thì nhiều người Bắc cũng sai chính tả khi phân biệt "tr" và "ch", "l" và "n", "ưu" với "ieu" (hữu với hiểu chẳng hạn). (Người làm ra chữ Quốc Ngữ, theo kiểu vần Latin, đã diễn âm theo giọng đọc người Bắc nhiều hơn người Nam).

Tâm lý của người đời thường qua lại các trạng thái "quên" và "nhớ". Khi thì muốn quên, quên dĩ vãng, quên quá khứ, quên - để sống với hiện tại mà thôi, hay để hướng đến tương lai, quên để vứt bỏ những hận thù, những đỗ vỡ, thất bại, ê chề. Nhưng rồi người ta bỗng nhớ lại, nhớ lại một thuở xa xưa nào. Ký ức tự nhiên trỗi dậy, kỷ niệm một thời nào, trong một hoàn cảnh nào đó bừng lên khiến con người bị lôi cuốn vào một thời dĩ vãng.

(Trích đoạn Nguyễn Thanh Liêm đã viết trong bài nói về mình tựa đề "Con Người") ...tôi lại cảm thấy có một điều rất thực mà tôi không thể chối cãi hay từ bỏ được. Đó là nỗi nhớ với niềm đau đến từ nỗi nhớ đó. Tôi thấy nhớ, nhớ nhung tha thiết, nhớ một cách ray rứt những sự việc, những người thân, những hình ảnh thương yêu quanh tôi từ thuở nhỏ đã mất đi từ bao giờ, và trong quãng đời còn lại của tôi, tôi cũng sẽ chẳng bao giờ còn được trông thấy lại. Tôi thấy đau nhói trong lòng khi tôi nhớ lại hay đúng hơn khi những hình ảnh xa xưa đó đột nhiên thoáng hiện lại trong ký ức tôi. Mỗi đêm lên giường nằm, trước khi ngủ tôi bị thúc đẩy đi vào nỗi nhớ nhung sắt se này. Cũng như bao nhiêu lần khi vừa thức giấc, trước khi tỉnh hẳn, tôi cũng bị lôi giật về những thuở xa xưa nào với hình bóng của bao nhiêu người thân thương, bao nhiêu cảnh vật thân yêu quanh mình. Tôi biết rằng những cảnh đó không còn nữa, tự nhiên một nỗi luyến tiếc nhớ nhung bao trùm cả tâm tư tôi, làm tôi ray rứt, se thắt con tim và đau nhói ở trong hồn"... (Con Người - Nguyễn Thanh Liêm)

Võ Long Triều nhớ lại như nhiều người khác nhớ lại theo

tâm lý thông thường. Nhưng Ông không chỉ nhớ mà thôi. Ông còn viết lại những gì Ông đã nhớ. Viết để chính mình được nhớ, và để người khác nhớ. Để "đôi khi kể cho con cháu nghe những thú vui, chuyện lạ... Kể lại một sự thật lịch sử, dù là chuyện rất bình dân, rất thông thường, sự thật của một thời đại, một hoàn cảnh nào, đều có giá trị của nó. Những người đọc sau nầy có thể biết được một phần nào về phong tục, tập quán của người dân Miệt Vườn. Một nhà học sử, một nhà xã hội học, một nhà văn hoá học, đều có thể nhìn lại hoàn cảnh đặc biệt của người dân làng Phú Thuận qua quyển sách của Võ Long Triều. Không phải để khen thưởng, hay chê bai văn chương của tác giả, chỉ xác định chút giá trị lịch sử và khoa học, đó là điều tôi muốn nói ở đây về quyển sách của Võ Long Triều.

Nguyễn Thanh Liêm, *Ph. D.*
Cựu Thứ Trưởng Bộ Văn Hoá và Thanh Niên VNCH.

Vài Cảm Nghĩ Về Tập Bút Khảo Miền Nam Quê Hương Tôi Kỷ Niệm Thời Thơ Ấu Của Nhà Báo Võ Long Triều

Trần Văn

Trước 30.4.1975, người dân miền Nam Việt Nam chắc không lạ với tờ nhựt báo Đại Dân Tộc của chủ nhiệm, Dân Biểu - Hạ Nghị Viện - Võ Long Triều - với số phát hành nhiều nhứt tại Thủ Đô Sài Gòn lúc bấy giờ, một tờ báo nổi tiếng và hái ra tiền.

Nhà báo Võ Long Triều thành danh về con đường chính trị rất sớm: mới 32 tuổi (sanh năm 1934), từ thời "Nội Các Chiến Tranh" của Thiếu Tướng Nguyễn Cao Kỳ - Chủ Tịch Ủy Ban Hành Pháp Trung Ương (Thủ Tướng Chánh Phủ), nhà báo Võ Long Triều đã đảm nhận chức Uỷ Viên Thanh Niên (Bộ Trưởng Bộ Thanh Niên và Thể Thao) năm 1966. Và 5 năm sau, năm 1971 (37 tuổi) ông Võ Long Triều đã đắc cử Dân Biểu - đơn vị Kiến Hòa (Bến Tre).

Cái đáng phục nhứt của ông Võ Long Triều đối với tôi (Trần Văn - anh hơn tôi 1 tuổi), ông chưa hề học chữ Việt chánh thức từ cấp tiểu học mà viết được tiếng Việt, lại là một nhà báo nổi tiếng của Miền Nam Việt Nam trước năm 1975.

Một người bạn đồng tuế là bác sĩ y khoa, cũng ở Bến Tre, biết nhiều về anh Võ Long Triều, nói với tôi, ông Võ Long Triều "như thằng Tây con", ít khi sử dụng Việt ngữ mà nay thành danh là nhà báo nhà văn viết bằng Việt ngữ, rất đáng ngưỡng mộ. Ông Võ Long Triều học chương trình Pháp từ nhỏ (La San Taberd Mỹ Tho - Sài Gòn), du học mười năm bên Tây... cho đến ngày thành tài đậu bằng kỹ sư và trở về nước lao vào các công việc mới mẻ, khác với ngành chuyên môn của anh học ở đại học.

Nay, tôi xin gọi bằng anh và anh còn viết sách nữa, đặc biệt là tập bút khảo Miền Nam Quê Hương Tôi, xin dở nón chào anh.

Cuộc diện đất nước đổi thay từ sau cuộc đảo chánh ngày 1.11.1963, anh Võ Long Triều đã dấn thân vào phục vụ đất nước, đáp ứng những trăn trở của giới thanh niên đối với các sinh hoạt xã hội, chánh trị và truyền thông báo chí...

Suốt thời gian từ tiểu học đến đại học, anh Võ Long Triều có thể nói không có cắp sách đến trường học chữ Việt tiếng Việt chánh thức ngày nào hết. Thế mà, khi anh tham chánh cũng như lao vào nghề làm báo, viết báo, anh đều thành công rực rỡ với những nghề mà anh không học ở trường học mà anh chỉ học ở trường đời. Thời bấy giờ, ở Sài Gòn, anh Võ Long Triều được xếp vào hạng giàu có trước ngày đổi đời 30.4.1975. Anh Võ Long Triều cũng vào tù cải tạo của VC (10 năm) như bao chánh khách, nhà báo, nhân sĩ trí thức tôn giáo (Công Giáo) và lại nhà giàu nữa nên nhà cầm quyền Việt cộng mới quyết tâm cho anh vào tù để có cớ tịch thu hết tài sản mà anh đã nhiều năm đổ mồ hôi công sức gây dựng nên.

Anh Võ Long Triều, tỵ nạn chánh trị tại Pháp, vì nhu cầu sinh sống, làm biên tập viên cho đài phát thanh quốc tế Pháp ở Paris (Radio France International), sau này, anh sang định cư tại Hoa Kỳ - thành phố Fresno - California.

Đến Hoa kỳ, anh Võ Long Triều cũng lao vào nghề làm báo, viết báo, điều hành vài chương trình truyền hình của đài truyền hình Việt Nam, SBTN, VHN TV, 57.3

Hiện nay, anh Võ Long Triều viết về những chuyện đồng quê như Trần Văn. Nhưng, anh Võ Long Triều đào sâu về văn minh văn hóa miệt vườn, đặc biệt là quê hương của anh - xã Phú Thuận, thuộc quận Bình Đại - Bến Tre.

Tác giả Miền Nam Quê Hương Tôi, gợi nhắc lại cho thế hệ sau nhận biết cách tổ chức chánh quyền cấp thấp nhứt là xã ấp, rất cởi mở dân chủ và đúng khả năng chức trách từng vị của Ban Hương Chức Hội Tề của xã. Quý vị chức sắc trong xã luôn chăm sóc đời sống an lành cho người dân quê qua các tập tục cúng bái Tổ tiên, cầu đáo Thần linh, Trời Đất cho mưa thuận gió hòa, dân cư trúng mùa phát đạt và vui hưởng những ngày hội Cúng Đình tưng bừng, đáp ứng nhu cầu vui chơi giải trí của người dân quê, quanh năm luôn lam lủ với đồng áng.

Nhà báo Võ Long Triều, viết nhiều đăng trên các báo Người Việt, Viễn Đông, Việt Tide ở Orange County California với nhiều đề tài chính trị, xã hội... và đã xuất bản 2 tác phẩm: Hồi Ký Chính Trị tập I và tập II.

Nay, anh viết tiếp những chuyện đồng quê dù thời thơ ấu, anh không luôn sống nhiều ở đồng quê mà anh phải lên tỉnh Mỹ Tho - Sài Gòn học. Những tháng nghỉ hè là những tháng ngày vui chơi thỏa thích tuyệt vời của cậu học trò Võ Long Triều, nghĩa là anh vui chơi hòa nhập hết mình với người nông dân, làm quen với đồng áng, lăn xả với công việc của người dân quê, học các cách mưu sinh về bắt cá, xom lươn, ngoéo ếch, câu cua, bắt chuột, bắn chim... và đặc biệt, cậu học trò Võ Long Triều vui thích được hòa mình với cuộc sống chân quê của những người nông dân, những tá điền của ông Nội, và Ba của anh.

Chúng ta đọc Miền Nam Quê Hương Tôi của nhà báo nhà văn Võ Long Triều, những hoài niệm xa xưa, những thú vui thôn dã, những cách mưu sinh chân chất mọc mạc của người dân quê ở Bến Tre hay các tỉnh khác của Miền Tây có những nét tương đồng rất thú vị.

Ngoài ra, tác giả Võ Long Triều còn miêu tả cách trị rít cắn rất độc đáo của dân gian ở quê anh như là câu chuyện trào phúng, vui vui. Người bình dân nói rằng thọt một ngón tay vào cổ con gà, lấy nhớt ra thoa vào chỗ rít cắn sẽ hết đau nhức hay dùng nước đái con gái đắp vào vết cắn của rit cũng hết đau ngay lập tức (tôi còn nghe, người ta còn dặm mắm muối cho chuyện trị rít cắn thêm phần hấp dẫn, nước đái con gái phải là con gái còn trinh. Tuyệt đối không dùng nước đái con trai - đàn ông hay đàn bà không những không hết đau mà lại đau nhức thêm và vết cắn sẽ sưng tấy lên).

Kinh nghiệm sống của nhà báo nhà văn Võ Long Triều ở thôn dã vô cùng phong phú. Ai có trải qua cảnh sống nhờ ở đậu của người khác hay kể cả bà con dòng họ cũng gặp lắm cảnh ngậm ngùi đắng cay.

Văn phong của nhà báo nhà văn Võ Long Triều không sử dụng văn chương hoa mỹ, chuốt lọc như các nhà văn Miền Bắc, Miền Trung mà anh dùng văn phong của người dân miền Nam chân chất, thấy sao nói vậy, thấy gì viết lại y chang, không thêm bớt, không hư cấu như các nhà văn có nhiều tưởng tượng... Hơn nữa, tác giả Miền Nam Quê Hương Tôi - kỷ niệm thời thơ ấu đầy ắp những sự kiện lịch sử qua các mốc thời gian: Nhựt đảo chánh Pháp ở Đông Dương năm 1945, sau đó với phong trào thanh niên tiền phong - phong trào Việt Minh dấy lên làn sóng người Việt giết người Việt không gớm tay miễn ai bị quy chụp, kết án là Việt gian thì bị bắt trói thúc ké thả xuống sông gọi là cho mò tôm.

Thời thơ ấu của anh Võ Long Triều cũng như tôi đã chứng kiến biết bao cảnh tang thương của từng nơi từng vùng.

Nhưng, chúng tôi nhớ mãi thời thơ ấu từ những năm trước năm 1945, đồng quê êm ả, đời sống dân quê miền Nam phong phú với tài nguyên dồi dào, an ninh như tuyệt đối, mọi người dân quê tương trợ thương yêu nhau như cùng một gia đình. Hễ nơi nào có giỗ chạp lớn, đám cưới thì cả xóm kéo tới tham dự ăn nhậu thỏa thích, đờn ca xướng hát vui chơi suốt sáng... Những cách bắt cá, bắt chim, cua lươn ếch chuột... của dân quê luôn là thú tiêu khiển cũng như rất thực tế giúp người dân có những thức ăn ngon mà không phải bỏ tiền ra mua. Và đám trẻ chúng tôi xem đó là cách mưu sinh đậm sắc màu nhà quê cần học hỏi và thực tập khi có dịp. Vì các nguyên vật liệu đó đầy dẫy trong thiên nhiên khi đến tay người nông dân với cách chế biến đơn sơ cũng sẽ trở thành những món ăn độc đáo từ cá tôm, rắn, rùa, lươn, ếch, chuột, cua, chim... mà người dân quê, hầu như ai cũng biết làm được các món ăn ngon miệng mà ngày nay, người ta gọi đó là những thức ăn đặc sản của quê hương.

Thú thật, quê hương của anh Võ Long Triều, người dân quê kể cả dân thành thị của Bến Tre chuyên khai thác cách trồng dừa và chế biến các sản phẩm từ dừa để sanh sống - bán đi khắp nơi.

Còn về đồng lúa và "vựa cá" thiên nhiên, phải nói ba tỉnh biên giới Châu Đốc, Kiến Phong, Kiến Tường mà tỉnh Châu Đốc có đường biên giới với nước Cao Miên dài nhứt nên cũng có tôm cá, chim cua, rùa rắn... nhiều nhứt của Miền Tây và của cả nước về cá tôm nước ngọt. Trời đất ban tặng, quê Châu Đốc của tôi vô cùng dồi dào phong phú về cá nước ngọt, đứng vào hàng đầu của các tỉnh Miền Tây, cho nên cách đánh bắt đơn giản mà thu hoạch nhiều. Còn những cách bắt cá, chim, lươn khá cầu kỳ, mất nhiều thì giờ (kể cả cách bắt chuột hay rùa rắn...) của xã Phú Thuận Bến Tre của tác giả Miền Nam Quê Hương Tôi.

Ở Châu Đốc ở vùng kinh Cả Hàn (sang qua đất Miên - cách bờ kinh Vĩnh Tế chừng 8 cây số), có trại ruộng của cụ thân sinh tôi, người mù còn bắt cá bằng tay làm mắm hết lu khạp này đến lu khạp khác. Còn quê tôi, ấp Bà Bài xã Vĩnh Nguơn, quận Châu Phú tỉnh Châu Đốc, cách tỉnh lỵ 10 cây số, một nơi sát biên giới Miên Việt (biên giới cách bờ kinh Vĩnh Tế 1,500 mét), cách trại ruộng của ông già tôi chừng 8 cây số - vùng đất Miên, cá, lươn to và nhiều vô số kể. Trong đồng nội, khi nước giựt xuống cạn và khô đất, chỗ nào còn đọng nước thì cá tôm, lươn cua tập trung ở đó, chim cò cũng quy tụ về đó, chúng ta tha hồ mà bắt chỉ bằng tay không cũng ăn mệt nghỉ, còn bắt cá có thêm dụng cụ lưới, nơm, lờ, lọp... được nhiều cá quá, ăn không hết, phải làm mắm làm khô để dành cho lúc giao mùa cá tôm còn ít và cũng khó bắt hơn... Vì vậy, chúng ta mới thấy người dân quê có cách làm mắm khô để phòng khi hết mùa cá. Nếu trúng mùa cá linh, nhiều quá khi người dân đặt đáy, người ta bán cho các hảng làm nước mắm hay phải đổ cá từng đống phơi khô làm phân để trồng cây thuốc lá và rau quả... Cảnh đó, nay còn đâu?

Nhưng, với sự hào phóng hiểu biết về nông thôn, đặc biệt về quê hương Bến Tre của tác giả Miền Nam Quê Hương Tôi, anh viết về văn minh, văn hóa miệt vườn của quê anh cũng như của quê hương Miền Nam thân yêu của chúng ta rất sống động, tỉ mỉ, chính xác mà thế hệ trẻ khó mà hình dung, tưởng tượng. Các em cháu, như nghe anh Võ Long Triều kể chuyện đời xưa, không thể kiểm chứng được vì thời gian trôi qua nhanh, vạn vật đổi thay và con người cũng như chế độ chánh trị cũng đổi thay theo cách vận hành mới.

Ngày nay, khắp Nam Kỳ Lục Tỉnh - Miền Tây hay các vùng đất khác, người đông, đồng ruộng thu hẹp lại, dành đất cho cư dân ở, những nguyên vật liệu thiên nhiên cá tôm, rắn rùa... tìm bắt rất khó tại các đìa bàu, sông rạch hay đồng ruộng như trước thời năm 1945 hay sau này - trước năm 1975. Vì vậy, người ta phải nuôi, nhân giống mới có thể phục vụ nhu cầu chế biến các món ăn ngon lạ - đặc sản của miền Tây năm xưa.

Để các bạn trẻ liên tưởng đến tập bút khảo Miền Nam Quê Tôi của tác giả Võ Long Triều, tập sách này và tập Bút khảo Chuyện Đồng Quê của Trần Văn sẽ quyện vào nhau và bổ túc cho nhau. Chuyện Đồng Quê của tôi đào sâu về văn hóa ẩm thực mà Miền Nam Quê Tôi của Võ Long Triều chỉ viết lướt qua các cách thưởng thức, chế biến các Món Lạ Miền Nam như nhà văn Vũ Bằng đã khẳng định. Miền Nam Quê Tôi khai thác các cách mưu sinh bằng cách đánh bắt nhiều chim chuột, cá cua, chim ếch... để làm món lạ miền Nam cho các bữa ăn đầy tình tự quê hương ở thôn quê xã ấp mà ở thành thị thiếu vắng các nguyên vật liệu thiên nhiên làm thành các món ăn độc đáo này.

Từ năm 1999, tôi - Trần Văn đã xuất bản tập bút khảo đầu tiên tại hải ngoại về văn hóa ẩm thực của Miền Tây - đồng bằng sông Cửu Long đã được nhiều thức giả và thân hữu hoan nghênh tiếp đón nồng nhiệt. Trong những vị thức giả, có nhiều vị khoa bảng được nhiều người Miền Nam nghe danh biết tiếng: Giáo Sư Nguyễn Văn Trường, cựu Tổng Trưởng Giáo Dục, Giáo Sư Đỗ Bá Khê cựu Thứ Trưởng Giáo Dục, Nhà Văn & Giáo Sư Doãn Quốc Sỹ đã hết lời khen ngợi tác giả Chuyện Đồng Quê đã viết một tác phẩm mà nhà văn Hồ Trường An ở Pháp đã mạnh dạn nói:

Với tác phẩm Chuyện Đồng Quê, Trần Văn "đánh dấu sự góp mặt rực rỡ của nền văn chương ở hải ngoại nói chung, nền văn chương của các cây bút Miền Nam nói riêng"... và "Trần Văn đã đem kinh nghiệm sống dồi dào cùng cái quá khứ tràn ngập thú ăn chơi thấm đậm tình tự quê hương của dân Miền Nam để thắp sáng lại cái vang bóng thật huy hoàng lộng lẫy cho văn hóa lẫn văn chương ở hải ngoại của chúng ta." (Trích tác phẩm Tập Diễm Ngưng Huy của Hồ Trường An xuất bản năm 2002)

Tập bút khảo Miền Nam Quê Hương Tôi, tác giả đã nhấn mạnh "kỷ niệm thời thơ ấu". Đúng vậy, thời thơ ấu của chúng tôi đánh dấu sự an vui thạnh trị, thanh bình nhứt, trước năm 1945.

Với tuổi 11, tác giả Võ Long Triều, nay qua tuổi 81. Thời bấy giờ, bọn trẻ nhỏ về chơi ở thôn quê hay sanh sống ở vùng thôn dã với gạo trắng nước trong, cá tôm ê hề, luôn có cuộc sống ấm no, hạnh phúc, vô cùng an vui với đồng nội êm ả nên thơ. Tâm hồn của người dân quê luôn hướng thiện, thân thương, tương trợ nhau như bà con ruột thịt, cách một trời một vực với thế hệ ngày nay của nước Cộng Hòa Xã Hội Chủ Nghĩa Việt Nam.

Có sống ở nông thôn, có tâm hồn cùng hòa nhịp với người dân quê như tác giả Miền Nam Quê Hương Tôi mới cảm thông thố lộ được những tâm tư tình cảm, trăn trở của người dân quê chân chất mọc mạc đối với ruộng vườn làng mạc. Các công việc lam lủ cực nhọc của nghề nông, cày cấy, cũng như sáng tạo ra các cách mưu sinh cầu kỳ ngộ nghĩnh như ngoéo ếch, xom lươn, thổi chim, câu cua... mà thời nay, khó tìm thấy, bắt gặp người dân quê trong những công việc săn bắt "mồi" làm món nhậu cũng như làm thức ăn độ nhựt.

Tác giả những tập sách nói về đồng quê như tác giả Võ

Long Triều, tương tự với định lý của toán học, điều kiện ắt có và đủ của tác giả là sanh trưởng và yêu mến thôn dã dù sau này sống xa thôn dã. Nhưng, lúc nào lòng mình cũng nặng trìu tình tự quê hương dân tộc, luôn hướng về quê hương thôn xóm của thời quá khứ vàng son xa xôi của thời thơ ấu như một dư hương ngày xưa cũ đó không bao giờ tàn phai trong ký ức của nhà báo nhà văn Võ Long Triều.

Trần Văn xin chúc mừng anh Võ Long Triều qua tác phẩm "để đời" này, như một di sản văn hóa của nông thôn, đóng góp cho nền văn hóa văn minh miệt vườn năm xưa ở Miền Nam không mai một theo thời gian và không gian ở hải ngoại.

Sacramento, 4 tháng 7 năm 2015
Kỷ niệm Ngày Lễ Độc Lập lần thứ 239
của đất nước Hoa Kỳ

Trần Văn

MIỀN NAM QUÊ HƯƠNG TÔI KỶ NIỆM THỜI THƠ ẤU

Tuổi già người ta thường sống lại những kỷ niệm xa xưa, tưởng nhớ thời thơ ấu, đôi khi kể cho con cháu nghe những thú vui, chuyện lạ của miền Nam mà bây giờ chúng nó không còn cơ hội biết được quê mình an bình, đẹp đẽ, và người miền Nam mình đã từng sống hiền hòa với nhau trong cảnh thiên nhiên trù phú như thế nào. Bây giờ hoàn cảnh và điều kiện sinh sống không giống như thời gian qua. Đôi lúc tôi cùng với bạn bè nhâm nhi trà rượu kể cho nhau bao nhiêu mẩu chuyện thời thơ ấu, hồi đó tao thế này, mầy thế khác, quê tao ruộng ít vườn nhiều, quê mầy ruộng đồng mênh mông, đến mùa lúa chín nhìn giống như mặt biển vàng rực. Mỗi khi gió đùa lúa vàng tràn theo như lượn sóng mà không rớt hột xuống đồng.

Làng tôi nhỏ tên gọi là Phú Thuận, cạnh bên Tân Hưng và Châu Hưng, thời Pháp thuộc nhập ba xã thành Châu Phú Hưng, quận Bình Đại, trước thuộc tỉnh Mỹ Tho sau nhập vào tỉnh Bến Tre. Khai sanh của tôi vẫn ghi tên xã Châu Phú Hưng tỉnh Mỹ Tho.

Thời tiết miền Nam, đặc biệt đồng bằng sông Cửu Long chỉ có hai mùa, Mưa và Nắng. Mưa từ khoảng tháng Tư cho đến tháng 10, nắng từ tháng 11 đến tháng Ba. Trận mưa đầu mùa gọi là "sa mưa dông". Năm nào hạn hán, đồng khô cỏ cháy thì dân chúng xôn xao, già trẻ bé lớn đều than van khấn vái trời đất. Bởi vì ruộng khô, nhà nông không cày cấy được, trễ mùa thất thu gia đình khốn khó. Dù không phải là nhà nông gia đình người dân thường cũng cần hứng nước mưa chứa vào lu, mái, để dành uống suốt năm. Còn tắm giặt thì dùng nước sông hay nước giếng. Do đó trời mưa hay nắng hạn quan trọng vô cùng đối với dân làng tôi. Nếu cuối tháng Tư mà trời vẫn còn nắng hạn, dân làng than oán, hương chức hội tề nhóm họp liên miên, bàn tán có nên tổ chức "Đi Bơi" để cầu trời xin mưa, hay phải chờ đợi thêm một thời gian nữa.

Hương chức hội tề có nghĩa là ban lãnh đạo làng xã và ban cố vấn gồm hai bậc trưởng thượng uy tín nhất trong làng: Hương Bái, Hương Bồi do ban hành chánh của làng bình bầu rồi đích thân ông Hương Cả, người đứng đầu ban hành chánh tới nhà thông báo vả cầu thỉnh đương sự nhận chức. Nhiều vị Bái, Bồi, hoặc vì khiêm tốn, hoặc muốn làm cao, nên giả vờ từ chối đôi ba lần mới nhận. Hai vị này chủ xướng việc tế lễ cúng bái trong làng như cúng thần hay tế trời đất.

Ban hành chánh gọi là hương chức hội tề gồm có 12 vị, có nhiều nơi gia giảm khác nhau tùy từng làng từng tỉnh của miền Nam. Hương Cả (chủ tịch), Hương Chủ (phó chủ tịch), Hương Sư (cố vấn), Hương Trưởng (ngoại vụ), Hương Chánh (nội vụ), Hương Giáo (giáo dục), Chánh Hương Quản và phó (cảnh sát), Hương Thân (thơ ký nội dịch), Hương hào (thơ ký ngoại dịch), Chánh Lục Bộ và phó (tài chánh, nhiệm vụ chính là thu thuế).

Thời Pháp thuộc, lúc tôi còn nhỏ có khoản thuế thân là ác nghiệt nhất. Mỗi người dân trong làng từ 21 tuổi trở lên phải đóng thuế mỗi năm để có quyền sinh sống trong làng. Người ta bị xét giấy thuế thân như xét thẻ căn cước bây giờ. Có người trốn thuế bị chánh lục bộ đề nghị Hương Quản bắt "đóng trăn". Nhiều người ở tỉnh thành không biết đóng trăn là gì? Cây trăn làm bằng hai tấm ván dầy bề ngang năm tấc bề dài khoảng hai thước, chồng lên nhau theo chiều đứng của bề ngang, kẹp trong bốn cọc cứng, chắc, ở hai đầu, tấm ván trên có thể kéo lên hạ xuống. Trên mặt hai tấm ván có khoét hai lỗ nhỏ vừa với cổ chân người. Tội phạm đút hai chân vào, tấm ván trên hạ xuống, trên hai cọc cây của hai đầu có cây nêm đóng cứng lại, hai tấm ván khít rịt không kéo lên xuống được nữa cho tới khi có người mở nêm. Tội nhân chỉ còn nằm trên đất hay trên chiếu, chờ hương chức hội tề phân xử hay giải về quận hoặc tỉnh thành. "Đóng trăn" đồng nghĩa với còng nằm ngày nay, tội nhân đưa chân vào hai khoanh sắt xỏ ngang bằng một cây sắt dài đóng dính vào sàn nhà.

Cúng Đình Tế Thần

Theo lệ làng mỗi năm phải tổ chức một lễ cúng Thần, cầu xin cho dân an và sinh hoạt của làng phát đạt. Tục gọi là "Cúng đình".

Thần là một bài vị do vua sắc phong ghi tên một danh tướng, hay một thượng quan của triều đình đã qua đời. Bản sắc phong để trong một hộp nhỏ màu đỏ bên ngoài có mạ kim tuyến vàng. Do đó dân gian thường nói "sanh vi Tướng tử vi Thần". Tên ông thần làng Phú Thuận, tôi có biết qua lúc còn nhỏ, nay đã quên.

Đám đình nào cũng phải có một gánh hát bội diễn lại những chuyện cổ tích bên Tàu thường dựa vào chuyện Tam Quốc Chí. Cũng có năm phải tế lễ đặc biệt cúng trời đất thần thánh khi có hạn hán hay thiên tai hoặc bệnh truyền nhiễm hoành hành.

Lệ cúng đình mỗi năm theo ngày tháng qui định, kéo dài ba ngày. Các hương chức cấp cao từ Chánh Hương Quản trở lên phải cúng một mâm xôi đậu xanh, đơm vun tròn thật khéo, vị nào nghèo xin làng châm chế được phép cúng một mâm xôi trắng như ông Hương Giáo Sen, các hương chức nhỏ thì cúng xôi trắng. Lệ cúng đình phải có một hoặc nhiều con heo quay và heo trắng với ba chầu hát bội. Heo quay, heo trắng thường do các ông trưởng thượng giàu sang cúng hiến, dù họ là hương chức hội tề hay dân thường. Nếu không đủ vật tế lễ thì làng xuất tiền "công nho" ra mua lễ vật và trả tiền thuê gánh hát. Tiền công nho là tiền cho mướn công thổ của làng, hoặc những món tiền phạt lặt vặt không đáng kể.

Ngày chánh lễ, cửa đình mở rộng, ông nội tôi, quan Huyện đi đầu, Hương Bái, Hương Bồi khăn đống áo dài trịnh trọng theo sau, học trò lễ mặc áo dài bằng nhiễu xanh đầu đội mũ quan có vải lòng thòng sau lưng chấm ót, chấp tay đứng hai hàng. Ông Bái khởi xướng có ca có kệ: Cúc cung bái.., học trò lễ phụ họa nghe êm tai rợn người. Hành lễ xong, đãi tiệc linh đình, quan ngồi bàn quan, dân ngồi trên hai bộ ván, thường gọi là bộ ngựa ở nhà sau, hết đợt ăn uống này tới đợt khác, người trong làng xúm nhau xào nấu dọn ăn cho đến khi hết người tham dự.

Sáng hôm sau dân trường bưng mâm theo ông Hương Hào Ba xin yết kiến ông nội tôi. Ông Ba đại diện làng kiến lễ vật cho ông nội tôi. Trên mâm có đầu heo quay, đủ mọi thứ lòng, tim gan phèo phổi, mỗi thứ một miếng nhỏ, một cái đuôi heo, một miếng thịt và một góc xôi cắt xéo. Tục lệ là phải kiến "đầu đuôi thủ vĩ", có nghĩa là tượng trưng cho nguyên một con heo. Đối với các quan chức khác trong làng thì tùy theo lớn nhỏ sẽ có thịt ít nhiều hay xôi không. Lệ cúng và tục kiến là một thứ lễ nghĩa của văn hóa dân gian thời tôi còn thơ ấu.

Nhiệm vụ của gánh hát là phải về làng sớm hai ngày. Chiều chiều gióng trống lắc cắc lùng tùng để quảng cáo cho dân biết và loan truyền sang làng lân cận để họ tham dự. Trai gái hồ hởi chờ ngày xem hát, thực tế nhất là họ có dịp làm quen, trêu ghẹo nhau giao tình. Con nít thi ăn hàng, xem hát, phá phách đủ trò. Bánh kẹo chỉ có bánh ít, kẹo đụt, hột vịt lộn, bắp rang, bắp nấu, bánh phồng, mía, sữa đậu nành. Vậy mà trẻ con ăn uống hết ngày này sang ngày khác hết đêm này sang đêm khác vẫn còn muốn ăn. Ban đêm có hát bội đông người xem, ban ngày thì đám con nít vui đùa đông nghẹt ngoài sân đình. Tuồng hát do ban hội tề bàn thảo và chọn những khúc truyện nào phải diễn trong ba đêm. Sau khi chọn cốt truyện rồi, Hương Trưởng Biện tới nhà tôi trình cho ông nội và thỉnh ý xem ông chấp thuận hay muốn thay đổi cốt truyện tuồng hát. Ông nội tôi luôn bảo: Làng quyết định sao tôi thuận vậy, cần gì phải thay đổi. Nhưng ông thường hỏi ai đưa ra đề nghị và ai thuận, ai bác như thế nào, rồi ông bình luận vắn dài cười ngất với vẻ hài lòng.

Đêm hát đầu tiên ông nội tôi được mời "cầm chầu". Có nghĩa là ngồi trước một cái trống to để trên khuôn cây, vừa tầm tay, vành trống bịt vải đỏ, dùi trống vấn vải đỏ chừa đầu. Mỗi khi ông cảm thấy hay bởi vì điệu múa, tiếng hát, cảnh tượng cảm động, hay một ông tướng giận giữ la hét thúc quân, thì ông đánh thùng một tiếng tỏ ý khen hay, thùng hai tiếng khá hay, thùng ba tiếng rất hay; nổi hứng ông đánh bốn năm tiếng khen thật hay, và có khi ông cầm tiền bảo người hầu đem quăng lên sân khấu, thưởng cho một đào kép nào đó, đào kép này hát vừa xong đoạn của mình, vào trong phải trở ra liền cúi sát đầu, chân bước lui rất nhanh với tiếng trống cơm gõ nhịp liên hồi. Đào kép đó lập lại ba lần tỏ vẻ lạy tạ ơn. Gánh hát nào mà không được người cầm chầu khen thưởng bằng tiếng trống thì đừng hòng năm sau trở lại làng tôi hát tiếp.

Người ta thường nói trong đời có bốn cái ngu, "làm mai, lãnh nợ, gác cu, cầm chầu." Bởi vì người cầm chầu mà khen thưởng không đúng lúc, đúng thì, sẽ bị khán giả xem hát phê bình và chế diễu khinh khi. Thói thường đâu có ai cùng một ý với ai, có thể đoạn hát này nhiều người cho là hay, số người khác thấy dở, hoặc dù có hay cũng chưa đáng ba dùi trống, hoặc có chỗ không đáng một tiếng thùng, do đó lời bình luận phê phán sau những chầu hát lúc nào cũng có, chê bai thì nhiều, khen thưởng thì ít. Bởi vậy rất ít người dám ngồi cầm chầu dù đó là một danh dự ban hội tề dành cho họ. Tiếng đồn ông nội tôi cầm chầu hay. Có lẽ vì chức quan của ông khá lớn đối với dân làng nên người ta không dám chê bai, hay vì tuổi già ông đã từng đọc và bàn qua khá nhiều với các ông bạn về truyện Tam Quốc Chí cho nên ông cầm chầu ai cũng khen đáo khen để.

Ban ngày hương chức hội tề lớn nhỏ bàn tán huyên thuyên về việc làng xóm, mùa màng trúng thất. Ngoài sân đình thì buôn bán vui chơi. Một bầy con nít chạy bắt lăng xăng, ăn hàng ăn bánh. Trong đó anh em chúng tôi có thể đứng hàng đầu bởi vì ngày thường chúng tôi bị cấm đoán đủ điều, ăn chua dễ bệnh, ăn mít khó tiêu, bánh trái giới hạn, những món nhàm chán như bánh men, bánh gai, bánh bông lan làm tại nhà không mua bên ngoài sợ làm dơ và không ngon. Bây giờ gặp cơ hội mỗi năm chỉ có đám đình mới tự do ăn uống, trái cóc ngâm nước cam thảo, soài tượng chấm mắm ruốc, chùm duột muối ớt, bánh bò, bánh da lợn, chuối xào dừa, chuối nướng, sữa đậu nành, nước dừa xiêm, xôi đậu, cơm rượu xôi vò, không có thứ nào chúng tôi chừa. Ba ngày gọi là coi hát chớ đêm cũng như ngày chỉ chạy chơi với ăn hàng ngoài trời. Tụi thằng Đến thằng Sung còn rủ tôi chui dưới sàn người xem hát có những vạt áo dài của các bà lòng thòng lọt dưới đít mà người ngồi trên không hay. Chúng tôi cột vạt áo này sang vạt áo khác. Khi vãn hát, các bà đứng dậy kéo nhau rách áo, tức giận chưởi ỏm tỏi, đồ con nít tiểu quỷ, hết chuyện chơi rồi sao mà phá làng phá xóm làm rách áo người ta vậy. Thậm chí tôi còn hư hỏng hơn, dám đánh bầu cua cá cọp, anh Năm tôi thấy đòi mét cha đánh đòn. Còn nhỏ vậy mà tôi sớm khám phá ra hễ bên hông mấy hột bầu cua có con gì nhiều là khi lắc nó phải lòi ra con đó. Nhờ vậy mà tôi và thằng em thừa tiền ăn hàng uống sữa, mặc dù ông nội đã phát cho mỗi đứa khá nhiều. Tôi chỉ xem hát có một tối khi ông nội cầm chầu, tôi giả đò đứng sớ rớ bên ông, lòng kiêu hãnh vì mình là con cháu nhà quan. Kỳ dư những tuồng khác như Quan Công phò nhị tẩu, Triệu Tử Long đoạt ấu chúa, Trương Phi phá thành… tôi chẳng hiểu ất giáp gì ráo, mà cũng chẳng hấp dẫn gì đối với tôi so với miếng xoài tượng chấm mắm ruốc hay ly sữa đậu nành.

Đám đình là cơ hội trai gái mấy xã lân cận mỗi chiều kéo đến có đôi có cặp, từng nhóm cùng làng. Cái vui của con nít chúng tôi không giống mấy anh chị lớn, họ ăn diện tươm tất, làm màu làm điệu, nói chuyện cày cấy ruộng vườn, khoa trương khả năng làm ăn giỏi dắn để chiêu dụ người tình. Có người bạo gan nói bóng nói gió trêu ghẹo mấy chị nghe rất buồn cười đối với bọn trẻ chúng tôi chưa biết gì là yêu thương là cưới hỏi.

Sau ba ngày tham dự đám đình làng này thiên hạ hỏi nhau chừng nào sẽ có đám ở làng khác. Thời đó ngoài việc đồng bái ruộng vườn chỉ có cơ hội giải trí đơn thuần là cúng đình hát bội mà thôi. Về sau có những gánh hát cải lương lui tới hết xã này đến xã khác diễn những tuồng lập đi lập lại như Phạm Công Cúc Hoa, Tôn Tẩn hạ san vân vân. Tuổi thơ ấu của tôi vui sống trong cảnh đồng quê thái bình của miền Nam mà con cháu tôi sau này sẽ không khi nào tìm lại được.

NẮNG HẠN ĐI BƠI

Đi bơi là một truyền thống lâu đời của làng Phú Thuận. Một sự tập hợp toàn ban hương chức hội tề và dân làng sắp hàng một đi quanh quẩn trên các bờ đê đồng ruộng khắp nơi trong làng, tất cả hô to những lời cầu trang trọng thành khẩn xin trời mưa xuống cho dân được nhờ.

Mỗi năm hạn hán kéo dài làng phải tổ chức "đi bơi". Hương Cả chỉ thị cho ông "dân trường" (người tùy phái của làng) đi khắp nơi thông báo ngày giờ dân phải tập hợp đi bơi. Trai tráng và người khỏe mạnh phải đem theo "cây dầm", loại chèo tay ngắn để bơi, những ai không có dầm phải cầm theo một khúc cây giả như cây chèo. Sáng sớm

Cây chèo.

Cây dầm.

ngày đi bơi, tiếng mõ đánh ba hồi lợi ba dùi, dân làng tụ tập trong sân đình còn gọi là "nhà việc", nơi hương chức hội tề nhóm hợp. Mõ ba hồi lợi ba dùi là để tập họp dân làng với một mục đích gì đó, còn mõ hồi một là tiếng mõ đánh liên hồi rồi ngưng và đệm liền thêm một tiếng. Đó là tiếng còi báo động có việc khẩn cấp, còn gọi là "mõ hồi một." Mõ hai

Cây mù u.

Trái và lá mù u.

hồi lợi hai dùi là việc quan, gọi hương chức hội tề, thường là Hương Cả và Hương Quản.

Cái mõ thường làm bằng một khúc cây gốc "mù u" dài khoảng một thước rưỡi. Giữa thân mõ có khoét một lỗ bề

Bông mù u.

ngang chừng 5 phân, dài một thước, đụt cho bọng ruột. Dùi mõ cũng làm bằng cây mù u ngắn. Thân cây mù u rắn chắc gõ tiếng "cum" ngân vang, dội xa. Dùng làm vật báo hiệu cho dân trong làng. (Cây mù u to cao tới 20-25 thước, đường kính trung bình 30-35 cm. Theo kinh nghiệm dân gian, hột và rễ cây mù u dùng làm thuốc giải ngộ độc thức ăn, hột mù u thắng thành dầu xức ghẻ. Trong các bài hát cây mù u được nhắc đến rất nhiều)

Sau ba hồi mõ, mọi người có mặt đầy đủ, hương chức hội tề mặc khăn đống áo dài, có ông đội nón lá, ông nào giàu đội "nón cụ", kết bằng lông chim, lông vịt màu xanh hay đen trên chót nón có gắn hình tháp nhọn bằng kim khí màu bạc hay đồng. Quai nón bằng nhiễu xanh hay đỏ. Tất cả mọi người phải xăn ống quần lên khỏi đầu gối. Ý nghĩa là sẽ có nước nhiều đến nỗi phải xăn quần lên mà lội. Các ông Bái, Bồi,

Hương Cả dẫn đầu, mọi người xếp hàng một theo sau. Ông Cả lớn tiếng hô to:

- Lạy trời mưa xuống. Mọi người hô to: Hố bơi. Tay cầm chèo hay cầm cây giả bơi như ngập nước phải ngồi thuyền.

- Cầu trời cho ruộng ngập nước mênh mông.

- Hố bơi.

- Dân làng cày cấy kịp mùa.

- Hố bơi.

- Được mùa no ấm mọi người vui tươi.

- Hố bơi.

- Dân Làng Phú Thuận rập đầu.

- Hố bơi.

- Cầu xin trời phật thương tình.

- Hố bơi!

Một ông hội tề nào khác cũng xướng:

- Cả làng cầu khẩn ơn trên.

- Hố bơi.

Một người dân nào đó cảm hứng dạn miệng cũng xướng:

- Chúng con cầu xin trời đất!

- Hố bơi!

- Mưa xuống cho ruộng đầy nước cho lúa đầy đồng.

- Hố bơi!

Đám đông theo hàng dọc đi khắp trên các bờ đê, hết thửa ruộng này đến thửa ruộng khác, cứ như thế mà xướng hô và cứ như thế mà bơi cho đến trưa mới trở về sân làng giải tán. Năm bảy ngày sau mà trời chưa mưa lại phải đi bơi nữa. Và nếu có mưa thì mọi người khoan khoái bảo rằng nhờ đi bơi. Thời tôi còn nhỏ có dịp chứng kiến được ba lần dân đi bơi trong đó có thân phụ tôi.

SOI ẾCH

Trời "sa mưa giông", đám mưa đầu mùa thường có giông to gió lớn, sấm sét ầm ĩ, mây đen giăng mịt trời, những lằn sét chớp như điện xẹt từng đường dài cong queo. Cảnh tượng đó đối với thằng nhỏ như tôi thật hãi hùng. Một phần vì sợ giông bão sập nhà một phần vì sợ trời gầm sét đánh trúng mình. Dù trong đầu tôi nghĩ, nhà mình nền đúc tường gạch làm sao sập được, vậy mà tôi cứ mãi đứng nhìn cây cối đưa qua, quật lại gần như chúng nó muốn ngã. Cái sợ vẫn ám ảnh tôi cho đến hết cơn mưa. Trời mưa như xối nước, sân trước nhà đầy nước, chảy xuống ruộng không kịp. Hột mưa lớn từ trên cao rớt xuống văng bọt lí tí. Mưa tạnh, gió lặng, khí mát, khoan khoái lạ thường.

Đứng sau nhà nhìn ra đồng ruộng mênh mông nước ngập đều, nếu không có những bờ đê ngăn cách sẽ giống như mặt biển im lìm không có sóng gợn. Cảnh tượng quen thuộc này toàn dân trong làng ai cũng chờ đợi cả tháng nay. Người thì van vái cho trời mưa đúng lúc cày cấy kịp thời, người thì mong mỏi trời mưa vì nước chứa uống suốt mùa khô đã cạn. Chờ mong, trông đợi, rồi cuối cùng hớn hở vui mừng, nhất là tôi bởi vì tối nay tôi sẽ được đi soi ếch với chú tư Phiến, người giúp việc trong gia đình mà tôi gọi một cách thân thương là "binh tướng". Chú tư có trách nhiệm chăm sóc anh em chúng tôi.

Nhiều ngày trước chú đã chuẩn bị lồng đèn, giỏ, đụt để đi

soi ếch nhái rồi. Chú biết thế nào trời cũng phải mưa trong đôi ba ngày sắp tới, vì mây đen và sấm sét đã báo hiệu rồi chỉ còn chờ gió lạnh làm hơi nước đọng lại, đổ xuống như dội nước tưới rau không ngừng .

Trời hơi sậm tối là đã nghe tiếng ếch nhái khởi sự kêu vang. Quệt quệt... là tiếng ếch, trẹt trẹt trẹt… kít kít… là nhái ngan, có nghĩa là nhái nhỏ giống như ếch con, ngắt nghen... ngắt nghen... là nhái bầu nhỏ bằng ngón tay màu cam lợt. Người ta thường dùng nhái làm mồi câu cá lóc rất tốt. Trời tối dần tiếng ếch nhái càng kêu ran trời, inh ỏi, lạ thường, khuya một chút đệm thêm tiếng ãnh ương kêu quền... quang... kéo dài như tiếng đờn viô-lông-xen kéo rền trong một bản nhạc hòa tấu. Thật ly kỳ ngay cả đối với những người thường nghe qua nhiều lần, huống chi là đối với những người lạ ở tỉnh thành về quê thì họ càng ngạc nhiên hơn nữa. Người khác nghĩ gì tôi không biết chớ đối với tôi, tiếng kêu không ngừng của muôn ngàn ếch nhái hòa thành một thứ nhạc độc đáo, kỳ lạ, ghi khắc mãi trong tâm trí của tôi. Cứ mỗi khi nghĩ lại, tôi hình dung được cảnh tượng đó hiện rõ trước mắt, tiếng ếch nhái gần như còn dội bên tai như thật. Cái dấu ấn đó in sâu trong đầu, mỗi lần khơi động lại, nó hiện ra toàn diện hình như mới xảy ra ngày hôm nào.

Người ta nói khi con người sắp chết sẽ nhớ lại trong khoảnh khắc toàn bộ những kỷ niệm vui buồn của đời mình, chắc rồi vào những giờ cuối, tôi cũng sẽ thấy cảnh tượng này hiện lại trong đầu, âu sẽ là một bản nhạc tiễn đưa tôi lìa đời!

Đèn soi ếch thông thường làm bằng ba miếng ván nhỏ ghép lại, một miếng nhỏ bít đầu dưới để cây đèn chông, bít đầu trên có quai cầm tay. Cây đèn chông có tim đốt bằng dầu lửa chiếu sáng hơn dầu dừa và khó tắt. Nhà nghèo ít tiền không mua dầu lửa, người ta lượm dừa khô nạo ra thắng lấy dầu đốt ít sáng dễ tắt. Cây đèn để trong cái lồng mặt trống rọi sáng trước mặt cho phép thấy xa chừng hai thước. Mỗi người đi soi ếch thông thường ai cũng có hộp quẹt máy hay bao diêm để đốt đèn trở lại khi bị gió tắt. Có người bó tròn nguyên một tàu lá dừa khô đốt thành đuốc đi soi, không tốn dầu, khỏi sợ gió tắt nhưng phải có một người vác theo vài ba cây đuốc mới đủ soi. Những ai không có quẹt lửa, gió thổi tắt đèn thì mò đến chỗ nào còn đèn sáng mà xin mồi đèn lại. Có người dùng đèn khí đá với những cục đá hóa chất bỏ vào một bình bằng kim loại đổ nước vô, đá xì hơi ra một lỗ thật nhỏ đốt cháy. Đèn khí đá sáng ngời tỏa chiếu khá xa gió thổi không tắt. (Đá "calcium carbide" cộng với nước, nhả ra khí a-xê-ti-len C2H2 đốt cháy. Ngày xưa thường dùng trong những ngọn hải đăng hoặc đốt sáng dưới các hầm mỏ. Dân quê dùng loại đá nầy bỏ vào ống tre thêm ít nước xì ra khí đốt nổ to như pháo gọi là pháo tre.)

Lồng đèn soi ếch.

Nhà quê người ta hay nói lúc "đỏ đèn" có nghĩa là trời tối tất cả mọi nhà đều đốt đèn thắp sáng. Cũng vào lúc đó nhiều người xách đèn ra ruộng soi ếch. Càng tối càng đông người, về khuya cả trăm ánh sáng trải đều khắp ruộng làng. Ai ai cũng ham đi soi ếch bắt nhái. Tay trái cầm đèn, rà sát mặt nước, tay phải chụp lấy ếch nhái bỏ vào đụt mang sẵn trên vai. Chụp trật không sao, đi vài bước nữa sẽ còn con khác. Ếch nhái ở đâu mà tự nhiên có nhiều như vậy? Chúng

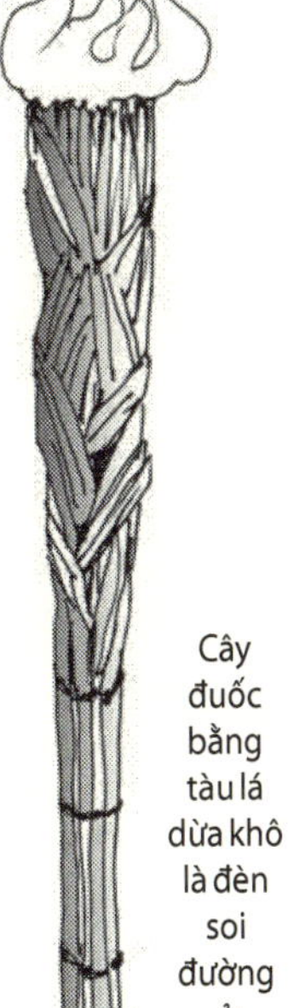

Cây đuốc bằng tàu lá dừa khô là đèn soi đường ở nhà quê.

Con ếch.

nó là những con vật ẩn thân trong rừng bụi hoặc dưới hang. Hết mùa nắng hạn đến mưa rào, đúng lúc chúng nhảy ra lặn lội, chọn bè chọn lứa vừa ý bắt cặp để sinh sản. Trời càng về khuya tiếng kêu rân bớt dần, bản nhạc hòa tấu diệu lại, tại vì lúc đó ếch nhái đã bắt cặp nằm im hưởng lạc. Thường con đực nhỏ hơn con cái vì nó có buồng trứng to. Con đực nằm trên lưng con cái hai tay ôm chặt. Đó là lúc chúng dạn dĩ nhất, bất chấp tiếng động, không sợ người, mình chỉ cần thò tay bắt bỏ vào đụt mà không thể sẩy. Một buổi tối như vậy chú tư, anh năm và tôi bắt hơn nửa đụt vừa ếch vừa nhái. Sáng ngày trong đụt dính đầy trứng xanh xanh đen đen của những con ếch nhái chờ có nước để sinh đẻ liền.

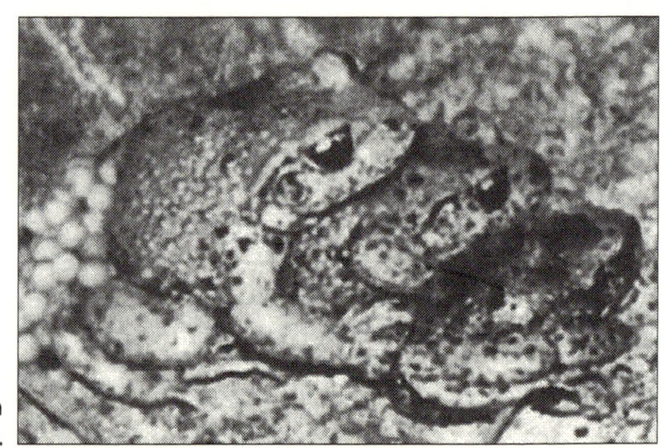

Bắt ếch dính cặp.

Hôm sau tại chợ làng có gần chục người đem ếch nhái ra bán từng xâu, rẻ rề. Tình trạng soi ếch nhái kéo dài cả tuần mới hết. Nhà tôi ăn đủ món, nào nhái kho xả, đùi ếch chiên, ếch nhái bằm xào lá cách nước cốt dừa, ếch nấu cháo, ếch muối xả ớt nướng vân vân... ngon thật là ngon!

Con cóc ít thấy trong những ngày sa mưa giông, nhưng trong mùa trước khi mưa chúng nghiến răng nghe trèo trẹo. Bởi vậy mỗi khi cóc kêu là báo hiệu trời sắp mưa. Cho nên người ta nói con cóc là cậu ông trời. Thịt cóc ăn được, nhưng phải bỏ hết ruột gan, không làm dập mật, phải rửa thật sạch. Con cóc không có thịt nhiều chỉ có bộ xương dính ít thịt. Người ta bằm ra nấu cháo ăn rất ngọt. Ngon hơn thịt ếch nhái nhưng phải tránh những con cóc tía màu đỏ còn gọi là cóc lửa. Gan cóc có vị độc như gan con cá nóc, dân làng tôi có người trúng độc. Lấy bông cây khế nghiền nát vắt nước uống giải độc không chết. Đôi khi trong làng cũng có người chết vì không biết vị thuốc này.

Cô bảy tôi chặt đầu, lột da ếch làm thịt, hai tay trên của nó bịt cổ vuốt vuốt, thật là tội nghiệp, cô cười nói, nó đang tìm cái đầu ráp vô đó. Có con chấp hai tay trên của nó như vái lạy, bà hai Nghi nói, nó lạy mình xin tha đó tụi bây. Thịt ếch ăn ngon, nhưng chặt đầu lột da là cảnh tượng khá đau lòng. Triết gia Goethe nói chí lý "Cái đau khổ của người này gây hạnh phúc cho người khác", đúng trong bất cứ trường hợp nào, từ mua bán đổi chác, đấu tranh chính trị, tranh đua thể thao, giao dịch xã hội, thậm chí trong chuyện nhỏ nhoi này là con ếch đau khổ, con người ăn thịt nó ngon lành.

Anh em tôi thường lấy da ếch còn ướt bịt liền vào một lon sữa bò hay một gáo dừa khô nhỏ làm trống đánh lùng bùng, trò chơi của những đứa con nít trong xóm giả dạng hát sơn đông hay đánh trống chầu.

Nghề Nông Thời Tôi Còn Thơ Ấu

Sau trận "sa mưa giông", mưa tiếp tục làm cho ruộng nổi nước tràn đồng. Làng tôi đa số là nông dân sống theo thời tiết thiên nhiên, gần đúng như bài ca dao trong sách Quốc Văn Giáo Khoa Thư viết rằng:

Tháng Giêng là tháng ăn chơi,
tháng Hai trồng đậu trồng khoai trồng cà,
tháng Ba thì đậu đã già,
ta đi ta hái về nhà phơi khô,
tháng Tư đi tậu trâu bò,
để lo sắp sửa làm mùa tháng Năm.
Sáng ngày đem lúa ra ngâm,
Bao giờ mọc mầm ta sẽ vớt ra
Gánh đi ta ném ruộng ta
Đến khi lên mạ thì ta nhổ về
Nhổ về mượn kẻ cấy thuê
Cấy xong rồi mới trở về nghỉ ngơi.

Phía sau nhà tôi là ruộng mênh mông, chạy dài tận chân trời, chấn ngang bằng một rừng dừa của làng Long Phụng. Những cơn mưa rào làm ruộng nổi nước. Gần sát bên nhà là ruộng của ông sáu Mọi. Nhìn xa hơn, mút tầm mắt vẫn là ruộng đồng chia thành nhiều chủ, có bờ đê ngang dọc ngăn ranh. Ruộng gò, đất cao nước cạn, ruộng sâu nước nhiều cày cấy nhẹ công. Mặt nước trắng xóa chạy dài tận rừng dừa xanh của làng Long Phụng.

Nông dân đang cày.

Cày

Sáng sớm nhìn ra ruộng thấy rải rác gần xa nhiều bóng đen, gần nhà thấy rõ người đó là ai, xa hơn không biết người quen hay lạ. Tất cả đầu đội nón lá, mặc quần đùi áo bà ba đen, tay cầm roi tre dài. Gần nhất là chú mười Lục con ông sáu Mọi. Tay cầm chui cày, miệng la ví, thá, từng hồi, thỉnh thoảng roi tre của chú điểm nhẹ lên lưng cặp trâu đang kéo cày. Một người khác theo sau chú mười Lục là chú ba Tiến, chú Ba cũng đang điều khiển đôi trâu với cây cày như chú mười. Xa xa còn năm bảy chấm đen nữa cũng người và trâu nhưng tôi không thấy rõ họ là ai.

Tiếng kêu "ví" là ra lệnh cho trâu đi về tay trái, "thá" là lệnh cho trâu đi về tay phải. Đôi khi cũng nghe "vò"… vò…, là lệnh cho trâu đứng lại để mấy chú sửa dây niền ách, hay kéo mũi cày cho ngay đường. Cũng có lúc trâu lì chú mười hay chú ba hét to ví, thá liên hồi.

Một loại cày ngày xưa.

Công việc cứ thế kéo dài đến trưa đứng bóng, họ mới nghỉ ăn cơm hút thuốc tại chỗ rồi tiếp tục cho đến chạng vạng tối. Nhìn họ tưởng chừng như mệt mỏi, nhọc nhằn, nhưng sao tôi vẫn thấy mấy chú cười vui nói năng diễu cợt, đùa giỡn bình thường. Có lẽ cày cấy đối với mấy chú cũng giống như người cầm viết ngồi suốt ngày trên bàn giấy không thấy mệt.

Bừa

Cày ba bốn ngày lật đất xong đến bừa cho bể đất và cào cho cỏ rác đứt rễ nát gốc. Bừa là một thanh cây dài, nặng, có răng cao một tấc rưỡi đóng dính vào thân cây cách nhau khoảng hai tấc. Nhiều người nông dân đứng trên cây bừa làm cho nặng thêm, răng bừa cắm sâu dễ làm bể đất và cào cỏ kỹ lưỡng hơn. Để giữ thăng bằng họ nắm đôi dây gắn liền với ách trâu. Trâu kéo cày nặng nhọc vì lưỡi cày cắm sâu lật ngửa gần hai tấc đất nên đi chậm, trái lại khi kéo bừa chúng đi mau, nhẹ nhàng. Nếu thấy bừa vướng đầy rác chú mười vò trâu đứng lại, sóc giở cây bừa bỏ cỏ rác và tiếp tục cho trâu đi đến hết mấy mẫu ruộng mới sang qua trục cho đất nát thành bùn để chuẩn bị cấy.

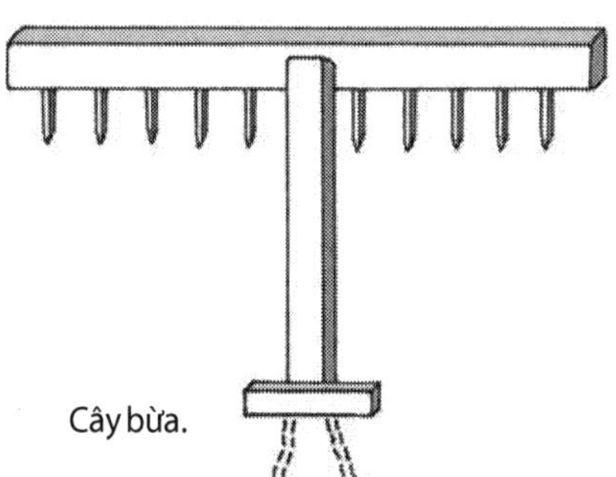
Cây bừa.

Trục

Cây trục là một ống cây to dài chừng ba thước gắn sáu miếng ván ráp vô thành sáu cánh. Hai đầu trục xỏ vào lỗ hai bệ cây ráp lại bằng một giàn cây ngang, giữa cây ngang người ta đóng thêm một miếng gỗ cứng làm ghế ngồi. Thân trục nối dài bằng một thanh cây gắn liền với ách của đôi trâu. Ngồi trên trục thoải mái ngêu ngao nhìn trời đất, dưới chân trục

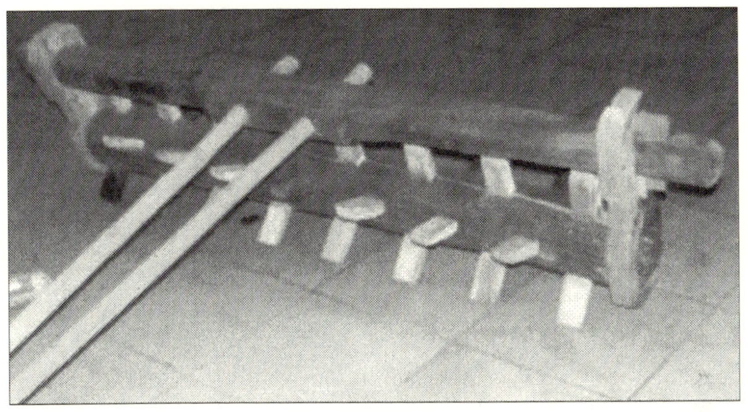

Cây trục ngày xưa.

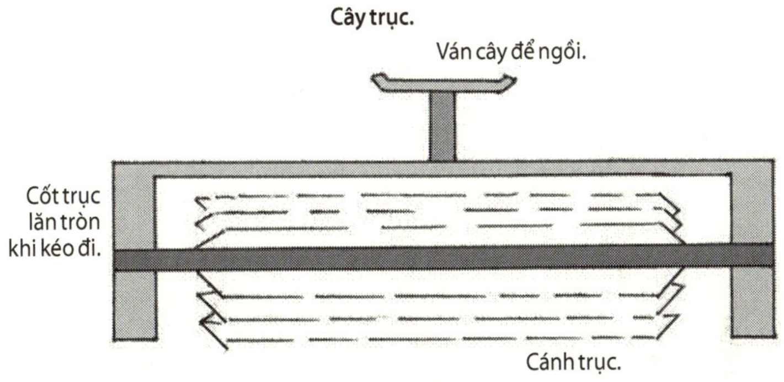

Quê tôi làm trục không có răng mà có nguyên cánh bằng cây, lại thêm có ghế ngồi.

đất bể, rả, nước đụt mò. Nếu ruộng sâu nước nhiều, trục một lần đất mềm cấy liền. Nếu ruộng gò ít nước đất cứng người ta thường trục hai bận để chuẩn bị cho cây lúa bắt rễ vào đất dễ dàng hơn. Nhiều lần tôi xin chú Mười cho tôi ngồi trục nhưng chú sợ tôi không quen té ướt, quần áo lấm lem chú sẽ bị rầy la. Tôi nài nỉ mãi chú cũng chiều lòng cho tôi ngồi trên đùi của chú. Thật thú vị, trâu kéo trục run run, lướt nước ào ào, tai nghe ví thá vui lạ, cảnh tượng này chỉ thấy được ở đồng quê miền Nam thời tôi còn thơ ấu.

Gieo Mạ

Chú mười Lục ngâm lúa giống, trùm đệm tưới nước, ủ ba ngày lúa ra mộng. Ruộng dọn sạch cỏ, trục đất thật mềm, đắp bờ đê ngăn một khuỷnh nhỏ, tát cạn nước bằng gàu sòng.

Gàu sòng, dùng tát nước ruộng cho cạn để gieo mạ.

Gàu sòng là một hình ống dài một thước rưỡi, cắt mặt, đương bằng tre, sơn dầu hắc cho kín nước, bít một đầu, để trống một đầu, khuôn ống này gắn một cây ngang giữa mặt ống, dài nhiều thước. Tất cả treo lủng lẳng trên hai cây tréo dựng sát bờ đê, dây thòng cái gào đụng mặt nước, người tát cứ xúc nước đổ qua bờ đê, không cần sức lực, không mệt mỏi. Tát nước cạn rồi chú

Gieo mạ.

Nhổ mạ.

mười Lục bưng từng thúng lúa có mộng, tay hốt vải đi theo từng hàng. Chờ lúa mọc thành cây non chú mới xả cho nước vào chờ mạ lên cao, nhổ cấy liền sau đó.

Nhổ mạ thường là đàn ông, vì công việc khá nặng cần sức. Chú Mười lúc nào đầu cũng đội nón lá, áo bà ba đen, ngang lưng cột một chùm dây lạt dừa, loại dây làm bằng da cây dừa nước chẻ nhỏ phơi khô. Người nhổ mạ khom lưng nắm từng nạm lúa non giựt mạnh tróc rễ giơ cao đập gốc mạ vào chân cho văng bớt đất dính theo rễ lúa, nếu bùn còn nhiều người nông dân cầm nắm mạ dệu qua dệu lại trong nước cho bùn rã thêm. Nhổ được ba bốn nắm chú mười thò tay rút một sợi dây quấn ngang, siết tạm, đùa sang một bên rồi tiếp tục động tác cho đến khi hết mạ.

Nửa công đất gieo mạ đủ cấy cho nhiều mẫu ruộng, nhà nông có kinh nghiệm tính toán chính xác ít khi dư thiếu.

Cấy Lúa

Sách Quốc Văn Giáo Khoa Thư cũng có bài ca dao viết về công cấy như sau:

"Người ta đi cấy lấy công,
tôi nay đi cấy còn trông nhiều bề,
trông trời, trông đất, trông mây,
trông mưa, trông gió, trông ngày, trông đêm,
trông cho chân cứng đá mềm
trời yên bể lặng mới an tấm lòng".

Thực tế ngoài đời như bài ca dao diễn tả, nhiều lúc người nông dân đang khom lưng cấy, trời đổ mưa như xối nước. Và cả ngày phải dầm mưa, lội bùn người công cấy cầu xin cho chân cứng hơn đá để còn tiếp tục lội bùn ngày mai và những ngày khác. Những người ấy còn trông cho "trời yên bể lặng", không có gió mạnh làm tróc gốc mạ, nổi lêu bêu, phải lội xuống "cấy dặm" vừa khó vừa cực.

Cấy lúa.

Việc cày cấy trong làng tôi được thực hiện gần như cùng một lúc. Đa số nông dân, tới mùa ai cũng phải cày bừa dọn đất gấp rút cho đúng thời vụ. Thực tế không thể mướn nhân công ngoài nghề nông để thực hiện công việc cày cấy. Vả lại dù họ có biết nghề ít nhiều thì cũng không có trâu bò và dụng cụ để gia công lấy tiền. Cho nên các nhà nông thường móc nối nhau lúc cuối mùa, khi lúa đã ví gọn vào bồ, Tết nhứt đã qua. Họ lợi dụng "tháng giêng ăn chơi", gặp nhau qua xị rượu, bữa cháo gà, hay cơm với cá kho, cá nướng để thỏa thuận việc vần công với nhau năm tới.

Anh Năm và tôi thường hay la cà theo chú sáu Lưu dự các bữa ăn nhậu tán dóc, chúng tôi chỉ ăn chực phá mồi, nghe chuyện đàm tiếu. Tôi biết nhiều thứ vui lạ về đồng quê, hơn nhiều đối với những thằng con nít đồng tuổi tôi ở thành thị. Tôi biết "vần công" là đổi công. Ví lúa vào bồ là việc tích trữ lúa trong một khung tre đương, bao tròn, cột kín miệng lại, gọi là bồ, bồ có thể chồng lên cao nhiều lớp tùy khối lượng lúa nhiều hay ít. Chuyện vần công nghĩa là đầu mùa anh cày bừa ruộng tôi trước vì tôi có nhiều đất hơn anh, sau đó tôi trả công lại để dọn đất ruộng anh. Chuyện đập bồ, nhổ mạ cũng đổi công theo kiểu đó. Ngày tháng có thể thương lượng với nhau miễn sao thuận lợi cho đôi bên tùy ruộng đất xa nhau hay gần. Tất cả mọi thỏa thuận đều dựa vào sự quen biết, tình cảm và tin cậy lẫn nhau. Sau này ăn học biết nhiều về hợp tác xã, hiệp hội nông dân, tôi nghĩ quản trị các cơ quan đó dựa trên thể lệ, nguyên tắc qui định chưa chắc tốt hơn cách sử dụng tình cảm và tin cậy lẫn nhau. Sinh hoạt của dân quê miền Nam quê hương tôi sao thấy nó tự nhiên, thân thiện, đầm ấm quá.

Miền Nam là vựa lúa của cả xứ. Mùa mưa nông dân dọn đất gieo mạ xong là bắt đầu cày, bừa, trục rồi cấy. Cấy lúa và nhổ mạ thường xảy ra cùng ngày.

Những bó mạ được kéo ném gần nhóm nữ công đang khom lưng cấy, họ tháo dây, mạnh ai nấy bóc từng nắm, tước nhỏ đôi ba tép mạ non, cắm đứng xuống bùn, và cứ thế vừa cấy vừa lui ngược dần về phía sau lưng. Người công cấy nào cũng có một cây nọc giắt sau lưng dành cho những ruộng gò đất cứng. Họ sẽ cầm nọc ấn xuống cho thành lỗ để nhét tép mạ vào. Ruộng gò khó cấy do đó tìm nhân công khó mà tiền công cũng đắt hơn ruộng sâu.

Cây nọc công cấy dùng khi cấy đất gò.

Chủ ruộng muốn cấy phải lựa ngày không trùng với những đám cấy khác. Bởi vì trong làng số người biết cấy có hạn. Nông dân xã Phú Thuận đều quen biết nhau, lâu năm thâm tình, tất cả xem như bà con, ai cũng chú cũng bác cũng anh cũng tui. Mọi việc cày cấy được bàn bạc dàn xếp với nhau trong sự nhún nhường thông cảm, sắp xếp dễ dàng:

- Ruộng anh cấy mấy ngày là xong?

- Tôi cần năm ba bữa.

- Nhóm công này sẽ cấy cho tôi đến hết mười mẫu rồi tới phiên anh.

- Không vội, tôi dọn đất chưa xong.

Người nghèo cô đơn thì cấy lấy tiền, lấy lúa. Người có ruộng thì cấy vần công, nghĩa là vợ con tôi cấy ruộng anh hôm nay mấy ngày thì sau này vợ con anh cấy trả lại cho tôi đủ mấy ngày công. Dư thiếu sẽ tính bằng tiền hay lúa hoặc bằng những ngày công làm việc khác trong khoảng thời gian tùy theo sự dàn xếp đôi bên. Mọi sự thương lượng dựa trên tình người. Trong làng tôi thời đó không có hợp tác xã, không có hiệp hội nông dân, không ai chèn ép ai. Tất cả là một sự hòa hợp có tình có nghĩa của người đồng hương.

"Công cấy" là những người đàn bà con gái trong làng. Vận áo bà ba đen quần dài, đầu đội nón lá, vo quần cao lên khỏi gối, người nào sợ đỉa thì cột giây bó chặt quần phủ tới mắt cá. Tất cả dàn hàng ngang đứng đều cách nhau chừng hai thước đủ để đưa tay cấy năm, mười tép lúa trước mặt. Đám đông phụ nữ người khom kẻ đứng, tay trái cầm nắm mạ tay phải tước, cắm lia lịa xuống bùn, cứ vậy mà lui dần về phía sau, cảnh tượng sống động xem thật đẹp mắt.

Tôi thích theo công cấy để nghe hò, để xem mặt những cô gái quê mùa có vẻ đẹp ngây thơ mà thằng con nít như tôi dù chưa biết yêu là gì, nhưng vẫn biết nhìn, biết khen, biết muốn làm quen nói đùa với mấy cô thôn nữ đẹp. Tôi nhìn những cặp dùi trắng phếu, lòng thấy lâng lâng mà không hiểu tại sao? Bây giờ nhớ lại tôi cảm thấy vui… thèm… tiếc… vì không bao giờ có thể hưởng được cảnh xa xưa thú vị của thời thơ ấu đó!

Cái khổ của tôi là sanh ra trong giai cấp khá giả, con cháu nhà quan trong một làng quê nhỏ hẹp, nên tôi bị kỳ thị do sự tự ti của đa số dân làng. Điều đó làm tôi rất khó chịu, không thể tự nhiên chào hỏi nói đùa với những người tôi thích. Cái xã hội còn vướng mùi phong kiến nó cách ly tôi với những người tôi muốn làm thân như con Xin, con của bác ba Ninh, con Liên, con Đằng… Những cô thiếu nữ đẹp trong làng dù chúng tôi không hề có tình ý gì nhưng mỗi khi nhớ lại gợi cho tôi một cảm hứng như một thứ tình lãng mạn vô căn cứ.

Những điệu hò của mấy chục người đàn bà cùng một giọng cất tiếng vang rân, kéo dài, với nhiều giọng pha lẫn, nghe thật lạ, thật êm. Một người đang khom lưng cấy bỗng dưng đứng dậy lớn tiếng xướng: "Hò ơ… tất cả rập theo tiếp chữ ơ… vang dậy kéo thật dài rồi ngưng, người xướng ngôn tiếp tục:

"... Hò chơi cho trọn buổi chiều,
Keo sơn quấn chặt sợi chỉ điều với nhau" ... ơ... ơ...
Hay là
"Hò... hơ... ơ... ơ... ơ...
Gió đưa gió đẩy bông trang... à ơ…
Bông búp về nàng bông nở về anh ơ... "

Tôi nghe điệu hò như bản hợp ca có nhiều giọng, tôi thầm khen những câu xướng lúc khôi hài, lúc có ý nghĩa, lúc trữ tình thơ ngây, lúc hiểu nghĩa tục tằn nhưng không thô lỗ vì nó có thể hiểu ngầm nhiều nghĩa theo ngôn ngữ của người mình.

Những câu hò, những sáng kiến bất ngờ, tự nhiên và bén nhạy của các thiếu nữ quê mùa đối đáp với nhau, hoặc với một chàng thanh niên nào đó có tình ý với cô nàng trong nhóm người đang khom lưng cấy. Người thanh niên đó đột nhiên bước xuống ruộng, xen vào đám nữ công, đứng gần hoặc xa ý trung nhân, tét lúa vừa cấy vừa hò những câu trữ tình mà chính anh ta đã chuẩn bị trước.

Hò ... hơ... mọi người tiếp ơ... ơ... ơ... kéo dài,
Bông huỳnh rụng xuống cột huỳnh
Dẫu ai ngậm ngọc dỗ mình cũng đừng xiêu…ơ…

Một giọng nữ nào đó đáp lại thật hay và chỉ có giữa họ mới hiểu nhau thôi...

Hò ơ…ơ…
Bạc với vàng con đen con đỏ...
đôi đứa mình còn nhỏ thương nhiều ờ... ơ...
Hò ... ơ... ơ…
Chẳng chè, chẳng chén mà say
Chẳng thương chẳng nhớ sao hay đi tìm…à ..ơ…

Đó là một cách trêu ghẹo nam nữ khá vui làm cho mọi người hưng phấn quên mệt. Người thanh niên đó có thể rời đám cấy bỏ đi bất cứ lúc nào, cũng như anh đã đột nhiên xen vào không ai biết trước. Dĩ nhiên anh ta không phải là người xa lạ, ai cũng biết anh là dân trong làng hoặc ở xã lân cận có tình ý với một cô nàng đang khom lưng cấy. Sau đó mặc cho những lời bàn tán, cấp đôi cấp lứa, phỏng đoán ngược xuôi.

Những điệu hò, những câu đối đáp của hàng chục đám người cấy lúa, nếu có ai theo ghi chép và đúc kết lại, chắc chắn sẽ thành một bản văn có thể gọi là văn hóa dân gian của đồng quê miền Nam rất hồn nhiên có đầy ý nghĩa, tùy theo mỗi xã, mỗi tỉnh, mỗi vùng.

Vì muốn nghe hò mà tôi luôn theo công cấy, khi thì đi với anh Năm, khi thì đi với bác Ba Cử, người giúp việc cho ông nội lâu năm, trở thành người của gia đình có nhiệm vụ chăn giữ mấy đứa cháu của ông là chúng tôi. Bác Ba ham vui, tính nết khôi hài bải buôi, nói cà lăm và tội nghiệp là bác bị sứt môi.

Trong làng hễ có công cấy ở đâu là thấy có tôi ở đó. Người ta cấy từ sáng sớm tới chiều mặt trời gần lặn mới thôi. Có khi chúng tôi ở chơi nghe hò đến đứng bóng, nghĩa là lúc con người đứng thẳng, mặt trời rọi từ trên đầu không thấy bóng mình chiếu trên đất, còn gọi là đúng ngọ, mười hai giờ trưa. Giờ đó có người gánh cơm ra dọn sẵn trên bờ ruộng, công cấy ngồi dọc hai bên. Đồ ăn gồm canh bí rợ nấu dừa, cộng với mắm cá lóc, cá trê chưng. Xen kẽ giữa các tô mắm, tượng canh có vài thúng cơm trắng bới sẵn trên mấy tàu lá chuối lót dưới đít thúng. Quanh năm đám cấy nào cũng vậy, năm nào cũng như năm nấy, hai món ăn truyền thống này luôn dành cho công cấy. Đôi khi ông chủ ruộng "mời lơi" chúng tôi:

- Gặp bữa, cậu Năm, cậu Sáu dùng cơm với chúng tôi cho vui. Đồ ăn không nhiều bằng ở nhà nhưng mấy cậu thấy vui sẽ ăn ngon hè.

Bí nấu dừa có chuối xiêm chín mùi trong đó, thấy ngon muốn ăn rồi. Nhưng đối với tôi vì có mặt con Xin, con Liên nên tôi bèn xáp vô liền, cầm đũa ngồi đối diện với mấy đứa nó. Anh Năm và bác Ba do dự, sớ rớ một hồi, rồi cũng đành phải theo. Sở dĩ tôi chọn ngồi đối diện với con Xin chỉ để ăn lơ là, cốt ý là ngắm nhìn khuôn mặt ngây thơ xinh đẹp trắng phau bị nắng rọi nám hồng. Hình như có ma lực cuốn hồn tôi, nhìn mãi không chán. Cặp đùi nó trắng phau quần xăn khỏi gối làm tôi cảm thấy lâng lâng mà không biết tại sao? Tuổi tôi còn quá nhỏ, lòng chưa dậy thì mà đã thích nhìn gái đẹp! Phải chăng là tính trời cho? Đàn ông con trai ai thấy gái đẹp mà không nhìn?

Cứ đeo theo mãi những đám cấy trong làng tôi học và nhớ được nhiều câu hò, nó in sâu vào đầu khó quên hoặc vì nó hợp cảnh với mình hay nó ngụ ý vui.

Người xướng hò vừa ngừng, liền có cô hay bà nào đó đứng lên:

Hò... ơ... ơ... ơ...

"Vừa nhìn thấy em là anh muốn như Kim Trọng... ơ...

anh Kim Trọng thấy chị Thúy Kiều liền thương ...

Tôi chẳng biết Kim Trọng, Thúy Kiều là ai nhưng cứ tưởng

là mình sẽ thương một cô gái nào đó trong tương lai cũng giống như mình đang để ý con Xin vậy thôi.

Hò ơ…ơ…

Anh về em chẳng dám cầm… ơ…

Dang tay đưa bạn, ruột bầm như dưa ơ….

Hò ơ….ơ

Ai làm cho dạ em buồn… ơ…

cho con bướm lụy, chuồn chuồn lụy theo… ơ…

Một người khác hò giọng gay gắt:

Hò... ơ... ơ... ơ...

Con gái khôn lấy nhầm chồng dại ờ...

Tiếc bông hoa lài cắm bãi cứt trâu ờ... ơ...

Bác Ba Cử bỗng nhiên nổi hứng đứng trên bờ mà trổi giọng hò sảng:

Hò... .ơ.. ơ.. ơ..

Ớ này em kia khom lưng cấy lúa... ờ...

Đưa cái mông chờ có đứa nào rờ không?... ơ...

Trời đất ơi cha nội này hò gì kỳ vậy? Tôi liền cười ha hả không thể nín được. Tức khắc có một bà cũng đanh đá không vừa đứng lên:

Hò... ơ... ơ... ơ...

Gió Nam non thổi lòn bụi lứt... ơ...

Cám cảnh thương người đó sứt cái môi... ơ..."

Bác Ba xụ mặt, mắc cỡ cứng người giận giữ nói: Tao hò chơi mà có đứa nào hỗn quá thôi về tụi bây. Anh Năm và tôi vừa cười vừa nói: Khoan, ở lại xem có ai hò gì vui nữa không?

Bác Ba giận bỏ đi một nước không thèm ngó lại, hai anh em tôi vừa chạy theo vừa cười ngất nga ngất nghẻo.

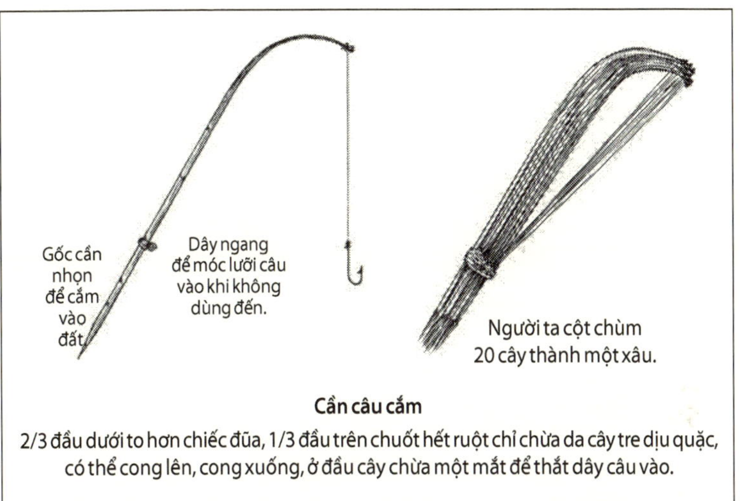

Cần câu cắm

2/3 đầu dưới to hơn chiếc đũa, 1/3 đầu trên chuốt hết ruột chỉ chừa da cây tre dịu quặc, có thể cong lên, cong xuống, ở đầu cây chừa một mắt để thắt dây câu vào.

CÂU CẮM

Câu cắm là một thú vui khác, nó khá nhộn nhịp, hồi hộp, hấp dẫn, có khi cũng mệt nếu khi nào có cá nhiều. Cần câu cắm ngắn, làm bằng tre thật già chẻ ra từng cọng bằng ngón tay út dài khoảng một thước, hay tám tấc. Vót bỏ ruột tre của phần nữa thân trên, chỉ chừa vỏ tre cứng dịu, quặt lên quặt xuống dễ dàng, đầu cần chừa một mắt nhỏ để thắt dây câu vào không bị tuột. Phân nửa thân dưới người ta vót nhọn gốc cần câu để dễ cắm vào đất mềm của bờ ruộng. Dây câu ngắn có tra lưỡi vào, ngay một phần ba đầu dưới cần câu có một vòng dây cột ngang dùng để móc lưỡi câu vào trong tư thế nghỉ câu. Tư thế này giống như một cây cung nhỏ bị bẻ cong một phần ba đầu trên.

Anh em chúng tôi không đứa nào biết chuốt cần câu cắm. Mấy chú giúp việc trong nhà chuốt giùm vài ba cần để cắm quanh nhà chơi mà thôi. Vì ham mê cắm câu nên kỳ nghỉ hè năm đó anh Năm và tôi quyết định đặt mua một trăm cần. Chúng tôi lựa đêm tối trời, cá dạn ăn hơn là khi có trăng sáng. Anh Năm quảy đụt lớn để đựng cá, đụt nhỏ đựng nhái con, gáo dừa đựng trùn nằm dưới một lớp đất. Tôi mang nóp đi theo vào sở ruộng Đìa Sen, ruộng sâu của nhà, tá điền là ông sáu Mọi.

Cắm câu người ta móc mồi trùn để câu cá trê, cá rô, và mồi nhái để câu cá lóc, sau đó cắm chặt gốc cần vào bờ đê ruộng, lưỡi câu và mồi chìm xấp xỉ dưới mặt nước. Nếu là mồi nhái thì chỉ móc vào đùi nó để cho con nhái nhảy vọt tới vọt lui khiêu gợi cá lóc vồ nó cho sớm. Nếu là mồi trùn phải chìm sâu dưới mặt nước vài phân tây.

Mỗi lần cắm câu người ta thường mang theo năm bảy chục hay một trăm cần, có người cắm tới hai trăm cần trên một bờ đê dài mấy trăm thước. Chúng tôi cắm mỗi cần dang xa gần hai thước, cắm xong một trăm cần trời mới chạng vạng tối. Vậy mà giữa lúc đang cắm nghe đầu kia cá mắc câu giãy lủm chủm phải bỏ chạy tới đó gỡ bỏ vào đụt, đậy nắp kỹ, thả đụt xuống nước ngâm cho cá sống. Thế rồi anh Năm và tôi thay phiên nhau chạy nhanh hết đầu này đến đầu khác, có khi hai đứa đang gỡ cá mà nghe có chỗ nào đó giãy lủm chủm gỡ không kịp. Nhưng cũng trong một thời gian ngắn thôi, rồi chúng tôi lại trải nóp ngồi vui sướng kiểm điểm sự thắng lợi.

- Đêm nay coi bộ khai trương có nhiều khách hàng đó mày.

- Nhiều cá thì ham thiệt mà sao thấy hồi hộp tim đập thình thình. Nhất là khi nó giãy một lượt hai ba con sợ gỡ không kịp nó sút.

Lại lủm chủm nữa, tiếng giãy khá mạnh, có lẽ cá lớn, anh Năm chạy gỡ, tiếng anh vọng từ xa, đúng rồi cá lóc lớn hơn cườm tay.

Cái khoái lạc của sự thành công nó lâng lâng trong người, cái hồi hộp chờ đợi còn làm tăng thêm niềm vui sướng. Tôi không biết những người cắm câu bắt cá bán để nuôi gia đình có cảm giác như thế nào? Có lẽ ngoài cái sung sướng nắm được con cá trong tay còn cái vui, cái an ủi là sẽ có được thêm ít tiền. Ngoài cái hồi hộp chờ cá cắn câu giãy lủm chủm họ còn ước mơ nghe được tiếng giãy thường hơn nữa. Họ tưởng tượng vợ con sẽ vui mừng. Chắc sự thưởng thức của họ nhiều hơn và sâu đậm hơn sự vui mừng của chúng tôi.

Nhưng khi đứng nhìn "chiến lợi phẩm" cường độ vui mừng chắc cũng giống nhau trong khoảnh khắc đó.

Riêng tôi, ngoài những con cá bắt được, còn có mùi thơm cỏ lúa của đồng quê mà tôi đã từng hít thở từ lúc mới lên năm lên mười, cảnh vật buổi hoàng hôn chiều xuống tối dần, gió thoảng sương lạnh, muôn ngàn sao lấp lánh trên nền trời tối đen. Tất cả những thứ đó nó in sâu trong đầu tôi, nó gợi nhớ gợi thương những lúc xa quê hương tôi cảm thấy chạnh lòng.

Ruộng sâu, lúa cao, muỗi nhiều. Chúng tôi đứa nào cũng mặc quần đùi áo tay ngắn, cả hai đập sành sạch nhưng chưa đứa nào chịu chung vô nóp vì còn muốn nghe tiếng cá giãy dù là đã thưa dần. Trời về khuya sương càng lạnh hai anh em tôi đành chui vào nóp. Nằm yên, cơn ngủ ru tôi vào giấc lúc nào không hay biết. Hừng sáng anh Năm đánh thức tôi dậy.

- Mày ngủ như chết, đêm hồi hôm tao còn đi gỡ thêm hai con nữa, toàn cá trê.

Chúng tôi quảy cá về nhà, phân chia cho đầu này vài con đầu kia vài con, hãnh diện khoe rằng chúng tôi cũng thuộc vào thợ câu chớ có phải là công tử bột đâu. Kỳ thật câu là một thú vui đặc biệt, một sự đam mê mà những lúc bãi trường chúng tôi bỏ mặc những bài phải làm khi nghỉ hè, và buộc phải góp khi vào lớp lúc tựu trường. Năm nào tôi cũng bị phạt quì gối vì có làm bài đâu mà góp. Nhưng lúc quì gối tôi sung sướng hồi tưởng lại những thú vui hưởng được trong kỳ nghỉ hè. Bây giờ nhớ lại thời thơ ấu, tôi cảm thấy lâng lâng buồn muốn sống lại những ngày đã qua nhưng vĩnh viễn không bao giờ đi ngược thời gian được!

Cá rồng rồng.

Nơm Cá

Ruộng nổi nước hơn tháng nay, cày bừa xong cả rồi, chờ nhổ mạ là cấy, đám ruộng trước nhà mênh mông nước trắng xóa, gió thoảng từng cơn nước gợn lăn tăn. Mùa mưa nước chảy tràn ra sông, cá tép lội ngược dòng vô ruộng sinh sản. Cá lóc, cá trê, cá rô, tép mồng, tép đất, tất cả về nguồn sinh sản tái tạo. Hình như thiên nhiên phú cho chúng nó biết đến mùa phải trở về nơi chúng mới bắt đầu sự sống để làm nhiệm vụ nối tiếp kiếp cá theo luật thiên nhiên của trời đất.

Xa xa trước mặt tôi có dáng vóc đôi ba người, kẻ cầm nia, người cầm nơm, vai mang đụt. Nia là để xúc cá rồng rồng, cá lóc con mới nở chừng năm bảy ngày, lội từng bầy đỏ sậm lúc nhúc ăn móng làm rung rinh một khoảng nước rộng bằng mặt cái sàn. Tôi tưởng là người lạ đi vớt cá, té ra

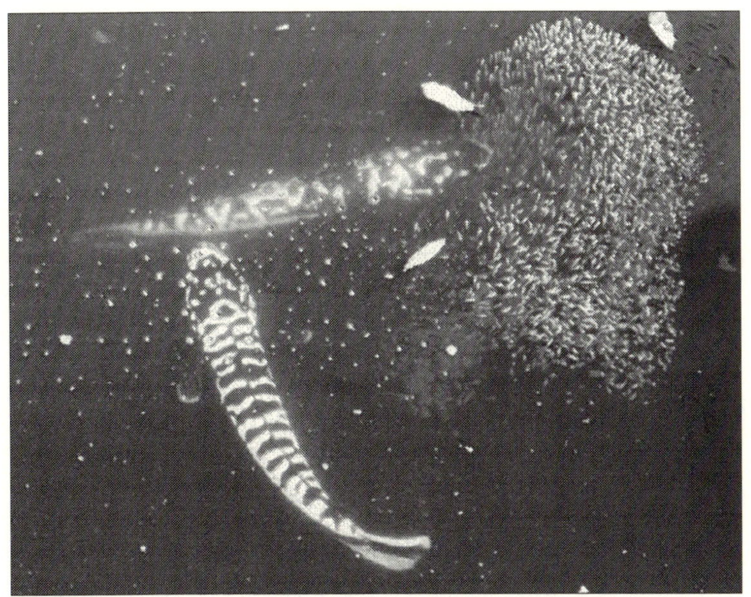

Cá lóc mẹ bảo vệ đàn con.

là bác mười Thêm. Tôi đi theo bác vì nơi nào có bầy rồng rồng là đương nhiên có con cá mẹ lội gần đó để giữ con. Khi nào bác Mười hớt xong bầy con, tôi nơm chung quanh có khi hy vọng bắt được cá mẹ nếu nó mê con còn quanh quẩn đâu đó. Có lúc chúng tôi đi trên bờ đê, có lúc lội hẳn xuống ruộng đi khắp nơi tìm kiếm. Vòng quanh, tới lui đã lâu, từ lúc mặt trời đứng bóng đến bây giờ bác mười Thêm chưa vớt được bầy nào, đối với bác hôm nay ế độ khó kiếm tiền. Bỗng nhiên đang than thở bác Mười lớn giọng: Có đây rồi, bác tiến nhẹ lại gần đặt nia xuống nước đẩy nhanh đến bầy cá con đang lăn tăn ăn móng, vớt lên gần trọn ổ. Cá con nhảy tung tăng, bác Mười xoè tay gom nhẹ hốt từng nắm cá tí hon bỏ vào đụt rồi lại tiếp tục đi tìm mối khác. Tôi không nói không rằng nhanh tay nơm xối xả một hồi lâu nhưng tiếc thay tay tôi không nhận được tín hiệu của con cá nào

Cái nơm.

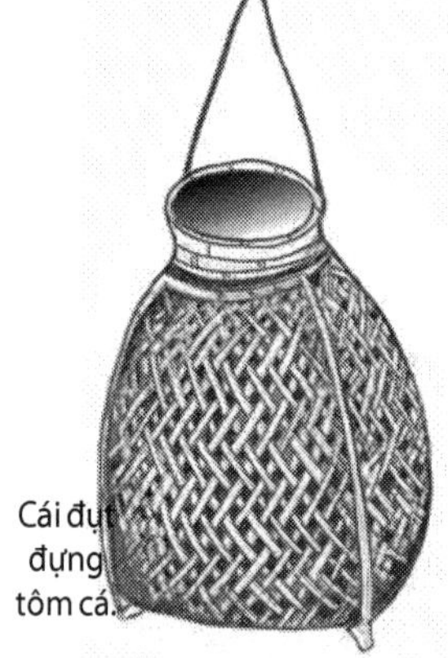
Cái đụt đựng tôm cá.

bị nhốt trong lòng cái nơm, nó tìm đường phóng chạy đụng mạnh vành nơm kình kịch. Tín hiệu đó cho biết có cá trong nơm. Mỗi khi có cá thì tôi thò tay vào tìm cách ép đầu con cá vào thanh nơm, nắm gọn bỏ vào đụt. Nói như vậy thấy dễ nhưng khó bắt nhất là cá trê, sau khi ép được đầu nó vào thành nơm phải lừa hai ngón tay trỏ và ngón giữa, cặp hai cái ngạnh của nó, nắm chặt cái đầu mới tránh bị nó đâm. Vì nó có ngạnh bén hai bên cổ nên có thể đâm vào tay nếu mình không khéo. Cá trê vàng đâm ít đau, cá trê trắng, thường gọi là trê lét, đâm đau nhất có khi sưng tay đôi ba ngày nếu mình bị dị ứng. Nếu gặp cá rô dễ bắt hơn nhưng cũng phải coi chừng hai mang bên má nó có gai nếu nó giương mang. Cũng phải tránh nắm bề đứng của nó trúng kỳ trên lưng đâm khá đau. Tôi nơm không bắt được con cá lóc mẹ, và tiếp tục quần trên thửa ruộng cả tiếng đồng hồ đến xế chiều chỉ bắt được một con cá trê lét nhỏ và hai cá rô mề to tướng.

Quê tôi đa số ai cũng thích ăn cá rồng rồng, có người chuyên câu cá để bán, thế mà họ xúc được cá rồng rồng quyết không chịu bán, để nhà ăn hoặc mời bạn bè đến nhậu tán dóc. Cá rồng rồng là món ngon, bán đắt tiền vì khó kiếm. Luật lệ thời đó cấm vớt cá con. Tuy nhiên lúc nào cũng có người hành động trái phép bởi lẽ kiếm được nhiều tiền. Chánh Hương Quản trong làng thường bỏ qua vì cá tép nhiều và có phạt vạ người xúc cá rồng rồng một vài ngày công thì cũng chẳng biết cho họ làm gì ngoài việc quét sân đình, lau bàn ghế, vốn đã có "ông dân trường" đảm trách, ông là người giúp việc thường xuyên có lương do "tiền công nho" xuất trả.

Thông thường các nhà giàu thông báo cho mọi người biết nếu ai có cá rồng rồng đem lại bao nhiêu cũng lấy, giá nào cũng mua. Cá rồng rồng kho lạt với mỡ heo xắt nhỏ, cá rô mề kho tộ với thịt mỡ ăn cơm không có gì ngon bằng. Thịt cá rô béo thơm nhưng có xương nhiều hơn cá lóc cá trê.

Câu Cá Rô Non

Sau những cơn mưa khí trời lại mát, hơi nước kéo theo mùi cây lá, mùi cỏ nhẹ nhàng dễ chịu. Mỗi cơn gió thoảng qua là nhập vào tâm một cái gì in sâu vào đầu, một cảm giác của nhà quê, đồng ruộng mà khi đi học ở tỉnh xa nhớ nhà là nhớ đồng ruộng, nhớ hương vị đó. Sáng sớm hôm nay bước ra khỏi nhà thấy sân còn ướt, do đám mưa lớn đêm qua. Mặt trời chói rọi tươi đẹp hơn mọi ngày, lòng tôi tự nhiên thấy cảm hứng. Vào nhà tôi khều anh Năm rủ:

- Đi câu cá rô non chơi anh Năm, hình như mùa cá non năm nay mình chưa được ăn cá rô non chiên dòn.

- Đi thì đi nhưng phải thọt ổ kiến vàng lấy mồi đã.

Câu cá rô non cũng đòi hỏi lắm công phu. Trước tiên là phải tìm một cành trúc ngắn có độ cong suông chiều. Một cây kim gút bẻ cong đầu, thành lưỡi câu thật nhỏ không cần chặt ngạnh. Lấy chỉ may áo quần xé đôi chừng một thước rưỡi cột lưỡi vào cần. Vấn đề mồi câu mới là rắc rối. Chúng tôi lấy một cây trúc thật dài, cột một cái rổ lòng thòng chừng ba tấc trên đầu cây, chừa ngọn trúc độ vài tấc. Xong rồi đi tìm ổ kiến vàng trên những cây trâm bầu, me keo, lá dúi, hay cam quít, đưa cây xọc vào ổ kiến, trứng kiến trắng phếu lớn hơn tâm nhang rớt vô rổ, đồng thời cũng có đầy kiến bò tứ tung chung quanh rổ, dọc theo cành trúc. Tay tôi phải vỗ mạnh liên hồi lên thanh trúc để cho những con kiến té xuống đất

và tránh làm sao cho chúng nó không bò đến tay chân mình vì kiến vàng cắn rất đau.

Chúng nó là một loại kiến ăn sâu bọ, trời sinh ra để quân bình thiên nhiên. Sâu, rầy phá bông phá trái thì có kiến vàng ăn sâu. Nhiều nơi người ta đi tìm những ổ kiến vàng cắt nhẹ nhàng trọn ổ đem về bỏ trên cây của những vườn cam quít, vú sữa, sa-pô-chê để trừ sâu. Thọc được chừng hai ba ổ kiến vàng là đủ câu cả buổi sáng.

Cá rô "non" là những con cá rô nhỏ bằng hai ngón tay, mới được sinh nở lúc ruộng nổi nước nhờ "sa mưa giông". Những con cá rô "mề" bụng đầy trứng theo nguồn nước của mương, rạch, từ sông Cửu Long di chuyển vào ruộng theo giác quan trời phú. Chúng nó biết đường tìm về nơi được sinh ra và lớn lên để tiếp nối dây chuyền sinh sản mà tạo hóa đã ban cho.

Như loài cá Salmon ở Alaska, Mỹ Quốc. Hay cá bông lau ở Biển Hồ Ton-Lê- Sáp, xứ Cam-pu-chia.

Con cá bông lau chỉ sinh đẻ tại Biển Hồ mà thôi. Thời tôi còn thơ ấu người ta không thể nuôi ép cho nó sản xuất mà chỉ chờ mùa nước của Biển Hồ tràn ra sông Cửu Long, chừng đó vô số cá con, nhỏ bằng tâm nhang hoặc lớn hơn, theo dòng nước ra sông miệt Hồng Ngự, Châu Đốc tụ thành những cụm màu xám đen dưới nước. Người dân Hồng Ngự, Châu Đốc, tới mùa nước rông chèo xuồng đi vớt những con cá bông lau con gọi là "cá bọt". Họ đem về thả vào ao nuôi chờ lớn bằng ngón tay, bán lại cho ngư dân nuôi thành cá tra to lớn mình thấy ngoài thị trường. Cá tra dù thuộc nòi giống của cá bông lau nhưng không bao giờ sinh sản ở ao hồ nhân tạo. Người ta vớt "cá bọt" nuôi lớn chớ không có nơi nào sản xuất được cá tra con thời đó.

Cá rô thịt ngọt béo, nếu là cá to thì gọi là "cá rô mề", nếu kho tộ mỡ của nó tươm đầy, hay nấu canh chua ăn với cơm không biết ngán. Dân làng tôi giàu hay nghèo đều ưa thích cá rô mề kho. Những người nông dân tát ao tát vũng hay câu được cá rô mề lớn bằng bàn tay hay lớn hơn, ít khi chịu bán ra, họ để lại nhà ăn vì may mắn có được cơ hội. Nhiều người nhịn ăn đem kiến cho chủ điền của họ hay các ông quan trong làng, Hương Cả, Cai Tổng, hay quan Huyện.

Cá rô non cũng ngọt cũng béo nhưng người ta không kho, không nấu mà họ đem rửa sạch không cạo vẩy, chiên dòn cuốn với bánh tráng rau sống chấm nước mắm tỏi ớt, ăn ngon hơn thịt gà thịt vịt. Mỗi năm chỉ ăn cá rô non được một mùa. Không phải chợ nào cũng có người bán, nhà nào cũng mua được cá non để ăn.

Trong mùa mưa, cầy cấy xong, ruộng nước trong veo, nhiều nơi người ta đứng dựa mé bờ nhìn xuống thấy từng bầy năm mười con, có khi mấy chục con chờ những con muỗi mòng đáp trên mặt nước hay chúng cắm đầu tìm kiếm những con lăng quăng trốn dưới gốc rạ non hay cỏ lát mọc trên ruộng. Dân trong làng ít người câu cá rô non vì câu cả ngày cũng không được bao nhiêu, nên không ai chịu bỏ công oan uổng. Còn tôi lúc thiếu thời luôn luôn tìm hưởng những thú vui ngoài đồng hơn là sống trong nhà buồn chán.

Câu cá rô non rất dễ, cứ móc một trứng kiến thả xuống, nước ruộng trong khe, chỗ nào mình thấy cá là nhiều con dành nhau đớp mồi. Dỡ nhẹ tay đưa lên bờ có khi không cần gỡ, cá dính lòng thòng ra khỏi mặt nước nó giãy giụa rớt trên bờ vì lưỡi câu không có ngạnh hay rớt ngay trong miệng đụt nếu mình rê nó vào đó. Nhìn rõ thấy cá đớp mồi gây cảm xúc hồi hộp làm cho sự đam mê càng phấn chấn, dù phải dang nắng hay bị kiến vàng cắn khi đi kiếm mồi, anh Năm và tôi không năm nào bỏ qua một mùa câu cá rô non nhiều lần.

Đá cá lia thia.

Vớt Cá Lia Thia

Sau những trận mưa giông dữ dội, ruộng nổi nước, khoảng hơn một tháng sau là có thể đi vớt cá lia thia ngoài đồng. Trẻ con ở nhà quê đa số đứa nào cũng biết vớt cá, đá cá lia thia. Trước khi đi vớt cá tôi phải chuẩn bị chai hũ sẵn ở nhà, lựa những chai không, cạn rượu, khô nước, trong trắng không có màu để cho mình dễ nhìn rõ vóc dáng và màu sắc con cá. Tuy nhiên miệng chai nhỏ thì làm sao thả cá vô, vớt cá ra, thay nước, hay bỏ thức ăn vào cho nó được?

Do đó tôi phải cắt chai bằng cách tìm một cọng sắt nhỏ, bẻ cong thành khoanh tròn, đút vào đầu chai kéo xuống cho vừa tầm cao mình muốn, thường là giữa chai. Lấy cọng sắt ra đưa vào lửa nướng cho khoanh tròn nóng đỏ. Tròng khoanh tròn vào cổ chai kéo xuống vừa tầm mình định, nhúng liền chai và khoanh sắt trong chậu nước. Tai nghe tiếng rắc, chai nứt bể làm hai ngay chỗ khoanh sắt thắt ngang, cái chai trở thành một dụng cụ nuôi cá lý tưởng.

Cá nuôi trong nhà không thể dùng tay bắt nó vì lỡ tay bóp mạnh hư cá hoặc tróc vảy. Tôi dùng vải mùng may dính vào một khoanh kẽm tròn nhỏ thành cái vợt để vớt cá sang chai, sang chậu hay vớt lăng quăng, trùng chỉ, bỏ vào cho cá ăn. Muốn có chậu lớn nuôi những con cá quý thì phải mua, tôi cũng đua đòi mua hai ba chậu.

Vớt cá ngoài đồng bằng một rổ xúc lớn, lỗ thưa con tép nhỏ cũng không lọt ra ngoài, bề sâu cao hơn rổ thường. Thằng Tôn, em tôi đi theo xách thùng có đựng sẵn nước. Chúng tôi đi dọc theo bờ ruộng nhìn kỹ những bụi cỏ hay lác, chỗ nào có một đốm bọt trắng bằng bàn tay hay nhỏ hơn là chỗ đó có cá lia thia nằm dưới đống bọt. Lội nhẹ xuống ruộng, từ từ đi gần sát đống bọt đặt miệng rổ thật nhanh cách bọt chừng hai ba tấc, chân trái đùa mạnh nước vào rổ, mười lần bắt được cá trống hai ba lần. Thường chỉ bắt được cá mái đang giữ ổ trứng, có khi bắt cả hai con trống mái đang chuẩn bị làm tình, ít khi bắt được một mình cá trống, khi nào thấy đống bọt nhỏ thì biết đó là cá trống đang nằm dưới đó nhả bọt làm nhà cho con mái sinh sản.

Tạo hóa sinh chim cá con trống thường có bông có mã đẹp, có tiếng hát điệu múa hay để chúng dễ khiêu gợi phái nữ theo mình. Con cá lia thia trống có màu xanh, phướng đỏ, cá mái trắng trơn sọc rằn.

Chúng tôi chỉ bắt cá trống đem về bỏ vào chai, lấy giấy ngăn không cho hai bên thấy nhau. Bởi vì thấy nhau là chúng phùng mang diệu qua diệu lại lấy trớn cắm đầu hả miệng xấn vào chai tưởng mình cắn được đối phương. Như vậy sẽ làm hư miệng cá và khi đá độ thật, nó dễ bị thua. Tuy nhiên lâu lâu cũng phải rút ngăn giấy ra để cho chúng nó sừng sỏ phùng mang diệu võ, tỏ thái độ hung hăng rồi ngăn trở lại liền. Đó là cách duy trì tập dợt tính hung hăng đấu đá của chúng.

Thằng Tôn và tôi chia đôi, cá của đứa nào tự ý chăm sóc và

sẽ lựa chọn những con cá "ngon lành" nhất của mình cho đá nhau. Bên nào thua phải cõng bên thắng trận ba vòng sân nhà, tương đối rộng lớn.

Cá phướng.

Nuôi cá bằng những con lăng quăng, ấu trùng của muỗi. Món ăn ngon nhất của cá lia thia là trùn chỉ, màu đỏ, ngắn nhỏ như sợi chỉ, loại trùn này tương đối khó kiếm, chỉ bắt gặp nó sống trong bùn sình, bùn non dưới đáy ao hồ. Tôi thường thay thế trùn chỉ bằng những con trùn con, tìm thấy khi đào trùng để câu cá. Trong mỗi lọ cá chúng tôi bỏ một vài cọng rông trứng xanh um nổi trên mặt nước như mái nhà che để cho cá núp dưới đó.

Cá Xiêm

Cá đồng.

Đôi khi chúng tôi cũng cho cá đẻ gọi là "ép cá" vì tính tò mò và cũng vì tuổi nhỏ bất cứ thứ gì lạ mà tôi không biết là muốn làm thử cho bằng được. Trước tiên phải tìm một cái "thạp da bò", loại lu đựng chừng vài chục lít nước, bên ngoài của thạp sơn một lớp men màu vàng đục như da bò nên dân quê làng tôi gọi là thạp da bò. Đổ nước vào đó hơn nửa thạp, bỏ rong vào cho nhiều rồi lựa hai ba con cá mái bụng to có nghĩa là chúng đang mang bụng trứng, cộng với một con cá trống thôi, thả tất cả vào. Khi nào thấy có một về bọt tương đối lớn, gần bằng bàn tay, bọt nhỏ mịn hơn bình thường, dầy đặc nổi trên mặt nước, là đã có cá đẻ rồi. Muốn chắc chắn cá đã đẻ hay chưa thì lấy cọng tre đưa vào phía dưới bọt kéo lên nhiều lần xem có trứng dính vào đó không? Nếu có thì phải vớt ngay con cá trống ra nếu không chính nó sẽ ăn những con cá con mới nở, đó là lời khuyên của dượng ba Thìn, còn chú hai Mạnh thì quả quyết chính con mái mới ăn con. Thường tôi vớt cá trống, có khi quên tôi để cả ba con trong lu. Lần ép cá nào chúng tôi cũng chỉ có được vài chục cá con bằng mút đũa là cùng. Tôi luôn thăm chừng khi biết cá nở lí tí như hột cát đen thui thì vội lấy một cục tròng đỏ trứng gà bằng đầu ngón tay út, cầm nghiền nát thành một đốm nước vàng, dụng ý là nuôi cá con. Sau này biết được phương pháp ép cá, khoa học, chính xác, hiệu năng bằng mười, khác hẳn với trò chơi thời thơ ấu của tôi.

Muốn đá cá chúng tôi vớt hai con bỏ vào một chậu lớn đủ rộng cho hai võ sĩ quyết đấu ăn thua. Cá trống màu xanh, kỳ, phướn, đuôi, pha màu đỏ thật đẹp. Vậy mà khi thua bỏ chạy nó đổi màu trắng chợt vì sợ hãi hùng, hết biết đường chạy đụng vào vách chậu lung tung trong khi đối phương hung hăng rượt cắn trối chết. Thú vui là nhìn hai con cá cắn nhau đứt vi, đứt phướn, tróc vảy. Và nhất là khi hai con đều xắn mạnh vào nhau hai miệng cá bị răng kẹp dính nhau, gọi là "khấu", chúng lắc lư hồi lâu mới nhả ra được. Khi cá của mình thắng thì vỗ tay la ó miệng cứ nhắc, cõng ba vòng sân.

Khi thua mặt bí xị hăm he lần sau sẽ trả thù. Đá cá chỉ đơn giản như vậy mà hai anh em chúng tôi say mê năm nào hễ đến mùa là chuẩn bị đi hớt cá.

Thú nuôi cá lia thia là nhìn chúng nó phùng mang giương phướn đá bóng khi mình kéo tấm giấy ngăn qua một bên. Và vui sướng nhất là khi đá độ mình thắng cuộc. Tuy còn nhỏ chơi với anh em trong nhà không ăn thua tiền bạc nhưng sự hãnh diện thắng cuộc nó đốt cháy sự tự ái trong lòng và kích thích mình ra công chịu khó o bế con cá như người ta đấm bóp võ sĩ trước khi lên đài. Phải chăng từ đó mà nảy sinh những sự đam mê trong lòng của tuổi trẻ ngay khi còn vui đùa với bạn bè lúc ấu thơ?

Tôi cũng từng theo người lớn tham dự những trận đá cá ăn tiền ly kỳ thú vị, tôi cũng từng nghe các bác bày vẽ những mánh khóe làm cho cá sung hung dữ và khi cá bị tróc vi trầy vảy đem về nên thả vào nước có bỏ thêm một chút xíu muối để làm cho kỳ vi của cá mau lành, vảy cá mau ra trở lại. Nhưng nếu bỏ muối quá nhiều có thể làm hai con mắt cá bị hư gọi là “nổ mắt” thậm chí cá bị ngất ngư hay chết.

Có rất nhiều loại cá lia thia, loại cá phướn đẹp, kỳ phướn dài, đui xoè to, màu sắc rực rỡ, nhưng không phải loại đá độ hung dữ. Cá xiêm to con màu xanh biếc, loại cá đá độ hung hăng, cắn nhau sứt kỳ tróc vảy nhưng vẫn lì lợm ăn thua đủ cho đến khi ê ẩm cả mình mới đành chịu thua. Cá xiêm lai với cá đồng là loại đấu đá rất hay. Tiếng đồn loại cá đá hay nhất là cá miệt đồng bằng sông Cửu Long. Có lẽ tại vì đồng ruộng mênh mông cá lia thia sống đầy đồng, đấu đá nhau không ngừng, lâu ngày dài tháng trở thành loại võ sĩ hùng mạnh hơn những con cá ở nơi khác. Cũng giống như gà nòi đá độ miệt Cao Lãnh tỉnh Kiến Phong ngày trước, lông cánh mạnh nhảy cao, cựa dài, đá xỏ, nổi tiếng một thời trong làng chơi thời đó.

Cà cuống đẻ trứng thành ổ bao quanh thân cây lúa.

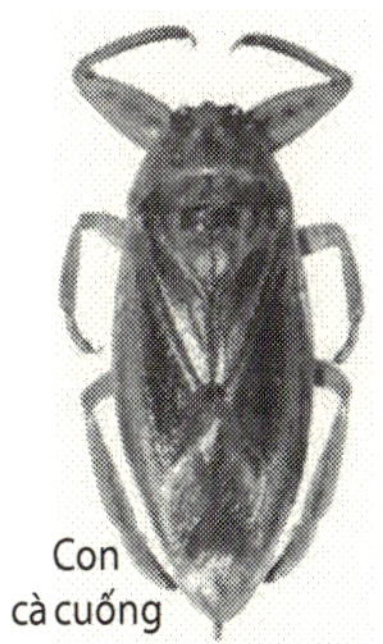

Con cà cuống

Trứng cà cuống.

BẮT CÀ CUỐNG

Mưa nổi nước vài tuần lễ là có những con cà cuống không biết từ đâu bay đến, chúng nó đeo trên gốc cỏ, gốc rạ bắt cặp dính nhau, con trống nhỏ hơn con mái ôm gọn trên lưng của nó, con mái đẻ năm ba chục trứng nhỏ bằng đầu đũa có đốm đen đốm trắng, dính cứng trên gốc rạ. Tôi bắt cả hai con bỏ vào đụt nhỏ, đồng thời ngắt luôn buồng trứng đem về nướng nghe nổ lụp bụp ăn không ngon lành gì cả mà cũng khoái trá, dù sao thì cũng là chiến lợi phẩm. Chúng tôi đi vòng vo chỉ bắt được mấy chục con. Những con độc thân một mình đeo bên thân cây thường là con đực. Mà trời sinh con đực mới có trên đầu mấy giọt dầu thơm làm mọi người ưa thích.

Bắt về cô Bảy tôi cắt cánh tề chân, ngâm nước mắm rồi chiên khô bỏ vào hũ đậy kín. Mỗi bữa cơm bắt ra một hai con bằm nhỏ bỏ vào nước mắm chấm hay bỏ vào những món ăn cần thiết như bánh canh giò heo, bún ốc. Cà cuống là món cả nhà ưa thích nên đi bắt được nhiều ai cũng hoan nghênh. Mùa mưa nào nhà tôi cũng gom mua những đụt cà cuống của mấy đứa con nít trong làng, rang khô để dành ăn hết tháng này sang tháng khác.

Nấm Rơm

Trong những niềm vui lặt vặt lúc còn thơ ấu có những chuyện bất ngờ làm tôi nhớ mãi không thể quên. Mỗi năm vào mùa mưa cô Bảy tôi thường nấu canh rau mùng tơi với nấm rơm, loại nấm giòn ngọt, ăn ngon, tôi gạ hỏi chú tư Phiến:

- Làng mình ai trồng nấm rơm vậy chú tư?

- Ai mà trồng mậy, tự nhiên nó mọc trên rơm mục ở dưới gốc mấy cây rơm do trời mưa ướt, rồi người ta nhổ đem ra chợ bán. Lâu lâu mới có chớ đâu có hoài mậy.

- Mình trồng được hôn chú Tư?

Chú tư Phiến nạt dội: Rơm đâu mầy trồng? Cái thằng hỏi chuyện tào lao.

Nghe nói vậy tôi không thắc mắc phải làm sao cho có rơm, mà tôi cứ tự hỏi làm sao cho rơm mục để nấm mọc tự nhiên. Vấn đề tự nhiên nấm mọc làm tôi suy nghĩ hoài. Nhà chú hai Mạnh gần bên có mấy cây rơm ở sau hè. Thông thường nhà nông gặt lúa xong người ta cộ rơm về, vắt thành cây rơm để dành cho trâu ăn. Rơm được vắt từ dưới gốc to rộng, lên càng cao càng tóp nhỏ, cuối ngọn, cao chót vót người ta cắm một cây dài sâu xuống với mục đích giữ rơm không cho gió lớn tốc bay, chung quanh ngọn rơm người ta đắp một vài tàu lá dừa để cho trời mưa nước chảy suông đuột, chỉ ướt lớp mỏng bên ngoài thôi. Còn rơm dưới gốc thì luôn luôn ướt đầm đìa, hết đám mưa này đến đám mưa khác, có khi mưa dầm rĩ rả

Cây rơm ở nhà quê.

cả một hai ngày nên rơm dễ mục, nấm mọc tự nhiên. Gọi là nấm rơm.

Thằng Tôn và tôi qua nhà chú hai Mạnh xin bốn ôm rơm đem về bỏ thành một đống nhỏ chành bành dưới gốc cây trâm bầu, ở sau sân nhà, gần mé ruộng. Bây giờ làm thế nào cho rơm mục như chú tư Phiến nói? Hàng ngày hai anh em tôi phải xách một thùng nước mưa đem ra nhúng từng bó rơm nhỏ, bỏ chồng lên nhau, ngày sau nắng khô lại nhúng nữa, mưa dầm càng tốt.

Một hôm thằng Tôn và tôi mang ná thung đi bắn chim ngang nhà bác hai Họa thấy dưới gốc cây rơm có lù lù năm ba cục gì đầu tròn hơi đen lú lên trên đám rơm mục bạt màu. Tới gần mới thấy đúng là nấm rơm giống như ở nhà cô Bảy nấu canh với rau. Chúng tôi không dám thò tay nhổ sợ bác hai Họa thấy và méc cha tôi thì sẽ bị đòn thê thảm. Nhưng trong bụng nghĩ thầm, nếu mình nhổ được đem về trồng rồi hô hoán lên có nấm mọc trên rơm ướt của mình để chộ (có nghĩa là chọc quê) chú tư Phiến cho bõ ghét.

Nấm mọc trên rơm mục.

Đống rơm nhỏ xíu ở nhà chưa đủ mục, tôi ra sức tưới mỗi ngày hai ba bận. Nóng lòng chúng tôi qua nhà bác hai Họa xin vài tay nấm về trồng chơi, đồng thời trêu ghẹo chú tư Phiến là tôi trồng được nấm rơm đây. Ông hai Họa bảo: Tụi bây ra coi có thì nhổ hết đi, chắc có chừng vài tai nấm chớ gì, không có nhiều đâu con. Ra tới gốc rơm tôi thấy có ba bốn tai nở thè lè, thất vọng vì nấm không đẹp, không giống như mình thấy hôm trước nhưng lỡ xin rồi cũng phải nhổ đem về trồng. Ngày hôm sau ra xem thấy nó héo queo, rồi chết hết. Tôi thất vọng vô cùng, thật là công dã tràng. Thằng Tôn cằn nhằn, anh bày đặt làm uổng công xin rơm nhúng nước.

Chuyện nấm rơm tôi quên lửng, mưa nhiều rơm mục, bỗng nhiên có một ngày cha tôi thấy gai mắt hỏi: Đứa nào bỏ rơm sau vườn làm gì cho dơ sân vậy bây? Cô Bảy vọt miệng, thằng Triều với thằng Tôn chớ "ai dám trồng khoai đất này". Ông già la lớn: Thằng Triều đâu hốt quăng ra ruộng cho mau lên?

Điều không ai ngờ, sau vài đám mưa, rơm mục nhiều, mấy tai

Nấm mọc trên rơm mục.

nấm chết rụi, rớt mầm sinh ra cả đám nấm con lớp búp, lớp nở tổng cộng mấy chục tai nấm làm tôi ngạc nhiên ngớ ngẩn. Thì ra chỉ có vài tai nấm mẹ mà sao nó đẻ ra quá nhiều nấm con, nghĩ như vậy tôi bèn kêu. Cha ơi, ra coi con trồng nấm đây nè. Ông cụ ra xem tươi cười vui vẻ hỏi:

- Ai dạy con trồng vậy?

- Không ai dạy cả. Chú tư nói hễ rơm mục sẽ có nấm mọc nên con với thằng Tôn thử xin rơm trồng chơi.

- Chắc lớn lên con cũng cuốc giồng (giồng là đất cao để trồng khoai trồng bắp) cày ruộng giống ông cố con ngày trước.

Có những tính toán ngây ngô, dại khờ trong đầu non trẻ nhưng lại đưa đến kết quả không ngờ. Bây giờ nhớ lại thật buồn cười. Từ đó mỗi năm nghỉ hè gặp mùa mưa, thằng Tôn và tôi đi xin rơm để cho mục nát rồi xin nấm mẹ nở thè lè về trồng cho nó sinh con. Lớn lên có ăn học mới biết tai nấm nở tung như hình cây dù, giữa những khía xếp dưới lớp da che trời có hàng ngàn hột nhỏ rí chúng sẽ nở mầm biến thành nấm búp, nấm nở mà người ta rất ưa thích bởi thịt nó mềm giòn, vị ngọt thanh khi nấu thành canh hay xào.

Sau này cơ quan nông nghiệp sản xuất "meo" nấm, bán hoặc phân phát cho nông dân trồng. Nhiều người kinh doanh trồng nấm gởi bán khắp nơi hoặc vô hộp xuất cảng.

Nấm Mối

Còn một loại nấm khác hình thù nhỏ nhắn bằng ngón tay, dài ba bốn phân, nhưng mùi vị thơm ngon hơn nấm rơm, đó là nấm mối. Hàng năm người dân sống miệt vườn nôn nao chờ mùa nấm mối vào tháng năm âm lịch, sau những trận mưa phùn, "gió bấc" lạnh lẽo kéo dài năm ba bữa là báo hiệu cho mùa nấm mối. Loại nấm mọc gần mấy gò mối nên người ta gọi là nấm mối, nhưng cũng thường khi mọc trên các mương dừa không có gò mối. Nấm mối là một loại nấm rừng không biết nó mọc chỗ nào, tại sao nó mọc. Mỗi đám nấm mọc khít rịt có khi lớn hơn một thước vuông, nhổ cả thúng giạ. Thông thường ít nhất cũng nhổ được cả rổ.

Tiếng đồn nấm mối ăn độc, yếu trong mình, hay người bệnh không nên ăn, mặc dù nấu cháo với ít thịt nhiều nấm ăn hoài không biết ngán. Người ta còn đồn nó là một thứ ma, những người nặng bóng vía tìm không thấy nó dù đám nấm sờ sờ trước mặt. Bây giờ thì tôi không tin nhưng lúc còn bé thơ tôi vừa tin vừa sợ.

Loại nấm này ngon và có ít nên đắt tiền. Trong vườn dừa của ông nội tôi năm nào cũng có hai ba ổ nấm mối. Tới mùa tôi theo cô tôi hoặc người giúp việc, ngày nào cũng rảo bước khắp vườn tìm nấm nhưng không bao giờ dám đi một mình vì sợ ma.

Nấm mối mọc trên mương dừa.

Một vài chuyện vui lạ xảy ra trong làng, đó là nhổ nấm trộm. Nói là trộm chớ không phải trộm. Số là có người tìm ra đám nấm búp mới nẻ đất, những tai nấm chưa lú hẳn lên. Ngày hôm sau ra ngay chỗ đó thấy đã có người nhổ mất rồi. Bởi vì người nhổ không biết là ổ nấm đó có chủ. Vì vậy mỗi khi tìm được ổ nấm người ta kéo tàu lá dừa đậy lên, người khác đi ngang qua thấy biết là có chủ, tôn trọng không nhổ. Cái lệ tốt đẹp đó trong làng ngày xưa không còn nữa trong đất nước ngày nay. Nếu nhổ được nhiều nấm, ăn không hết người ta phơi khô để dành ngày giỗ, ngày Tết hay đám tiệc có món ngon vật lạ đãi khách.

Trong làng có rất nhiều vườn dừa, mênh mông, không một chủ vườn nào rào cản cấm người xâm nhập. Do đó ngoài việc đi tìm nấm những người nghèo thường lảng vảng lượm dừa khô rụng không bị ai rầy rà khiển trách gì cả. Dừa khô nạo ra lấy nước cốt nấu chè, bỏ vào ca-ri, thắng lấy dầu đốt đèn ban đêm. Dân làng Phú Thuận của tôi ngày nay chắc không còn sự thông cảm, tình nghĩa đồng hương láng giềng thương nhau như ngày xưa nữa. Một thời tốt đẹp đã qua!

Đào Dế Cơm

Lúc thiếu thời hễ tôi thấy cái gì lạ cũng bắt chước làm theo. Thấy bác ba Tàn đào dế cơm ở các mảnh giồng (miếng đất giồng) trồng bắp. Những con dế vàng lườm to bằng ba con đế thường. Sở dĩ mùa này có dế cơm là đầu mùa mưa nhiều nơi người ta trồng bắp, loại dế cơm hay cắn phá cây bắp non mới lú khỏi đất chừng năm ba phân, đó là mồi ngon của chúng.

Tôi hỏi bác ba đào để làm mồi câu cá phải không? Bác cười ồ, thằng ngu, dế đâu mà câu uổng vậy, bắt nó đem về, ngắt đầu rút ruột nhét hột đậu phộng vô chiên ăn vừa thơm vừa béo "ngậm mà nghe"! Thằng Tôn và tôi nghe nói ăn ngon béo giòn là chíp (mê liền) nên về nhà cũng vác cuốc đi đào sau những đám mưa ướt đất. Dế cơm đùn đất vun trên mặt hang, nhìn là biết ngay hang của nó. Cứ thế mà đào xuống không sâu, con dế động ổ nhảy sổ lên, rượt theo bắt lại dễ dàng, nhất là những con dế còn non, to con mập lù, cánh chưa phủ lưng. Con nào vô phước bị cuốc bổ trúng đứt làm hai thì khỏi bị ngắt đầu nhét đậu. Chúng tôi đào được vài chục con nhờ đất cát, khu giồng trồng bắp trước cửa không xa nhà. Rồi cũng đem về cắt cánh ngắt đầu rút nhẹ, kéo theo cuống bao tử của nó có phân đen, còn lại cái bụng chình ình đầy mỡ. Từ cái lỗ ngay cổ nó nhét một hột

đậu phộng vào, chiên dòn ăn ngon "hết xảy". Rủi thay bà hai Nghi thấy anh em tôi chiên dế là điều lạ chưa từng thấy trong nhà, bà lên méc ông nội, rằng thằng Triều với thằng Tôn chúng nó ăn dế cơm chiên, bộ hết thứ ăn rồi sao? Ông nghĩ mà xem!

Trời ơi, ông nội bèn nổi trận lôi đình hét to, con nhà này nó mạt kiếp rồi, không tiền mua thức ăn nên phải đào dế ăn qua ngày. Ông chửi tắt bếp, ông dùng đủ mọi thứ danh từ chua chát la to. Ông lập đi lập lại, con nhà này nó mạt kiếp rồi không có món ăn phải đi đào dế mới có ăn. Nhục nhã quá! Thiên hạ sẽ nói ông Huyện hết tiền nuôi cháu nên bọn chúng nó phải đi đào dế mà ăn. Thằng cha bây về tao biểu nó đánh cho bây chừa. Tao cấm tụi bây không được ra khỏi nhà đi bêu xấu gia đình dòng họ nữa, vân vân và vân vân. Cơn thịnh nộ kéo dài rất lâu, chúng tôi khiếp vía chờ bị đòn! Nhưng khi cha về ông nội hết giận bỏ qua, hú hồn!

Vấn đề thể diện ngày xưa, có màu sắc phong kiến nó thể hiện một lối suy nghĩ của dân quê miền Nam thời đó, có vẻ khôi hài quái lạ, nhưng bây giờ nghĩ lại tôi thông cảm cho ông nội bực tức vì tại sao nhà mình giàu có mà con cháu phải đi đào dế kiếm ăn. Nếu dân làng thấy được sẽ mang tiếng không hay cho gia dình.

Mấy ngày sau gặp lại bác ba Tàn tôi chộ (chọc quê) bác nói rằng, dế cơm ăn ngon "ngậm mà nghe, ra hè mà nhả", rồi ngồi nghe chửi suốt ngày.

- Ai chửi tụi bây?

- Ông nội chửi được hôn?

- Tại sao chửi?

- Tại bác bày bậy, chiên dế ăn cơm. Tụi con nói tại bác ba Tàn biểu làm. Ông nội chửi tụi con ít mà chửi bác thì vô số kể.

- Thôi chết cha tao rồi, cả tháng sau này tao cũng không dám để cho ổng thấy mặt. Tao có bày hay xúi tụi bây đâu mà làm ổng chửi, điệu nầy có môn tao độn thổ luôn. Tôi cười sặc sụa thấy bác ba vừa lo vừa hối tiếc đã lỡ nói với tụi tôi dế chiên dòn ăn rất ngon nên mới sanh chuyện. Thấy bác lo tội nghiệp quá tôi đành thú thật, ông nội chửi tụi tui, bộ nhà này mạt kiếp rồi sau mà con cháu phải tìm dế để ăn, chớ tụi tui đâu có dám hé miệng nói tại bác bày đặt đâu..

- Hú hồn, mấy thằng mắc dịch, tụi bây muốn ăn tại sao không ghé qua nhà tao mà bày đặt cho bị chửi. Cũng may là không phải đòn đó các con.

ĐẶT BUNG

Cái bung làm bằng tre, đương thành giỏ hình bầu dục, lớn nhỏ tùy ý, thông thường bề dài sáu tấc, ngang bốn tấc, cao năm tấc. Bên phía mặt bầu dục, người ta chừa một lỗ hình chữ nhật hai tấc cao, bảy phân ngang, rồi đặt vào đó một cái hom tréo thật lỏng lẻo để cá chui vô dễ dàng mà ra không được. Cái hom của bung làm bằng que tre tròn, nhỏ xỏ chồng lên nhau, gắn dính vào miệng bung hình chữ nhật như nói trên. Nắp bung làm bằng cây có lỗ cửa nhỏ chừng năm phân vuông, mở ra gài lại được để bỏ mồi vào bung khi cần.

Người ta đặt bung gần cuối mùa lúa, khi lúa trổ đòng đòng nghĩa là có bông búp trong thân cây. Thời gian đó cá trong ruộng cũng lớn, đặt bung là phương tiện đặc biệt dùng để bắt cá trê. Có hai loại cá trê sống trong ruộng: Trê lét da trắng, trê vàng da vàng đôi khi có vài đốm bông. Cá trê lét ăn tạp mồi hôi thúi, cá trê vàng kén ăn hơn.

Anh Năm và tôi cũng như thường lệ hễ chỗ nào có cá có chim là có mặt chúng tôi tìm cách bẫy bắt. Nếu tính theo nhà Phật thì chúng tôi phạm tội sát sinh dẫy đầy.

Bắt cá bằng cách đặt bung có phần cực khổ hơn cắm câu hay đặt lờ, đặt lợp, đặt nò. Trước hết phải giang nắng cả ngày để bắt cua đồng, dọc theo mé ruộng, đôi khi bị cua kẹp bầm tay rướm máu vì mình còn nhỏ chưa có kinh nghiệm để bắt chúng dễ dàng. Đã vậy còn phải bắt khá nhiều đem về bằm nhỏ bỏ vào hũ để ủ cho nó sình lên thúi dậy. Nếu là mồi đặt cá trê vàng thì không nên để sình thúi quá lâu và phải xào thêm với ngũ vị hương hay một vài tai vị nghiền nát càng tốt. Trước khi sử dụng mồi phải đổ vào đó thật nhiều dầu dừa để khi bỏ mồi vào bung lớp màng màng của dầu dừa tỏa ra đem mùi hôi thúi nhử cá ở xa.

Quảy bung và mồi thúi đi xa cũng có phần khó chịu. Trước khi đi tới chỗ nào ước đoán có cá, chúng tôi phải hỏi thăm người quen trong làng, ruộng nào sâu có cá nhiều? Bà con ai cũng tốt bụng vui vẻ chỉ, bởi vì họ biết chúng tôi nghịch ngợm đi tìm vui chớ không phải bắt cá để ra chợ bán.

Tới nơi chúng tôi đã chọn, lội xuống moi đất đặt cái bung sát mé bờ, ngập nước, chừa năm phân gần sát nắp. Sau đó be đắp bùn chung quanh thật kỹ, nhất là phải vuốt miệng hom bằng đất sét thật láng, thật trơn tru giống như hang cá vô ra vậy. Trong khi lội nước đắp bùn thì đỉa trâu, đỉa mén cứ bu đeo vào chân, may mắn là chúng tôi sợ sâu mà không sợ đỉa. Những con đỉa gây phiền phức chúng tôi phải bắt quăng chúng nó liên hồi làm cho thời gian chuẩn bị đặt cái bung kéo dài khá lâu. Thật ra mấy con đỉa không hút được bao nhiêu máu của chúng tôi. Bởi vì con nào vừa đeo vào chân thì tôi nhổ nước miếng vào tay vuốt qua là nó phải nhả ngay rồi cầm quăng thật xa chỗ mình móc đất, nhưng chúng cũng trở lại nhanh chóng hình như chúng nó đánh hơi được mùi da thịt của người.

Đặt xong cái bung chờ cho nước lắng bùn đụt, trong trẻo lại bình thường, chúng tôi mới mở nắp bỏ hai muỗng mồi ngồi chờ cá vô. Đầu hôm từ lúc chạng vạng tối chúng tôi phải bỏ mồi liên tục khoảng năm mười phút một lần. Thoạt đầu cá mới vô chừng vài ba con thì chưa nghe chúng giãy, đến khi có vài chục con thì giãy dụa lạch chạch, róc rách liên hồi. Cá càng nhiều càng nghe tiếng giãy lớn, những tiếng cá giãy trong bung cộng thêm màng màng hôi thúi tỏa ra ngoài là một cách gọi đàn, cá bu vào khu có mùi hôi tưởng chừng như trong hang có mồi nên đồng bọn mới

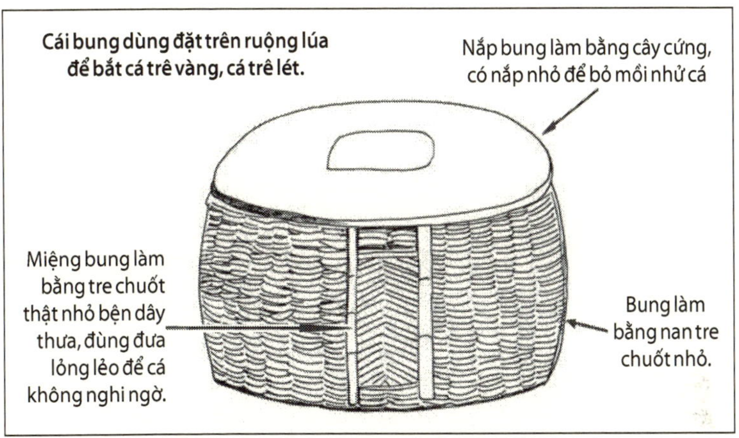

giành nhau tranh ăn dữ dội. Sự thật cá càng quậy càng giãy thì mồi càng văng ra cá bên ngoài càng muốn chui vô.

Chúng tôi ngồi rình thấy cá tụ chung quanh ăn móng, quậy tới quậy lui, lội qua lội lại, dợn nước đụt ngừ, rồi cũng chui vào bung hết. Sự hồi hộp và hứng thú ngồi nhìn cá từ xa lai rai hay từng bầy gấp rút chui vào bung của mình cho tôi một cảm giác sung sướng lạ kỳ. Mặc dù phải thức khuya châm mồi, muỗi cắn đập mãi vẫn còn. Nhưng sự ham mê bắt tôi ngồi đó có khi đến gần sáng. Đêm nào không có hoặc ít cá thì anh em chúng tôi chui vô nóp nằm bàn tán, tiếc rẻ công lao mình dành cho bao nhiêu khổ cực bắt cua làm mồi mà chỉ có được hơn chục con cá. Có khi hai đứa nghĩ rằng mình đi học làm chi cho nặng óc, xa nhà nhớ mấy em thà đi câu cá đặt bung chài lưới sống như mọi người thoải mái hơn là phải tuân theo kỷ luật nhà trường.

Một vài khi chúng tôi thức đêm không thấy có chút mệt mỏi vì cá nhiều, mấy chục con nằm sắp lớp, hai đứa phải gồng tay dỡ bung lên khỏi bờ, cá đầy hơn nửa bung. Chúng tôi khệ nệ khiêng về vui vẻ. Cả nhà bàn tán hai ba ngày chưa thôi. Chúng tôi đi khoe cùng làng, mấy chú mấy bác không ngớt lời khen ngợi và có ông còn bảo:

- Tao sẽ bắt chước tụi bây tới đó kiếm vài con cá cho mấy đứa nhỏ nó ăn. Bác ba Tàn kể công:

- Tao chỉ chỗ thì nhất định phải có cá, nếu không thì chỉ cho tụi bây làm gì? Bác khoác lác như vậy chớ nhiều lần bác chỉ chỗ tụi tôi đi cắm câu, sáng chỉ mang về hai ba con cá lóc nhỏ.

Cái vui ở miền quê khi lặn lội đi câu cá hay bắt chim thật là thú vị, đầy cảm hứng, hồi hộp, khoan khoái khó tả mà người ở tỉnh thành không thể biết được.

Ngoài những thú vui chơi còn tình nghĩa đậm đà, giản dị, thấm thía của bà con láng giềng miền Nam quê hương tôi, cũng là điều khó thấy ở vùng đô thị. Bây giờ tuổi đã quá bát thập, sống qua nhiều nơi, nhiều xứ, nhiều thời điểm khác nhau, tôi nhớ lại những kỷ niệm xa xưa lòng vẫn thấy cảm hứng, bồi hồi, bồng bột không kém lúc thiếu thời.

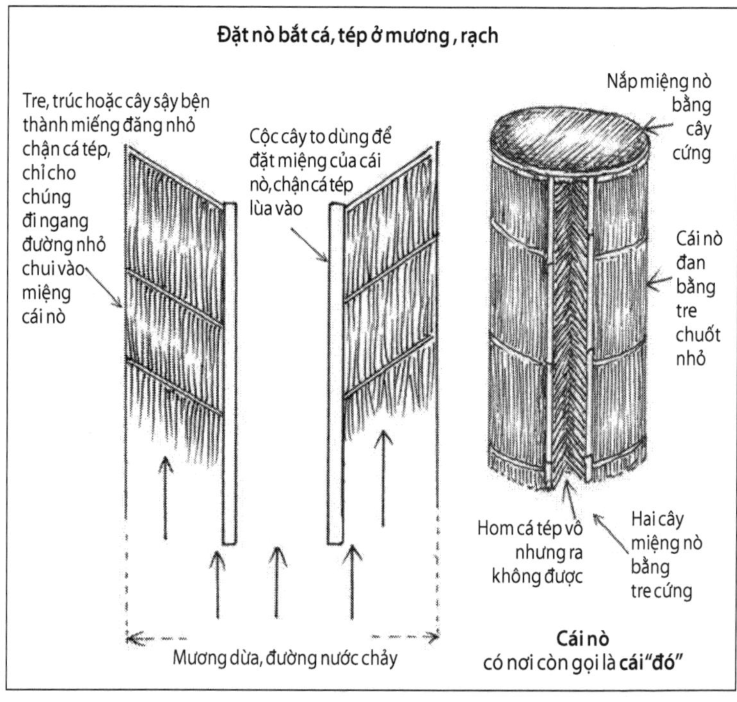

ĐẶT NÒ

Tôi chưa từng đích thân đặt nò một lần vì việc nầy đòi hỏi sức lực, cái nò vừa nặng vừa kình càng. Tôi đã nhiều lần theo chú tư Phiến xem đặt nò và đổ nò tại khu vườn dừa của gia đình tôi. Chỗ đặt nò chú Tư đã dọn sẵn từ lâu, cái miệng nò chú cũng bố trí sẵn. Nó là hai cây nọc tre to bằng cườm chân đóng giữa "mương cái" (mương lớn dẫn nước vào các mương nhỏ), hai bên có hai tấm đăng cột dính vào nọc tre, kéo vào bờ mương theo một hình cong để cho cá tép thuận đường chạy theo dòng nước chui vào nò.

Nhiệm vụ của chú Tư mỗi lần đặt nò chỉ gài cái miệng nò hướng về mé sông rạch dính cứng vào hai cây cột tre, chờ khi nước lớn đầy dỡ nò đổ cá tép, hay là đặt miệng nò hướng về mương ruộng chờ nước ròng sát dỡ nò đổ cá. Nếu nhằm con nước lớn vào đêm thì chú Tư phải ngủ gần đó giữ nò phòng có người đổ trộm vác luôn cái nò đi mất. Đó chỉ là chuyện phòng ngừa thôi, chưa khi nào xảy ra chuyện đó trong làng. Vả lại mỗi tháng chú Tư chỉ canh con nước đặt nò một hai lần chớ không phải thường xuyên.

Chiều Xem Chim Bay Về Tổ

Buổi chiều tắm rửa xong, chúng tôi trải chiếu trên nền xi-măng trước sân nhà, nằm xem mây bay trên bầu trời sắp tối. Anh em cãi nhau chí chóe, đám mây này giống hình người, hình thú, hình con này, con khác, đầu ngựa, đầu lừa, cây đa hay cái nhà vân vân... Khi nào có hai đứa con gái bà con bên nội xía vào, con Tươi và con Hoa, thì sự tranh cãi về hình dáng những đám mây càng gây sôi nổi hơn. Thế gian này lớn bé cũng vậy, hễ chỗ nào có chất nữ là nơi đó có ồn ào!

Mây trôi biến thành muôn hình vạn tượng trước khi màn đêm từ từ bao trùm cảnh vật như trời đất sắp choàng một áo nhung đen khổng lồ. Khoảnh khắc giữa ngày và đêm, lúc chạng vạng tối là xuất hiện từng đàn cò trắng bay lả lướt trên không, hàng chục, hàng trăm con lúc nào cũng do một con dẫn đầu, rồi cả đám sắp hàng theo chữ V như mũi tên kéo dài, cánh chúng nó quạt chậm rãi, con đầu đàn một chân ngay thẳng về phía sau, chân thứ hai để thòng xuống hình như nó dùng để bẻ lái định hướng bay, hay là dấu hiệu của trưởng đoàn, lãnh đạo chỉ huy toàn bầy. Thật lạ kỳ, ngộ nghĩnh, chúng bay về đâu? Lúc còn nhỏ tôi tự hỏi trong đầu, không tìm ra câu trả lời. Sau này lớn khôn biết có láng chim, láng cò ở Bạc Liêu, Rạch Giá, Kiến Phong... còn gọi là sân chim, mới hiểu ra là chúng bay về miệt đó. Gần đây tôi có đọc qua một tài liệu nghiên cứu nói rằng chim bay từng đoàn theo hình chữ V là tránh bị cản gió. Dân gian có câu hát ru em nói về tình trạng chim bay về tổ như sau:

"Chim bay về núi tối rồi
Anh đi bỏ bậu đứng ngồi không yên"

Ngoài những đám cò trắng còn có loại "giăng sen" tốt mã, lông vàng bông đen bông trắng, to con, lớn cánh nhưng cũng bay chậm như cò cũng khoan thay, cũng hình chữ V, cũng một con dẫn đầu, cũng một chân bẻ lái, và một loại khác là "diệc mốc" lớn hơn cò trắng, nhỏ hơn giăng sen chúng bay theo cùng hướng. Sự khoan thai chậm rãi của những loài tìm bay về nơi trú ẩn, thu hút chúng tôi lặng thinh nhìn trời, hình như đầu óc chúng tôi cũng từ từ hướng theo chúng về một phương trời vô định nào đó. Thật là thơ mộng cảnh chiều tà nhìn chim thong thả bay về tổ ấm.

Trong lúc chúng tôi đang nhìn cò, diệc, lả lướt bay, bỗng dưng nghe rần rần như hàng trăm chiếc quạt trần quay cùng một lúc, rồi trên bầu trời xuất hiện hàng ngàn con chim le le màu nâu sậm xẹt qua rất nhanh, mất hút. Thỉnh thoảng lại một bầy le le khác rần rần vượt qua, chiều nào cũng có vài ba đám biểu diễn mấy giây ngang trời.

Hết màn xem chim rồi nằm chờ trời tối hơn, thấy từng bầy dơi quạ đen thui, to con cánh dài, bay rời rạc hàng ngàn con không theo hình dạng đội ngũ nào, mạnh ai nấy bay, đi cùng một hướng. Về đâu? Vườn cây ăn trái nào? Người trồng hay rừng núi có món ăn đủ nuôi bao nhiêu con vật đó? Thật khó hiểu nhưng thường xuyên buổi chiều nào cũng diễn lại những cảnh tượng như nhau.

Về khuya, hoặc đêm nào không có sương lạnh chúng tôi nằm chơi trễ hơn thường lệ, thỉnh thoảng nghe tiếng chim "vạc" cô đơn bay ngang lớn tiếng kêu vát… vát…kéo dài.

Chim vạc nhỏ con hình thù như diệc mốc, lông xám đuôi cụt không sống theo bầy. Tiếng vạc ăn đêm nghe buồn bã nên nhiều bài ca vọng cổ miền Nam người ta hay chêm tiếng "vạc kêu đêm nghe não nùng đau lòng người thiếu phụ!..."

Một trong những kỷ niệm khó quên trong thời thơ ấu của tôi là cảnh trời chiều xem mây bay, nhìn từng đàn chim lả lướt bay về phương trời vô định. Có những khi tôi một mình nằm trên ghế bố giữa sân nhà, chờ nghe tiếng vạc réo bạn, than thân.

Những lúc xa nhà, xa quê hương tôi thầm nhớ đến kỷ niệm xa xôi đó, nhớ đến nỗi ruột thắt tim đau. Phải chăng vì tôi quá nặng tình cảm, quá lãng mạn? Hay vì tự mình cảm thấy cô đơn côi cút không tình mẹ... Tự nhiên thả lòng theo cảnh buồn, tưởng tượng mình như cánh vạc than thân giữa đêm trường.

Bao nhiêu lần trong thời gian du học, khi nhìn mặt trời khuất bóng sau rừng, nhớ quê hương, nhớ anh em côi cút, sống trong cảnh mẹ ghẻ con chồng, tự nhiên nước mắt chảy ròng mà không hay biết! Ngày nay sống cảnh tha hương vọng về cố quốc, nhớ những buổi chiều lúc còn thơ ấu, lòng tự hỏi đất nước mình rồi sẽ biến đổi ra sao?

THẦY PHÁP CHỮA BỆNH

Làng tôi thuộc quận Bình Đại, tỉnh Mỹ Tho. Từ Phú Thuận lên tỉnh, nếu đi đường bộ phải qua hai bến bắc, An Hóa và Rạch Miễu. Nếu đi ghe đò thì gặp sóng gió khó khăn trở ngại vì nhánh sông Cửu Long ở đoạn gần Mỹ Tho có một khoảng cách rộng mênh mông, nếu gặp sóng gió người đi ghe thường nói "qua sông" vừa khó vừa nguy hiểm, nên ít có người lên xuống tỉnh thành dù để chữa bệnh hay mua sắm vật dụng.

Thời đó tại xã cũng như quận, không có trạm y tế. Dân chúng chữa bệnh bằng thuốc Nam, thuốc Bắc, thầy pháp, thầy bùa. Người bệnh nặng nếu có tiền thì lên tỉnh Mỹ Tho khám bác sĩ, uống thuốc tây. Bệnh nhẹ thì uống thuốc "cao đơn hườn tán" của nhà thuốc Bắc do người Triều Châu làm chủ. Thầy Tiều vừa xem mạch hốt thuốc vừa bán bánh kẹo. Số đông dân gian nhờ thầy pháp, thầy bùa chạy chữa. Tôi thường thấy nhiều người bị cảm mạo nhờ ông sáu Chiêu thầy bùa, nhai một thứ cây lá bậy bạ hay tỏi gừng gì đó, bó vào tay bệnh nhân, đọc thần chú thầm thì, le lưỡi làm dấu ếm khoán, có khi bệnh nhân cũng hết. Gặp phước chủ may thầy sáu Chiêu cũng kiếm được năm, ba đồng nhậu lai rai.

Quê tôi có ông thầy Pháp, đui, tay mặt có tật ngoéo ngược sau lưng, móng tay của thầy để dài ra cả tấc cong queo không cắt, đầu bới tóc, bịt khăn đỏ. Thầy Tình có đứa cháu gái cầm một đầu cây gậy, ông nắm đầu kia nó dắt ông di chuyển trong làng.

Thầy pháp chữa bệnh có phần rắc rối, phải có nhang đèn cúng vái, phải tụng, phải "rồi", nghĩa là lời triệu hồn ma quỷ của ông thầy pháp, phải có người ngồi đồng, đầu trùm khăn đỏ rủ xuống tới vai. Tôi đã nhiều lần xem thầy pháp chữa bệnh, hễ tôi nghe đồn xóm nào có thầy Tình đang rồi là chúng tôi xúm nhau chạy đến xem, coi người lên đồng bị quỷ nhập nói năng hành động như thế nào. Thời thơ ấu tôi rất thích xem thầy pháp gọi ma, nhưng cũng rất sợ vì nghe ma quỷ đối đáp y như người thật. Mặc dù trong lòng đứa nào cũng run sợ, nhưng tính hiếu kỳ của những đứa con nít kích thích sự tò mò nhiều hơn sợ hãi. Tiếng rồi của thầy Tình kêu hồn ma nghe rợn người. Người ngồi đồng lặng yên, đến khi quỷ nhập gọi là "lên đồng" thì nói năng lung tung, đối đáp với thầy về bệnh tình, thố lộ ý định của nó, thầy Tình hâm he đủ điều, buộc nó phải buông tha cho nạn nhân, làm cho thân chủ của thầy hết bệnh. Nếu không thầy sẽ ếm phạt không được đi đầu thai. Nếu ma bằng lòng buông tha, người nhà hết bệnh thì phải cúng cho nó ăn heo gà tùy theo giá cả thầy Tình thương lượng với nó hay tự ý thầy định đoạt. Chuyện dị đoan mà rất nhiều dân quê tín như có thật.

Có lần tôi xem một đám ở gần nhà, cô bảy Tốt mới sinh đứa con trai, thằng nhỏ khóc đêm ngày không dứt, khóc hoài năm ba ngày nó kiệt sức. Dượng bảy Tốt rước thầy Tình trị bệnh. Sau đình đám chấm dứt thầy Tình lãnh tiền làm đám bao nhiêu không ai biết, thầy đã ra giá với ma quỷ công khai là phải cúng hai vịt hai gà, trong khi tên ngồi đồng ra dấu bằng ngón tay cong queo lút lắt qua lại có nghĩa là đuôi con heo, nghĩa là phải cúng một con heo. Thầy Tình hét to, cho bây ăn nhiều rồi sẽ bị nằm trong hũ dưới đáy sông Cửu

Long, tao ếm cho bây hết đi đầu thai luôn. Con quỷ kêu khóc, tên ngồi đồng vừa khóc vừa khum lạy y như thiệt xin tha và bằng lòng ăn gà vịt. Xong việc thầy Tình cáo lui, khăn gói ôm hình "ông tướng" làm bằng vải màu sắc kỳ dị, tượng trưng cho tổ sư của thầy Tình. Nhưng đột nhiên dượng Bảy yêu cầu thầy phải để "ông tướng" ở lại tại bàn thờ, không được phép đem về. Dượng bảy Tốt nói, nếu đêm nay thằng con tôi còn khóc thì tôi sẽ chặt đầu ông tướng. Thầy Tình hoảng sợ nài nỉ xin đem về không được nên đành phải để hình ông tướng của thầy ở lại. Kết quả ngày hôm sau thằng nhỏ hết khóc. Dị đoan mê tín, những người theo đạo, Công giáo, Phật giáo, đạo Hồi… không tin, nhưng đôi khi cũng có chuyện thật, mỗi cá nhân, hay đạo giáo giải thích chuyện dị đoan theo quy tắc của giáo hội mình. Những chuyện vừa kể tôi chứng kiến tận mắt, thuật nguyên sự việc, quí độc giả tùy ý nhận định.

Thời gian đó chỉ có thầy Tình làm phép, sáu Chiêu ếm bùa, chú Tiều chữa trị cho dân nghèo trong xã bằng thuốc bắc. Kỳ dư phải lên tỉnh Mỹ Tho, dân nghèo khó có khả năng lên tỉnh rồi về lại quê trong ngày, càng khó ở lại qua đêm, phải chi tiền mướn phòng ngủ. Có người mướn ghe lên tỉnh nghỉ đêm trên ghe chờ khám bệnh. Các bệnh thông thường thì có aspirine trị cảm sốt, Quinine trị sốt rét, Dagénan dùng như một loại trụ sinh thời tôi còn thơ ấu.

Cúng Cô Hồn

Năm nào rằm tháng 7 chùa Phú Thuận cũng làm lễ cúng cô hồn. Gia đình tôi theo đạo công giáo, không biết mà cũng không tin lễ lạc nầy như thế nào, chỉ nghe nói rằm tháng bảy là cúng các oan hồn cô đơn lạc lõng. Đám con nít hiếu kỳ, trong đó có chúng tôi, đứng sớ rớ bên ngoài sân chùa xem Sư, Sãi tụng niệm. Đèn nhang nghi ngút, đủ thứ trái cây, xôi, bánh sắp đầy bàn, nhìn thấy phát thèm.

Ly kỳ nhứt là con heo quay to tướng nằm trên một mâm cây để trước bàn thờ Phật. Bênh cạnh là nhà cửa bằng giấy đủ màu, áo quần cũng bằng giấy, giấy tiền vàng bạc sắp lớp. Chính con heo quay đó nó lôi cuốn chúng tôi đến chờ xem "thả bè".

Tụng kinh xong, cúng tế hoàn tất, ông Hòa Thượng Bửu đích thân đốt hai ba cái nhà lớn nhỏ và quần áo, cộng thêm mấy xấp tiền vàng bạc, miệng ông cứ nói lầm thầm không ai nghe được ông đang nói gì. Sau đó ngài dẫn đầu, các ông sãi con và tín đồ theo sau, đi thẳng ra mé sông, tại bến cát gần nhà chú năm Đấu. Trên đường đi thỉnh thoảng có người quăng bổng lên trời cả nắm tiền vàng bạc rơi rớt lã chã bên đường. Đám con nít, chúng tôi cũng chạy theo xem.

Đến nơi đã có người đẩy sẵn một cái bè bằng năm bảy

cây chuối kết dính nhau, Miệng sư sãi thì cứ lầm bầm kêu gọi hồn oan và khấn vái, hai tín đồ một nam một nữ thận trọng bưng con heo để nằm giữa bè và xôi bánh đủ thứ, kể cả giấy tiền vàng bạc khá nhiều, để cho các "cô hồn các đảng" cô đơn bơ vơ tìm thấy mà sử dụng. Hòa Thượng Bửu tới gần, xô nhẹ bè chuối ra và kế tiếp chú ba Ơn và một người nữa tôi không biết mặt nhớ tên, lội xuống nước đẩy bè ra thật xa đề cho nó theo dòng nước chảy, trôi về cửa Đại ra biển Đông. Thế là hết chuyện thả bè.

Nhưng tiếng đồn đãi lan truyền rằng nếu ai dám đón bè lấy thức ăn thì sẽ bị đau ốm triền miên có khi phải mất mạng. Lúc tôi còn nhỏ tắm sông, đôi khi thấy bè cúng cô hồn trôi giữa sông, có khi dựa mé gần bờ mà không đứa nào dám thò tay chỉ chỏ. Bởi vì người lớn thường căn dặn không được chỉ chỏ nói đùa vô lễ, và cấm tuyệt đối không được thò tay ngoắc muốn gọi bè vào. Tục truyền rằng chỉ có những thằng chăn trâu, mà phải là chăn trâu ba đời thì ngoắt bè cô hồn mới ghé vào, và những kẻ đó tự do ăn uống các món đồ cúng không bị cô hồn quở phạt.

Bùa Lỗ Ban

Nói về bùa lỗ ban ba tôi thường hay thuật cho bạn bè, chúng tôi nghe trộm, những chuyện ly kỳ, khó tin nhưng có thật. Nhất là lúc về già ông sống bằng kỷ niệm, nên thuật đi thuật lại chuyện xưa nhiều lần. Ông kể bùa lỗ ban có hai thứ, một là bùa hiền để phòng thân, hai là bùa dữ có thể ếm phá, hại người. Trong những chuyện nghe qua tôi chỉ nhớ vài chuyện buồn cười nhất. Chuyện ông thợ mộc tên Giái, người "thợ cái", nghĩa là thợ chính chịu trách nhiệm xây cất đình làng Châu Hưng bên cạnh làng Phú Thuận của tôi. Nhe nói thói thường thợ mộc thời đó ông nào cũng học ít nhiều bùa lỗ ban để ếm, nhẹ hay nặng khi cất nhà cho người ta. Tùy theo cung cách đối xử của người chủ nhà, ông thợ nhét là bùa trong những mối ráp cột kèo nào đó, hoặc không ếm gì hết nếu chủ nhà cư xử tốt hay thuộc vào người thân của ông thợ. Nếu bị ếm mà chủ nhà biết được, lo lót tiền bạc cho người thợ cái, thì ông ta xả bùa, gia cư nhà cửa trở thành êm thắm. Hoặc cũng có thể mướn những thầy bùa cao tay ấn hơn biết chỗ tháo gỡ để cho tai qua nạn khỏi.

Riêng đình Châu Hưng cứ mỗi khi hương chức hội tề nhóm họp đông đủ thì cãi vã nhau quyết liệt đến độ phải có người cầm cái khay đựng trầu cau, xáng vào đầu người khác. Chuyện xảy ra liên tục, kéo dài nhiều năm tháng. Cả làng đồn thợ Giái ếm vì có tư thù với ông Hương Quản Tư, tương đương cảnh sát trưởng làng. Cuối cùng ban hội tề quyết định cất lại đình mới, rước thợ xa lạ ở nơi khác, thuộc quận Mỹ Long tỉnh Bến Tre.

Thợ đục đẽo kèo cột xong, ráp nối kỹ càng dựng lên không đạt như ý, bởi vì trong mười cây cột nhà có hai cây hỏng chân không chấm đất, tháo gỡ sửa đổi nhiều lần, hết cây này xuống chân đến cây khác hỏng giò! Ông cả Ngôn đâm ra nghi ngờ hỏi dân công đang làm: Có đứa nào thấy thằng thợ Giái đi ngang qua đây không bây? Một người lên tiếng, bẩm cả tôi thấy anh thợ Giái đi chợ về ngang qua đây hồi xế trưa. Ông cả Ngôn đinh ninh tên này không có ăn nên mới ếm ấn gì nữa đây. Ông bèn gọi anh thợ chính bảo: Chú nên đến nhà thằng Giái lo lót cho nó vài đồng bạc trà rượu coi có phải nó phá chú không. Ông thợ này mặc áo dài, mua một xị rượu đến bái thợ Giái và đưa hai đồng bạc Đông Dương thời đó xin ông ta nhận quà trà nước để chứng tỏ lòng kính phục đối với kẻ bề trên. Thợ Giái cười xòa tôi có làm gì đâu mà chú lắm lời lễ lạc chi vậy. Đi về leo lên cây xuyên giữa, cầm búa quăng xuống đất thử coi cột kèo nó có ngay thẳng hết không? Ông thợ này làm y lời tên gian ác nói trên bỗng nhiên cột kèo sụp xuống nghe cái rầm đâu vào đó. Phụ thân tôi kể chính ông được mời ăn lễ dựng đình mới của làng Châu Hưng nên hiện diện chứng kiến biến cố lạ kỳ này. Cha tôi còn nói ông lạnh người khi nghe tiếng rầm cột chấm đứng, kèo dọc ngang ngay thẳng, mọi người hồn vía thất thanh.

Lại một chuyện nữa nghe cha tôi kể lại, làng Long Phụng láng giềng mé trên, có một thầy lỗ ban rất cao tay ấn tên ba Hoài, ông dạy cho nhiều người ở tỉnh, làng khác tìm đến học. Một hôm ông cùng đi với đệ tử ngang qua vườn quít của bà sáu Biên, hái vài trái lột ăn giải khát. Gió thoảng đưa mùi thơm tinh dầu quýt đến tận nhà bà Sáu. Bà tiếc của, nổi giận chửi đổng, quân trộm cắp nào mất dạy, bất lương, con nhà ai phải gió, trời hành nó đã bẻ quýt của tao v.v…Ông ba Hoài nóng mũi, ngồi trên bờ ruộng gần nhà bà sáu, lấy rơm thắt hình hai thằng bù nhìn thô sơ thổi bùa vào chúng ra lệnh, đi hái hết quít về đây. Theo lời ông học trò tên Hứa kể lại đống quít vừa chín, vừa già vừa non chồng chất to bằng ba bốn thúng giạ. Sau đó ông Hoài còn nói phải cho tụi bây biết chính là tao làm nên ông ra lệnh hai hình nộm lên cây quýt đứng. Câu chuyện đồn khắp các làng lân cận, ai cũng nể sợ ông ba Hoài. Cha tôi nói cả tuần sau ông đạp xe đi qua gần nhà bà sáu Biên vẫn còn thấy hai cái hình nộm dính trên cây quít.

Một chuyện khác xảy ra tại nhà tôi, do chính ông nội tôi vừa thuật vừa cười ngất, lời nói của ông đứt khúc vì cười. Số là gia đình tôi cất thêm một biệt thự sát bên nhà lầu của ông cố. Trong số nhân công có thợ hồ thợ mộc. Một buổi trưa thợ nghỉ ông thợ mộc tên Hổ cúng tổ giữa sân. Có trái cây rượu thịt và mấy con ngựa giả làm bằng tàu lá chuối bẻ cong cột lại, có roi dâu để trên chiếu. Cúng xong bác tư Mới, người làm công trong nhà, chơi rắn mắc, ra sân lấy mấy tàu lá chuối tượng trưng hình con ngựa, cởi lên chạy cà nhắc miệng la trốc mã… trốc mã… họ... họ…Tức thì bác tự động chạy thật nhanh cười ha hả rối cứ thế mà chạy giữa trời nắng gắt, đến khi mệt lã người kêu réo, anh Hổ ơi tôi không chơi nữa. Thợ Hổ trả lời có ai chơi với anh đâu.

Tư mới cứ thế mà chạy, mồ hôi nhễ nhãi mệt đừ. Ông nội tôi thấy vậy nói: Thôi, thợ Hổ mầy cho tao xin, tha cho thằng Mới đi. Thợ Hổ không nói không rằng kêu;

- Anh tư Mới vào nhà đi ở ngoài đó làm gì?

Tư Mới vào nhà còn thở hốc hác, miệng trách thợ Hổ chơi ác với anh em. Thuật lại chuyện này ông nội tôi cười còn nhiều hơn mọi người hiện diện.

HOC VÕ ĐỂ GIỮ NHÀ GIỮ CỦA

Ông nội tôi kể lai lịch của dòng họ tôi "cắm dùi", nghĩa là định cư ở làng Phú Thuận như sau: Ông sơ tôi là lương y của đạo binh Lê Trung Trực, thua trận tan hàng ông chạy trốn về Châu Phú Hưng nay gọi là Phú Thuận. Thời đó còn lùm bụi rậm rạp dân thưa chưa có làng xóm. Ông sơ tôi sống bằng nghề săn chồn, săn heo rừng. Ông bà sinh ra bảy người con, ông cố tôi là trưởng nam. Lúc thiếu thời ông cố tôi là một nông dân nghèo khổ, ở nhà lá cột tre, không có lu đựng nước phải lượm một mẻ thạp bể của nhà khác đem về đựng nước xài. Ông mướn đất giồng, cuốc bờ trồng bắp, trồng dưa, trồng bí, sống qua ngày. Hai ông bà cực lực lao động, mướn ruộng cày cấy, dư ít tiền ông khẩn đất hoang của nhà nước, rồi mua ruộng, mua vườn. Ông nội tôi cũng tay cuốc tay cày hơn nửa đời người. Gia đình tôi trở thành địa chủ do hai đời cày sâu cuốc bẫm nên giàu có. Ông cố tôi bắt đầu cất nhà lầu tường đúc để phô trương, khoe giàu, một sự kiêu hãnh vô ích và phi lý của người nhà quê thời đó. Kỳ thật khi ăn mừng đám tân gia, ông bà phải mượn tiền bà con để mua sắm bàn ghế. Gia đình tôi ngày càng thịnh vượng ruộng vườn khuếch trương, nhân công, tá điền ngày càng đông, ông cất thêm một biệt thự tường đúc cạnh bên nhà lầu cho ông bà nội tôi ở. Ông cố tôi xây mồ mả của hai ông bà trên khu đất do thầy phong thủy ở quận Gò Công thuộc tỉnh Mỹ Tho, được

Nhà của dòng họ Võ.

mời qua, đi rảo khắp làng Phú Thuận để chọn vùng đất nào nằm trên hàm rồng. Theo ông nghĩ nếu ông chết chôn trên khu đất đó thì con cháu sau nầy sẽ phát đạt giàu sang. Lăng mộ kiểu xưa bây giờ là khu đất thánh của gia đình.

Thời thơ ấu tôi còn biết được ông cố, ông sống tới 96 tuổi, râu tóc bạc phơ, ốm gầy nhưng tướng đi còn khỏe mạnh. Ngày ông chết ba anh em tôi đang học lớp vỡ lòng trường dòng thánh La-San Taberd Saigon. Người nhà rước chúng tôi về chịu tang. Đám tang ông rất lớn, khách mấy làng lân cận đến viếng, tục lệ là phải đãi ăn liên tục, bao nhiêu bò heo gà vịt, bánh trái có đủ, kéo dài bảy ngày. Chúng tôi còn quá trẻ, ít khi gần gũi ông cố nên chúng tôi không cảm thấy buồn khóc thương tiếc, đau lòng như ông nội hay cha tôi, mà trái lại nghỉ học được là vui và ăn uống no say là thích thú, ngoài ra còn lén lút cười đùa với những đứa bà con đồng lứa.

Thời kỳ đó có tiền của thường hay bị bọn cướp phá nhà, tra tấn đòi tiền, cướp của. Nên ông cố tôi buộc ông nội phải học võ không phải để phòng thân mà để giữ nhà giữ của. Ông nội

Mộ ông cố.

Đất thánh của gia đình họ Võ.

tôi trở thành nhà võ có đường roi vô địch trong hết vùng lân cận. Roi là môn võ dùng cây côn dài gần hai thước, tùy người sử dụng, với những đường múa và tấn công ngoạn mục. Ông có một bí quyết đánh dồn kẻ địch phải đi vào hướng đường roi của ông tấn cho đến khi địch thủ phải chui ngang dưới (chui lòn dưới giây phơi quần áo còn gọi là sào) sào phơi quần áo, đó là cách làm nhục đối thủ, bởi vì giây phơi, đương nhiên có phơi quần đàn bà, chui qua đây đó có nghĩa là "đội quần đàn bà" là điều nhục nhã, đó cũng là một sự cảnh cáo phải nể mặt dòng họ này.

Đến lượt ba tôi thì gia đình chủ trương phải học chữ và thi cử để làm thầy ký, thầy thông, ông phán hay cai tổng, bang biện như bao nhiêu người sống trong chế độ Pháp thuộc. Nhưng ông cố tôi ra lệnh phải đem cha tôi về nhà học võ để giữ của vì ông nói rằng: "Tao dốt đặc cán mai", không biết a b c là gì mà tao cũng giàu hơn mọi người khác, bây giờ có của không biết giữ thì sau này lấy gì mà ăn? Do đó ông nội tôi buộc phải đem cha tôi về học võ trong khi cha tôi chỉ có bằng tiểu học thời đó gọi là "Certificat d'étude primaire".

Ba tôi chẳng những học võ, mà còn học bùa lỗ ban chém không đứt. Thứ bùa này buộc người học không được chui ngang sào phơi quần áo, khi tiểu tiện phải luôn luôn ngồi không được đứng, mỗi tháng phải cúng một trái dừa xiêm vạt đít, một dĩa muối và gạo. Khi cha tôi đọc thần chú thì nước dừa sôi sùng sục tràn hết ra ngoài. Ai vi phạm những điều cấm kỵ thì bùa không còn linh nữa.

Theo lời cha tôi kể lại, khi học võ thầy năm Nhỏ buộc cha tôi mỗi buổi sáng không được tiểu tiện trước khi tập. Thầy bỏ cát vào ống quần của cha tôi bịt kín lại, buộc ông nhảy lên nhảy xuống cho tới khi nào mồ hôi ướt đầm đìa mới thôi. Chừng đó gần như hết mắc tiểu. Cứ như vậy mà nhảy mỗi buổi sáng và tập võ đến trưa. Ông nội tôi hài lòng nghe nói cha tôi giỏi võ. Theo lời cha tôi thuật lại, có một ngày ông nội tới nhà, cha đang ngồi chồm hổm ăn cơm trên bộ ván. Ông nội hỏi, tao nghe thầy năm Nhỏ nói mầy nhảy cao tới nóc nhà và mầy đá song phi nguy hiểm lắm phải không con? Cha tôi miệng nói, đâu có ba, tay ông vỗ đùi nhảy phóc lên cây xiêng trên nhà ngồi ôm cây cột để biểu diễn và trả lời cho ông nội xem trình độ học võ của mình. Ông nội tôi cười ngất. Ông bèn kêu mẹ tôi đem rượu ra để ông uống mừng.

Ỷ tài, võ nghệ khá cao, ba tôi có lần nghe lời thầy năm Nhỏ xúi giục đi đánh võ đài ở tỉnh Vĩnh Long thắng trận. Ông nội tôi biết được mắng chửi thậm tệ còn đánh ba tôi mấy roi tre tét máu, cấm tuyệt đối không được phép lên đài, vì ông chỉ có một thằng con trai duy nhất để nối dõi tông đường, lên đài lỡ chết ai nối dòng họ Võ? Thời buổi đó nhà nào dư tiền dư của thường mướn và nuôi võ sư trong nhà để phòng chống quân trộm cướp.

Một hôm thầy năm Nhỏ xét thấy cha tôi học đủ nghề để phòng thân, thầy bày ra cảnh thử sức xem cha tôi đạt tới mức hay chưa. Chiều tối hôm đó cha tôi đi chợ về ngang bụi rậm, ông linh cảm có người đón đường hại mình, ông bèn xuống xe đạp, tay rút ông bơm xe thủ thế, bỗng nhiên có người trong bụi nhào ra chém cha tôi bằng một cây dao sắt chuối heo ăn, bén và dài, kẻ gian bỏ dao tại chỗ biến mất. Tá hoả, cha tôi la làng, xách dao ra nhà việc, nổi mõ hồi một, cớ với làng có kẻ ám sát. Làng xóm bàn tán xôn xao, tự nhiên có người nhà tới nói nhỏ với cha tôi, thầy Năm biểu ông bãi nại, cầm dao chuối của mình về nhà. Cha tôi hiểu ngay thầy Năm thử nghề mình, ông bèn xin làng cho ông bải nại không thưa gởi kẻ vô danh nào đó. Về tới nhà cởi áo ra thấy áo rách với một lằn khuyết dài trên da thịt mà không đứt, như vậy là bùa lỗ ban có kết quả đúng mức rồi.

Ông năm Nhỏ nói, võ nghệ của chú không thua ai, dạy chú tới đây tôi thấy đủ rồi, nên tôi xin thôi không dạy nữa, ngày mai tôi lên đường về Gò Công. Dĩ nhiên quà cáp tiền nong hậu đãi kết thúc giai đoạn cha tôi chịu dốt chữ vì phải học võ để giữ của giữ nhà.

Ngày Tết Của Tuổi Thơ

Đối với đám trẻ con như chúng tôi hồi đó, ngày Tết có nghĩa là quần áo mới, tiền "mừng tuổi" nhiều, bánh kẹo ê chề, pháo nổ khắp nơi, và đặc biệt ngày đó chúng tôi có "liến khỉ", có làm lỗi gì cũng không bị rầy la. Bởi vì ông cố tôi muốn và luôn nhắc nhở, ngày Tết mọi người trong gia đình phải vui vẻ, hòa nhã, nhường nhịn, thân thương, nếu không sẽ "có huông" (quen tật xấu) suốt năm sẽ gặp buồn bực, giận hờn. Tết không quét nhà, dù có xả rác cũng không bị la, người ta sợ quét là đùa ra khỏi nhà tất cả những cái hên, cái tốt của ngày tết mang đến cho gia đình.

Khoảng cuối tháng chạp là nhà tôi rộn rịp, gia đình khởi sự đoàn tụ, những người ở xa cũng phải về. Giường, ván, mùng chiếu, chỗ nào cũng có người. Thể theo ý muốn, mà cũng là lệnh của ông cố, tất cả dòng họ phải về đủ cho ông thấy mặt, không ai dám làm sái ý ông.

Chung quanh khu nhà rộng lớn, ông nội tôi trồng nhiều bông vạn thọ để cắm vào bình chưng các bàn thờ. Ông luôn than phiền về bầy chim se sẻ cắn phá bông của ông. Chú tư Phiến được ông nội phân công dọn bàn thờ, chùi lư hương hai ngày trước, chú luôn miệng và vui vẻ lập đi lập lại:

"Cu kêu ba tiếng cu kêu, trông mau đến Tết dựng nêu ăn

chè". Tôi chẳng biết cây nêu là thứ cây gì? Chỉ biết mau đến Tết ăn chè thôi. Chú tư Phiến cũng không biết lai lịch mục đích dựng cây nêu để làm gì. Sau nầy cô bác trong làng giải nghĩa cho đám trẻ con chúng tôi về cây nêu là một cành tre cao, đầu cành treo một ít bánh mứt, gạo muối, phòng khi có ma quỉ đi ngang, chúng lấy những thứ đó ăn rồi đi, không ghé qua gia đình phá phách. Đó là những gì tôi nghe được. Còn những ý nghĩa sâu xa và tục lệ của mỗi làng khác nhau tôi không hề tìm hiểu nhiều hơn.

Mấy cô dì thì ngâm bột gói bánh nấu chè, chỉ có hai loại bánh ít nhưn đậu và nhưn dừa, bánh tét. Cô hai Ri khéo tay làm bánh bông lan, mè xửng. Các bà, các cô khác thì xom gừng, xom bí ngào đường làm mứt. Còn mấy anh em tôi thì sớ rớ "bốc lủm" những miếng bánh bể hay mứt sứt mẻ. Các bà thấy tội nghiệp bỏ vào một dĩa riêng cho tất cả chúng tôi mặc sức mà ăn. Kỳ dư những thứ khác không nên đụng tay dơ vào vỉ của lễ để cúng rước ông bà đêm ba mươi.

Giờ rước ông bà là 12 giờ khuya, tụi tôi dù ngủ gà ngủ gật cũng phải ráng thức chờ đợi. Tôi dặn dò cô Bảy, nhớ đánh thức tôi dậy nếu thấy tôi nằm co ngủ ngáy khò. Thật ra đêm đó tôi chẳng thấy vui vẻ gì. Chỉ tò mò nghe người lớn bàn tán, năm nay con gì ra đời. Năm nào cũng là con chó vì chỉ có chó mới thường sủa đêm, gà ít khi gáy vào giờ đó, chim chóc thì càng ít có tiếng kêu vào lúc nửa đêm. Thế mà cả nhà vẫn có ý kiến nói vô, bàn ra về điềm tốt xấu.

Sáng sớm mùng một là ngày trọng đại của đám trẻ con. Quần áo mới nhởn nha, chờ mừng tuổi ông cố và ông nội. Câu nói thuộc lòng được cha tôi dạy học thuộc mấy ngày trước: Phải đứng khoanh tay trả bài, "Năm mới, con kính chúc ông cố luôn luôn đầy đủ sức khỏe, sống lâu trăm tuổi. Cầu xin Chúa Bà, Trời Phật ban phước lành cho ông cố". Câu trả lời cũa ông không thay đổi: Ừ, con ráng học giỏi, làm rạng danh nòi giống họ Võ cho ông cố vui. Chỉ có thế thôi mà nhận được 5 đồng mới tinh, mua bánh mua pháo đốt hoài không hết, Còn ông nội thì "mắng yêu", cha mầy, thằng cháu cưng của ông nội phải biết nghe lời và ăn ở tử tế nghe con. Dạ xong đưa tay cầm 3 đồng bạc cũng mới tinh. Đối với cha tôi thì ông nói liền: Cha miễn cho tụi con khỏi mừng tuổi, cha chỉ muốn đứa nào cũng phải học giỏi, học cho tới nơi tới chốn là cha vui mừng rồi. Nói xong ông phát cho mỗi đứa 1 đồng củng mới tinh. Còn các bà các cô hễ thấy mặt đứa nào là kêu cho tiền, có người bắt phải mừng tuổi đàng hoàng, có người vừa cho vừa vỗ đầu hun trán hun má. Điều vui mừng sung sướng của tuổi thơ những ngày Tết là nhận tiền mừng tuổi được nhiều, tha hồ mua pháo đốt, mua bánh kẹo ăn, 7 ngày chưa hết.

Sau cuộc mừng tuổi của chúng tôi mới đến lượt các bà và cô chú, thiếm dượng vào mừng tuổi, chúc tụng ông cố, ông nội. Đâu đó xong xuôi, mọi người tề tựu đông đủ trước sân nhà. Tôi thấy có năm sáu cây "pháo đại" to bằng cái chén, đặt sẵn hai hàng xa nhau, chờ ông cố tôi ra đốt đề chấm thi xem đứa cháu rể nào vấn pháo nổ to. Ông cầm một nhánh trúc dài, suông đuột, đầu cây có cọng kẻm quấn bông gòn nhúng dầu lửa, ông quơ cây rọi châm ngòi, pháo nổ đùng inh ỏi điếc tai, quơ cây rọi lưa qua bên kia lại tiếng đùng. Ngay tiếng nổ đầu tiên tôi đã thọt hai ngón bịt lỗ tai lại. Hết mấy tiếng nổ, tôi nghe ông cố khen dượng hai Ri vấn pháo nổ lớn nhứt. Và ông kêu, thằng Khiết đâu (chồng cô hai Ri) vào đây tao thưởng. Lễ nghi ngày mùng một kết thúc lúc đó và tiếp theo là những ngày cúng liên miên đến mùng 7 là cúng tất. Bà con ai về nhà nấy. Người ta thường nói ba ngày Tết, chớ gia đình tôi, lúc xa xưa đó, ăn tết đúng 7 ngày.

Ngày mùng một và kế tiếp, nhà tôi cúng 5 bàn riêng biệt.

Mỗi bàn dành cho những người quá cố trong gia đình, riêng tùy ý ông nội tôi chỉ định, và chính ông khăn đống áo dài đứng ra khấn vái. Bàn thờ của mẹ tôi là một mâm riêng biệt. Món ăn thì nhiều, những món không thể thiếu là thịt kho dưa giá, giò heo hầm măng, chả thịt cua trứng gà, khổ qua hầm, thịt phay (heo luộc) mắm tôm chà và đủ thứ khác. Tôi chỉ nhớ thịt phay chấm mắm, giò heo hầm và chả là ngon và tôi ưa thích.

Trong những ngày Tết tôi cũng lén đi tìm thằng Có, bạn chăn trâu của tôi, giúi cho nó một đồng bạc và cái bánh mè xửng nói, tao mừng tuổi mầy đây nè. Nó nhìn tôi trân trân, nước mắt lưng tròng, rồi cầm tiền và cái bánh chạy tuốt một mạch. Nó mừng? Nó khóc vì tủi thân? Hay nó khóc vì cảm ơn, tôi không biết được.

Cối xay lúa ở nhà quê.
(Hình trích từ sách:
Pierre Huard & Maurice Durand,
Connaissance du Viet-Nam,
Ecole Française
d'Extrême-Orient 1954)

Mẫu Người Dân Quê

Cả làng ai cũng biết chú năm Tiễn là con người chất phác, giản dị, hề hà, tốt bụng, lúc nào cũng sẵn lòng giúp mọi người hàng xóm, mọi công việc lớn nhỏ gì chú không nề hà, không đòi hỏi thù lao, ai cho bao nhiêu thò tay lấy, còn đệm thêm một câu "thôi mà cô…, thôi mà anh…" nhưng vẫn lấy tiền nhét túi. Có người gói cho túi gạo, hái cho trái bầu, trái mướp hay bí đao trồng sau vườn bảo, đem về vợ mầy nấu canh cá cho sắp nhỏ ăn. Có người căn dặn, bầu luộc chấm cá kho là ngon, hoặc bí đao nấu cá trê vàng ăn mát lắm Tiễn. Sở dĩ mọi người đều nói đến cá là vì họ biết năm Tiễn chuyên đi câu rê, câu cắm, câu sông, giở chà, tát mương. Chỉ cần kiếm được mớ cá để sáng ngày vợ đem ra chợ bán, mua rau đổi gạo đủ ăn vài ba ngày là chú yên tâm đi tán dóc. Hôm nào cá ít cắn câu thì trong làng vắng tiếng năm Tiễn kể chuyện tiếu lâm hoặc có lúc nửa tỉnh nửa say hát vài ba câu vọng cổ nghe mùi tận mạng. Những bài "Lan và Điệp", "Tiếng vạc kêu đêm" "Tôn Tẩn giả điên" chú hát đi hát lại mà bạn bè của chú nghe không biết chán, kể cả tôi khi có dịp cũng sớ rớ đâu đó nghe cho hết đoạn.

Năm Tiễn chỉ cần kiếm gạo nuôi gia đình vài ba ngày là chú la cà tán dóc ở sạp cà phê trước chợ. Nếu câu được nhiều cá thì năm Tiễn ba hoa chít chòe, tường thuật những khoa cụp lạc. Như là sém chút nữa là mất cá to, và nhờ khôn khéo lắm chú mới bắt được "con kình", kình là cá to. Kinh nghiệm của chú là biết được chỗ nào cá tụ lại nghỉ mát, giờ nào cá đói phải ăn vân vân và vân vân… Chợ tan năm Tiễn mua vài xị rượu tới nhà bác Ba Ninh nướng trui vài con cá lóc, nướng trui là nướng cháy vảy cạo sạch, ngồi cùng vài ông bạn chấm muối ớt nhậu xỉn luôn! Ngủ lại ở đó đến hết say mới về.

Trong làng ai đắp nền nhà, dựng cột, lợp lá, đều có năm Tiễn. Nhà nào xay bột, giã gạo, quết bánh phồng cũng gọi năm Tiễn vì mọi người xem năm Tiễn như em cháu. Tôi thích xem chú năm Tiễn "giã gạo chày đôi" nghĩa là hai người cùng giã trên một cối gạo. Cối to đựng hơn nửa cối gạo lức mới xay xong bằng bồ xay lúa bằng tay kiểu xưa. Nhiều hột gạo còn bao trùm cám màu nâu lợt. Người giã cầm chày giơ cao, bổ mạnh xuống nghe "xỉn", dở nhẹ lên gõ vào miệng cối nghe "cum" để cho gạo hay cám dính vào đầu chày rớt xuống. Người thứ hai bổ chày xuống nghe xỉn, gỏ cum, người này giở lên thì người kia bổ xuống nghe xỉn cum. Cứ như thế, xỉn rồi cum, rồi xỉn rồi cum… cho đến khi nào gạo trắng thì ngừng tay. Giỏi tay thì tiếng xìn cum nghe vội vã, chậm tay thì xìn cum nghe khoan thai rời rạc. Cái vui nhộn trong việc giã gạo chày đôi hay chày ba là tranh hơn thua nhau, chậm hay mau, vì cái chày khá nặng nên giã hồi lâu nếu yếu sức thấy mệt, giã chậm lần lần. Chú năm Tiển thường làm, quen việc nên hay chê những bạn đồng giả với chú là "búng thiêu"! Trai tráng trong làng thường hay thách đố nhau giã gạo chày ba, nghĩa là ba người đồng giã cũng giống như hai người vậy, nhưng điều kiện là phải mạnh tay, đủ sức và lanh mắt. Chú Năm tuy lớn tuổi nhưng vì háo thắng và sự hãnh diện của người đàn ông không chịu nhịn thua ai. Giã xong cối gạo chày ba buông tay chày, chú thở như bò rống mà còn nói đổng, tụi bây con nít mà "mấy năm hơi", dám thách ông già. Nói là già chớ hồi đó chú cỡ trên ba mươi tuổi là cùng. Những ngày gần Tết làng Phú Thuận đêm nào cũng nghe cắt cum, cắt cum tới khuya, hết đầu làng đến cuối xóm. Chỗ thì giã gạo, nơi thì quết bánh phồng.

Bánh phồng mì làm bằng khoai mì nấu chín trộn ít đường, bánh phồng nếp làm bằng nếp xôi chín. Trai tráng quết trong cối y như giã gạo. Đàn bà con gái thì nắn từng cục bột nhỏ cán ra

Cối giã gạo và cái chày.

thành cái bánh tròn đem phơi khô trên líp tre hay líp sậy. Những cảnh vui nhộn đó tôi nhớ từng câu nói đùa, từng chuyện tiếu lâm, nhớ cả giọng cười ha hả khoái trá, nhớ tiếng bà nội tôi rầy: Tụi bây không lo làm ở đó mà "lăn mỡ", nghĩa là "trửng giỡn" vui đùa. Nói là rầy chớ đó là một cách bà nội tham gia cuộc vui của những người làm công. Bánh phồng mì nướng phồng ít, dòn nhiều. Bánh phồng nếp nướng phình to xốp xộp dầy cộm gần một phân tây.

Đám tiệc nào vợ chồng chú năm Tiễn cũng có mặt. Trước ngày thì chú xay bột cho mấy bà gói bánh, trong ngày thím phụ bếp, cắt cổ gà nhổ lông vịt. Tiệc tàn chú xuất hiện ngồi bàn nhậu, cà rịch cà tang nói "chuyện năm trên" với khách, cười ha hả như chỗ không người.

Ngày nào chú cũng ở trần tùi trụi vận cái quần đùi, la cà ở quán cà phê, nói là quán chớ thật ra một cái bàn nhỏ xíu, đủ chỗ cho bốn năm người ngồi. Bên cạnh có một cái "cà ràng" loại lò lửa di động chụm bằng củi dừa. Trên bếp đặt một cái siêu trong đó có một túi vải miệng tròn làm bằng dây kẽm cứng đựng nửa túi cà phê nấu sôi, gọi là cà phê nấu ninh.

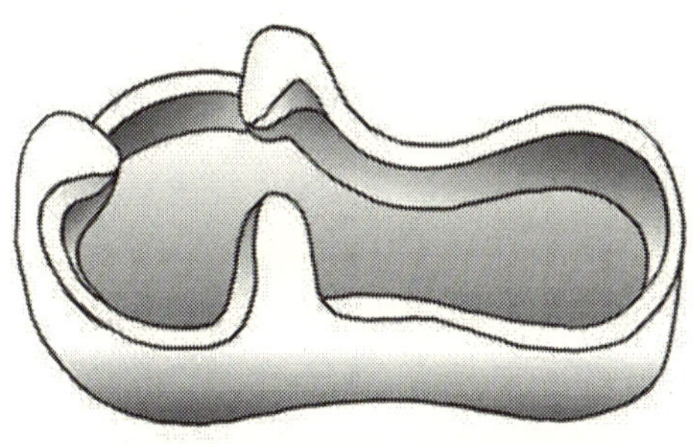
Hình cái bếp cà ràng thời xưa.

Cuộc sống của chú năm Tiễn gói gọn bằng mấy chữ: Câu, nhậu, tán dóc, giúp bà con lối xóm. Chú không se sua quần áo, không ham tiền, chỉ trọng nghĩa dù quê mùa thất học, nhưng bản chất người miền Nam trời phú cho vô tư, thành thật. Sở dĩ được như vậy là nhờ thiên nhiên ưu đãi Nam kỳ lục tỉnh. Không cần phải lặn lội giành giựt, hao tổn nhiều công sức mới có đủ ăn. Chú Năm vô tư vì biết chắc ngày nào chú cũng kiếm đủ mồi nuôi vợ nuôi con. Ngày nào cũng vui thú nhậu nhẹt với đám bạn bè tận tình tận nghĩa, không bon chen tính toán. Đối với chú Năm ngày tháng trôi qua trong niềm vui bắt cá, tát mương, giở chà, gặp ai cũng nở nụ cười, khoe giỏ cá đầy hay giỏ cá lưng. Hình như con người chú không biết buồn vì cả ngày nếu không câu thì nhậu, tán dóc, không biết lo vì thiên nhiên cung cấp sẵn vật chất cần thiết cho cuộc sống hằng ngày, chú chỉ cần thò tay bắt lấy. Chú không nghĩ làm giàu, không ước vọng con cái học rộng làm quan.

Thời xa xưa đó miền Nam trù phú, chim cá đầy đồng, ruộng vườn lúa gạo cây trái không thiếu. Bối cảnh thiên nhiên bảo đảm cho con người vô tư. Con người miền Nam chỉ cần bỏ công làm là đủ sống, siêng năng chịu khó là dư ăn, lao động cần cù và tiết kiệm là giàu. Làng tôi có ba nhà giàu: Ông Bái Ba, cha con làm ruộng dư tiền cất nhà gạch nền đúc. Ông Bộ Tình bán hàng xén cất nhà gạch có tường bao quanh với song sắt nhọn, nuôi chó bầy. Ông Cả Còn cuốc giồng tới già vẫn còn cuốc, ông trồng thuốc, trồng bắp, trồng dưa, trồng khoai theo mùa, dư ăn dư sống ông cất nhà cột gõ to người lớn ôm vòng tay không giáp.

Tôi kể lể những gì tôi biết được để chứng minh thời xa xưa ấy, dù là bị Tây đô hộ nhưng người dân quê vẫn có cơm ăn, có nếp sống an bình. Không bị áp chế nhồi sọ, trưng thu nhà đất. Dân chúng tự do tin Chúa, tin Phật, tin đạo Cao Đài, Hòa Hảo, Đạo Dừa, Đạo Nanh, Đạo Nước, Đạo Nhỏ, Đạo Vuốt… Có đạo chân chính, đạo bịp bợm, nhưng mạnh ai nấy tin và hành theo sở nguyện.

Nhìn lại đất nước ngày nay, ai dám bảo dân Việt Nam mình được sống "độc lập tự do hạnh phúc" hơn những ngày xa xưa ấy?

XOM LƯƠN

Thời tiết đồng bằng sông Cửu Long có hai mùa rõ rệt: nắng và mưa. Đồng ruộng khô dần, bùn sệt cứng, bước chân đi không lún. Những con lươn còn sống sót rút sâu xuống hang. Đêm đêm chúng nhoi đầu thò mỏ ra hứng sương. Do đó người đi xom lươn ban ngày nhìn kỹ mặt đất thấy chỗ nào có một lỗ nhỏ trơn lu, hoặc còn dính vài hột bùn còn ướt do lươn ngậm đất lấp lỗ thông hơi thì biết liền bên dưới có lươn.

Tôi học xom lươn, ngoéo ếch là do bác ba Ninh chỉ cách và mách dạy kinh nghiệm. Bác Ba là người giúp việc cho gia đình tôi từ lúc bác còn nhỏ cho đến khi bác lớn khôn. Ông nội tôi cưới vợ cho bác và cấp cho vợ chồng bác 2 giồng, gần đất thánh gia đình có lăng mộ của ông cố tôi. Vợ chồng bác ba Ninh trồng khoai, tỉa bắp nuôi heo nuôi gà để sinh sống.

Mỗi khi nhà tôi có cúng giỗ, đám tiệc hay ngày Tết thì cả nhà bác tự nguyện đến dọn dẹp nhà cửa, chưng bông, phụ lo việc bếp núc. Cũng có khi cần người lao lực ba tôi chỉ hú một tiếng là có mặt bác ngay, cùng với một người bạn trang lứa của bác cũng sống bằng sự giúp đỡ của ông nội tôi. Bác ba Ninh là dân nhậu nên biết nấu những món ăn ngon như: Lươn rút xương, lươn um dừa, lươn xào lăn, ếch bằm xào xả, cháo ếch đậu xanh, nhái xào lá cách, chim, chuột quay chảo. Vì là dân nhậu nên bác thường đi kiếm mồi trong thiên nhiên bằng cách đào chuột, đuổi chim, ngoéo ếch, xom lươn, câu rê. Tôi thường theo bác trong mọi sinh hoạt thích thú đó mỗi khi bãi trường về quê.

Cây xom lươn làm bằng thanh sắt nhỏ dài độ một thước. Đầu trên tra vào cán cây cứng tròn bằng cổ tay dài một tấc, vừa đủ để nắm chặt xom sâu. Đầu dưới cây xom chẻ làm đôi, nông rộng ra độ một phân, dũa nhọn, chặt ngạnh để lươn dính vào không tuột ra được.

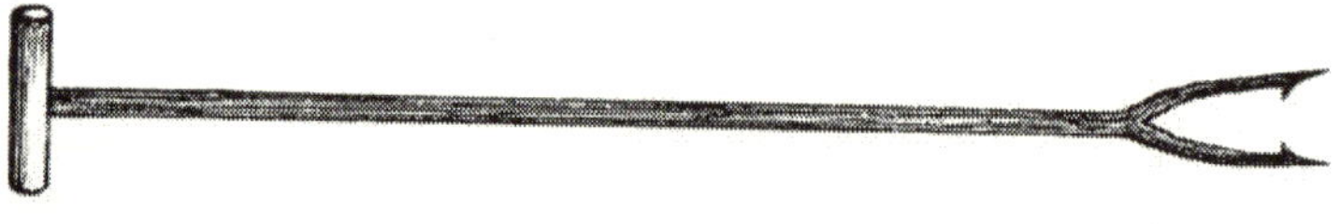

Cây xom lươn.

Buổi sáng đi sớm, lươn còn luồn trong bùn cạn, xom dễ trúng. Càng về trưa lươn càng lặn sâu tránh nắng nóng. Mỗi lần tìm được lỗ hơi thì cứ đâm thẳng cây xom xuống bùn, phải nhấn mau lút cây xôn nếu cần, có khi trúng nó, có khi không trúng, xom chung quanh một vùng chừng một thước vuông. Nếu may mắn trúng vào lưng nó thì cây xom động đậy ngay, tay cầm cây xom cứ vặn tròn nhiều vòng cuốn tròn con lươn lại làm cho nó khó vùng vẫy để thoát thân. Và cứ thế mà từ từ kéo nó lên gỡ ra bỏ vào đụt.

Cái đụt là một thứ giỏ tròn đan bằng tre, miệng ống cao có nắp đậy, có dây mang. Những ai lười không mang đụt theo thì chỉ cần một sợi dây lát xỏ vào mang xuyên qua miệng con lươn, xách theo chờ cơ hội xỏ thêm nhiều con khác nếu trúng mối. Ngày nào đi về tay không thì khỏi mất công mang đụt lè kè. Không mang theo đụt cũng có cái lợi là đi dọc đường, người quen hỏi đi đâu mình nói đi xom lươn, nhưng trên đường về nhà tay không, tránh khỏi bị người ta yêu cầu dở đụt cho xem thử có nhiều hay ít, rồi lại rủ rê nhậu nhẹt.

Sự tò mò của dân quê trong làng nó có một thứ thâm tình khó nói. Họ ngưỡng mộ nếu thấy mình xom được nhiều lươn, họ tội nghiệp nếu thấy cái đụt trống rỗng! Người xom sượng sùng, hoặc khi có nhiều lươn thì phải biếu xén hàng xóm láng giềng. Người nào ích kỷ chỉ xom vài con đủ ăn đủ nhậu ngày đó thôi. Còn những con lươn ngoài đồng thì "rộng đó" chờ ngày khác. Làng tôi có ba người nổi tiếng là tay nghề xom lươn ngoéo ếch. Bác ba Ninh, Dượng ba Thình và chú sáu Lưu, cả ba đều là dân nhậu lai rai, sống ngày qua ngày một cách thoải mái. Họ cuốc giồng trồng khoai, cày ruộng gặt lúa theo mùa, đuổi chim ngoéo ếch đào chuột theo hứng. Tôi thường dự những buổi nhậu của bác ba Ninh và bạn bè bác, những món tôi thích ăn nhất là lươn xào lăn, ếch bằm xúc bánh tráng và chim mỏ nhác quay chảo. Thiên hạ đồn rằng thịt lươn có tính cường dương, lúc nhỏ tôi ăn thường nhưng không biết nó có dương tính hay không? Tôi thuộc loại "phá mồi" nghĩa là chỉ biết ăn mà không biết nhậu. Bác Ba luôn luôn nhắc mời tôi, ăn đi con, mặc dù chỉ có một con lươn hay vài con ếch không đầy một dĩa mà tôi chĩa gần hết phân nửa. Các bác vui thấy tôi ưa thích món này hay món khác còn mấy ổng thì chỉ cần vài miếng thịt ếch, thịt lươn với trái me non, me dốt hay khế chua, nhâm nhi uống hết xị rượu này đến xị khác, có khi tôi ăn no nê về nhà mà trưa chiều trở lại còn thấy đám nhậu sần sần người tỉnh người say.

Người ta có thể bắt lươn bằng cách đặt ống trúm. Họ lấy một ống tre dài hai mắt, đầu cuối có mắt tre bít lại, phần trên chẻ ra thành nhiều cọng banh lớn ra, đương với nan tre vuốt mỏng chừa lỗ vuông nhỏ, đầu trên đậy bằng một cái hom, con lươn chun vô được mà không thể chui ra. Trong cái bộng tre đương đó người ta bỏ mồi thúi, thường là ruột gà, rắn chết sình chặt từng khúc ngắn. Đem ống trúm ghim xuống bùn trong mương hay rạch, ngày sau lấy lên có thể bắt được lươn.

Mình lươn có nhớt rất trơn, nhớt là một phương tiện tự vệ, mỗi khi bị nắm bắt, tự nhiên mình lươn tiết ra một chất nhớt trơn tru để thoát nạn. Cho nên kỹ thuật bắt lươn không phải là mò trúng nó dưới bùn rồi nắm chặt. Nắm trọn mình con lươn trong tay mười lần nó vuột ra hết tám chín lần. Người bắt lươn mỗi khi mò trúng nó thì quấu hai ngón tay trỏ và giữa, siết với ba ngón còn lại nắm chặt trong bàn tay, làm cho xương sống nó cong, sức luồn vuột của nó bị giảm thiểu tối đa nhờ bẻ cong lưng nó với mấy ngón tay. Mò bắt lươn trong mương, trong đìa tát cạn tôi có làm qua. Còn đặt ống trúm thì chưa bao giờ tôi thử.

Cuộc sống của mấy ông bợm nhậu nói trên thật thanh nhàn an phận, không ganh đua không tham vọng. Con cái trong nhà giúp cha mẹ nối nghiệp nhà nông. Hình như cuộc sống của họ bị đóng khung vào giai cấp nông dân. Họ chấp nhận như vậy. Sung túc hay đói khổ chỉ nhờ trời mưa nắng thuận mùa hay nghịch cảnh.

Lúc tôi còn nhỏ thấy họ chân lấm tay bùn thì tội nghiệp. Thấy họ vui chơi hưởng lạc với bạn bè qua ly rượu chén trà, tôi tiếc giùm cho họ. Tại sao họ không tận sức lao động tạo thêm điều kiện cho gia đình mình vươn lên. Bây giờ tuổi đời quá bát thập, vinh nhục sang giàu có nếm đủ thì tôi lại tiếc rẻ sao mình không được ông trời ban phát cho một nếp sống giản dị an nhàn như vậy? Phải chăng là vì tôi đứng núi này trông núi nọ chăng?

Thật ra sống trong xã hội nào cũng vậy, nhà quê, tỉnh thành, xứ tân tiến hay nghèo chậm tiến, nơi nào cũng có những người ham danh, tham lợi, bon chen ganh ghét, đam mê cờ bạc, rượu chè trai gái. Nơi nào cũng có người tốt kẻ xấu. Nhưng thông thường đa số người dân quê chất phác thật thà, lòng dạ cởi mở trọng nghĩa khinh tiền, nhất là người miền Nam quê hương tôi thời đại trước năm 1975.

Có những buổi trưa xom lươn về, trời nắng chang chang, thấy mấy thằng chăn trâu đồng tuổi với tôi, ngồi chễm chệ trên lưng con trâu, mấy con trâu của nó đang cúi sát đầu, mài cái miệng nó trên đám cỏ ngắn cụt còn sót ở các bờ đê. Mùi nắng khét, bùn tanh, pha mùi rơm rạ là đặc hương của mùa nắng. Chiều tối người ta đốt rơm tưới thêm nước với mục đích tạo thật nhiều khói để un cho muỗi bớt cắn trâu trong chuồng. Mùi khói đó đối với tôi có một hương thơm đặc biệt.

Tất cả những mùi thơm của lúa chín, của mạ non, mùi bùn, mùi khói ung trâu là những đặc thù của ruộng vườn quê tôi. Nó làm tôi nhớ lại cái định nghĩa cụm từ "lòng yêu nước" do Thiếu Tướng cố Tổng Thống Charles de Gaulle, người hùng đã cứu nước Pháp hai lần, viết trong quyển hồi ký "L'appel du 18 Juin" của ông. Khi ông tự hỏi lòng yêu nước là gì? Rồi ông tự trả lời: Phải chăng là mùi thơm của đồng quê, lúa mì, cây cỏ, nó khiến cho con người cảm nhận bổn phận phải bảo vệ mùi hương đó cho xứ Pháp tồn tại dù phải hi sinh tính mạng của mình. Tôi nghĩ yêu nước thương quê hương là như vậy. Nhớ nhà là cái gì? Phải chăng là nhớ đồng quê làng xã của mình, hay là đường phố với hàng cây bóng mát, với nhà lầu cao ốc xe cộ đầy đường đối với người ở tỉnh thành. Nhớ như bài hát "Saigon ơi ta đã mất người trong cuộc đời"...

Có những buổi chiều mặt trời sắp lặn từng đoàn năm ba con trâu lớn nhỏ, với người mục đồng nón lá trật sau lưng, ngâm nga một vài câu vọng cổ buồn. Hay là xa xa có tiếng sáo véo von của anh chăn trâu nào đó biết thổi sáo, giọng thăng trầm thật áo não trong cảnh chiều tà. Hoặc ai đó ngồi trên lưng trâu đang hút gió biến lần trong bóng tối của hoàng hôn. Thật là thơ mộng, tiếc rằng lớn lên tôi không còn cơ hội thưởng thức được những cảnh trời chiều đẹp buồn như vậy.

Ngoéo Ếch

Đi sâu vào mùa nắng đất ruộng cằn khô, những dấu chân trâu dẫm đầy trên ruộng, khắp đồng lồi lõm, đi chân không thì bị cấn đau vì không quen. Cũng may mà còn mấy gốc rạ, do người cắt lúa không khi nào cắt tận gốc, cho nên cứ đạp trên đó mà đi thì không bị cấn. Dân quê làng tôi, thời đó ít có ai mang giày dép, trừ khi lên tỉnh thành hay đi đám tiệc. Có người mang dép đi dự đám cưới đám giỗ, tiệc xong ra về họ lột khăn đống, cởi áo dài vắt vai, cởi dép cặp nách đi chân không, có ông còn lột cả quần dài mặc quần đùi, áo bà ba về nhà. Bộ đồ bà ba là y phục thông dụng nhất cho người lớn, nam cũng như nữ trong làng. Nông dân lao động thì mặc quần đùi áo bà ba rách vá nhiều lỗ, cho dù trong nhà của họ lúa ví đầy bồ, trong tủ có "giấy xăng bộ lư" nhét đầy "ruột ngựa". Giấy xăng là một trăm đồng bạc Đông Dương có hình bộ lư chữ đề "cent piastres" cho nên người mình gọi tiếng tây âm thành tiếng Việt, xăng là một trăm. Ruột ngựa là một thứ dây nịt may bằng vải có nhiều ngăn đựng tiền để cất dấu. Đêm ngủ cột vào lưng sợ "ăn trộm đào hầm", hay phòng khi hữu sự chạy giặc, trốn cướp thì cột vào hông mà chạy. Ăn trộm đào hầm có nghĩa là đa số nhà ở thôn quê làm bằng cây, vách ván hay vách lá. Kẻ trộm muốn vào nhà chỉ cần đào khoét đất một lỗ to sát vách, đủ rộng để cho người chui vô chui ra vào nhà lấy quần áo, lục tủ tiền.

Trở về chuyện ngoéo ếch cũng là một trong những sinh

hoạt vô cùng thích thú của thời thơ ấu mà bây giờ tôi nghĩ lại còn mơ tiếc. Đôi khi tôi ôn tất cả những thú vui của tuổi đời một thời còn non trẻ, biết rằng không khi nào tôi sống lại được những giây phút đó, nên chỉ ngầm tưởng tượng lại bằng kỷ niệm, bằng mơ mộng trong trí nhớ. Nhưng đôi khi cũng bị quấy rầy, khi bà xã hay các con kêu hỏi chuyện này chuyện khác, lôi tôi về với thực tế cuộc đời mất tất cả những hình ảnh thân thương, những bóng dáng của đồng quê trong trí nhớ.

Nắng khô loài ếch còn sống sót, lớp nhảy vào rừng hay bụi rậm, chui nằm dưới nhiều lớp lá, hay trong những hang hóc, gốc cây, chờ đêm đêm nhảy ra ăn sương hứng mát. Lớp ếch khác đào hang khi ruộng còn ướt, sâu cạn tùy theo ruộng gò, ruộng trũng. Chúng ngậm đất lấp lỗ hang từng ngụm đất sần sùi, buổi sáng sớm thấy còn ẩm ướt. Đến trưa nắng khô nhưng vẫn biết được là hang ếch vì quan sát kỹ thấy chúng lấp đất vụng về, sần sùi như dấu ráp từng ngụm đất. Lấy tay khều mạnh, bật nắp ra thấy liền một hang sâu cạn tùy ếch lớn nhỏ, tùy ruộng gò hay trũng. Ếch to thường gọi là "ếch bung". Loài ếch

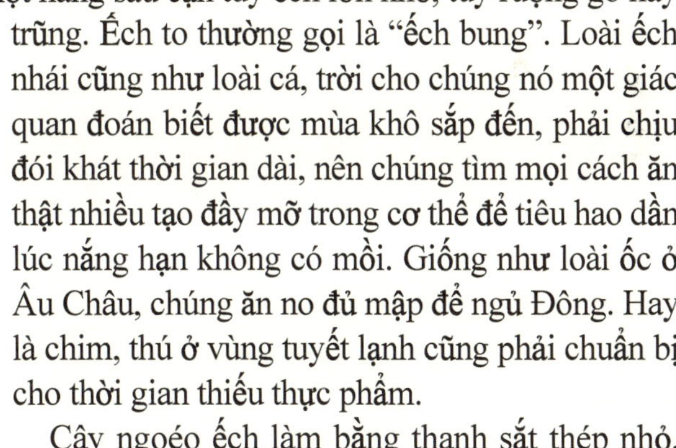

nhái cũng như loài cá, trời cho chúng nó một giác quan đoán biết được mùa khô sắp đến, phải chịu đói khát thời gian dài, nên chúng tìm mọi cách ăn thật nhiều tạo đầy mỡ trong cơ thể để tiêu hao dần lúc nắng hạn không có mồi. Giống như loài ốc ở Âu Châu, chúng ăn no đủ mập để ngủ Đông. Hay là chim, thú ở vùng tuyết lạnh cũng phải chuẩn bị cho thời gian thiếu thực phẩm.

Cây ngoéo ếch làm bằng thanh sắt thép nhỏ, thường là cây kèo của một cây dù đã rách hư. Người ta lấy cây sắt đó chặt ngạnh, dũa nhọn, uốn cong chừng hai phân. Lưỡi ngoéo được tra vào một cán cây tre dài một thước. Lúc đầu mới tập ngoéo tôi theo bác ba Ninh. Về sau tôi đi rảo

Cù ngoéo ếch.

quanh ngoài ruộng một mình, nếu gặp hang, lật nắp, thò ngoéo xuống đụng phải vật gì mềm thì biết liền có ếch. Cù ngoéo móc trúng, con ếch la to nghẹo nghẹo inh ỏi, tôi mừng rỡ kéo nó lên. Thường trúng bụng lòi phèo, đổ ra một thứ gì có tia tia màu cam, đó là mỡ ếch người ta gọi là "mùng tơi". Ếch nào có nhiều mùng tơi là ếch đó mập. Tôi gỡ bỏ ếch vào đục, còn bác ba Ninh tôi thấy bác cột dây ngang eo con ếch, cột nhiều con thành một xâu xách lòng thòng. Dù bị thương đổ ruột nhưng ếch vẫn sống lâu khó chết, bắt chúng từ trưa đến xế chiều về tới nhà mà vẫn sống nhăn.

Gặt lúa.

GẶT LÚA - ĐẬP BÔ

Người ta thường nói ruộng đất miền Nam "cò bay thẳng cánh, chó chạy ngay đuôi". Thật vậy, đường từ xã An Hóa chạy ngang xã Phú Thuận của tôi, suốt tới cửa biển Bình Đại, khoảng 40 cây số, nhìn hai bên toàn là ruộng lúa.

Đầu mùa lúa cấy xong, nhìn xa người ta thấy một màu xanh trải dài mút mắt. Ngược lại cuối mùa lúa chín, màu xanh biến thành vàng, cũng mênh mông nhưng không đồng bộ. Nhiều chỗ có rất đông người đang khom lựng, tay cắt lia lịa những bông lúa chín gom thành đống nhỏ, họ là "công cắt" cũng giống như "công cấy" lúc đầu mùa, họ là những người phụ nữ già trẻ có sức lao động dùng lưỡi hái cắt cây lúa chín trước mặt, dồn từng bó nhỏ đặt bên tay trái để cho người "đập bồ", trai tráng lực lưỡng, tay cầm sẵn một nuột dây chắc nịch, hai tay vòng qua bó lúa vừa tầm, vừa sức mình, siết bó lúa

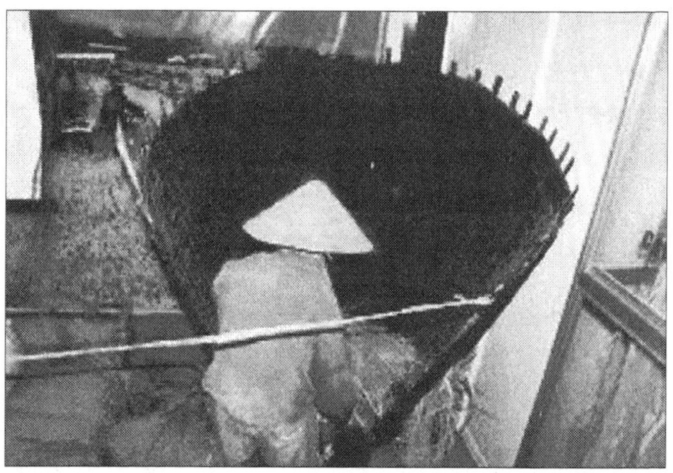

Cái bồ đập lúa.

thật chặt nhưng không cột, giơ cao lấy trớn đập mạnh xuống khung bồ, hột lúa rơi trên sàn bồ, và cứ đập như thế cho đến khi thấy bó rơm trong tay không còn hột lúa, buông ra thành những đống rơm nhỏ, rồi lại kéo bồ đến gần những bó lúa khác đã cắt đặt trên ruộng chờ đập.

Lúc tôi còn thơ ấu, 70 năm về trước, nông nghiệp chưa có cơ giới như ngày nay, nông dân canh tác ruộng đồng bằng sức lao động. Cày bừa do trâu kéo, cấy gặt bằng tay, đập bồ quạt lúa đều do con người thực hiện.

Cái bồ làm bằng một sàn ván gỗ hình chữ nhật khoảng hai thước vuông, gồm hai cây đà xuôi dài hai thước, đầu quớt (nghĩa là hơi cong) lên cao để khi kéo đi qua các bờ đê hay gặp chướng ngại vật không bị vướng mắc. Trên hai cây đà xuôi đó người ta gác ba cây ngang khoảng một thước, và đóng trên đó những tấm ván mỏng bằng phẳng để làm sàn bồ. Khung vách bao quanh sàn bồ là một khuôn tre cao khoảng hai thước để tránh khi đập hột lúa không văng ra ngoài. Khuôn tre đó được dừng bít bằng lá chầm, người ta dùng lá dừa nước kết dính bằng dây lát gọi là chầm lá, và sản phẩm đó gọi là lá chầm. Miệng bồ để

Nông dân đập lúa, còn gọi là đập bồ.

Cái quạt lúa.

trống, chỉ dừng từ dưới chân lên đến ngang hông để cho người đập có đủ khoảng cách quay múa bó lúa theo cung cách và sức lực của mính. Người ta buộc trên đầu hai cây đà xuôi một sợi dây dài để khi cần, nhân công đập lúa mang lên vai kéo đi nhẹ nhàng dời chỗ theo sát người gặt. Hoặc nếu đi đường xa người ta dùng trâu kéo. Trong cái bồ có một khung cây hình cung, người đập nhắm vào khung cây đó mà đập thật mạnh rồi lắc giũ cho lúa

Trâu kéo cộ.

rớt hột xuống sàn bồ. Thỉnh thoảng người đập ngưng tay, lấy khuôn cây ra, đưa thúng vào xúc lúa đổ vô bao, rồi bỏ bao lúa đầy nằm trên rơm chờ trâu cộ về nhà. Nếu công cắt đông thì phải có hai hoặc ba người đập bồ. Gặt đập rất nhịp nhàng cũng giống như nhổ mạ và cấy lúa. Những bao lúa nằm đầy đồng chờ người đem trâu cộ về bỏ vào quạt gió bằng cây, quạt thổi bay rác bụi, phơi nắng cho khô rồi ví lúa vào bồ. Đó là thu hoạch cả năm do mồ hôi và công sức của cả gia đình tạo được.

Cộ là một loại xe trâu không có bánh, làm bằng hai cây đà thật to dài độ ba thước, đầu cong quớt lên khá cao, trâu kéo đi không bị vướng mắc. Trên hai thân cây đà người ta đóng một dàn cây cao năm tấc, cứng chắc chịu đựng nổi vài ba chục bao lúa nặng cả tạ. Đầu cộ có dây nối liền một cây bắt dính vào ách đôi trâu. Nhà quê có hai loại xe trâu, một loại có hai bánh trâu, hay bò kéo đi trên đường khô, một loại cộ để chuyên chở trên đất ruộng chưa khô hẳn hoặc khô cứng có lỗ chân trâu lồi lõm gọi là đất nẻ.

MÓT LÚA

Sau khi gặt, đập xong, nông dân đang cộ lúa về nhà người ta thấy có những đứa trẻ, con nhà nghèo, đi lang thang giữa đồng, trời nắng chang chang, lượm mót từng bông lúa mà công gặt đã hấp tấp cắt bỏ sót lại, hoặc người đập bồ gom không trọn bó còn sót lại vài bông. Đứa trẻ nào cũng nắm đầy tay những bông lúa mót được, nếu có nhiều chúng bó lại từng chùm, bỏ vào thúng đội trên đầu thay vì bưng vác không tiện. Thấy đó cũng là thú vui, đôi khi có đứa quen trong làng tôi cũng lội theo mót từng bông lúa, mót được nhiều tôi cho đứa nào có ít nhất. Nếu chỉ có được chừng vài chục bông tôi đem về nhà cho gà ăn để xem cả bầy giành nhau, con trống tha cả bông, mỏ kêu túc…túc gọi gà mái tới giành giựt nhau. Gà vịt mà cũng biết nịnh biết dê phái yếu, thật buồn cười! Một ngày mót lúa đám trẻ có thể đội về nhà đầy thúng hay lưng chừng, tuốt ra có khi hơn nửa giạ.

Đó là nói về bông lúa bị bỏ sót, còn những hột lúa rơi rụng vì bị người gặt gom quá mạnh tay để cắt, làm cho vài hột lúa chín mùi rơi rụng, hay là người đập bồ vung cao lấy trớn, lúa rớt rụng ra ngoài, trước khi bó lúa bị đập mạnh xuống cái khung hình công trong lòng cái bồ. Những hạt lúa nầy sẽ được những bầy vịt chạy đồng mót lượm ăn hết.

Vịt chạy đồng.

Lượm Trứng Vịt Chạy Đồng

Những hột lúa rơi rớt trên ruộng sau khi gặt đập, chủ đất có thể cho "vịt chạy đồng" để thu ít tiền tùy sự thương lượng với nhau. Vịt chạy đồng có nghĩa là người chủ ruộng cho phép bầy vịt hàng ngàn con, vào ăn và sống trong ruộng đôi ba ngày, chúng lượm ăn những hột thóc rơi rớt trong lúc gặt đập, hoặc những con côn trùng trong rơm rạ.

Có những chủ ruộng không cho mót lúa để họ tự mót lấy hoặc họ cho vịt chạy đồng thu tiền nhiều hơn. Và cũng có những chủ ruộng cho dân chúng tự do mót lúa, cho vịt chạy đồng không thu tiền, đó là những chủ ruộng khá giả không cần lợi tức lặt vặt.

Bầy vịt chạy đồng thường có những con vịt mắc đẻ bất thường, đáng lẽ chúng phải đẻ trong đêm khi bị nhốt trong chuồng tạm bợ, bao quanh bằng vành rào thấp ba tấc, bện bằng cây sậy đập dập, hay đan bằng nan tre, nan trúc. Thứ chuồng tạm bợ này người chăn vịt cuộn tròn gánh theo và banh ra nhốt vịt qua đêm, mãi đến xế trưa hôm sau người ta lượm hết trứng, chất vào cần xé rồi mới thả vịt chạy khắp nơi tìm ăn lúa rơi, cào cào, châu chấu, tép mồng, ốc non, nhái con sót lại khi đất ruộng chưa khô hẳn.

Thông thường lúc nào cũng có một vài con vịt đẻ bậy giữa đồng, do đó mỗi khi tôi thấy vịt chạy đồng trên những thửa ruộng gần nhà thì sau đó thằng Tôn và tôi cũng rảo quanh những đám ruộng đó lượm được vài ba trứng mừng còn hơn câu được "cá kình". Chỉ cần đôi ba trứng đủ làm chúng tôi vui cả ngày, bàn tán, nào là trứng lấm bùn khó thấy nào là bị rạ che, nào là hôm nay không uổng công dã tràng. Rồi đến hồi bàn thảo chiên hay luộc, hoặc sẽ còn theo bầy vịt này lượm trứng nữa hay không. Không phải vì nhà thiếu món ăn mà sự kiện tìm được của rơi, một thứ "chiến lợi phẩm" do chính mình thu nhặt, nên thấy lòng khoan khoái, cũng bằng câu được cá lớn, bắn được chim to như tu hú, mõ nhác, cu cườm. Hai anh em tôi chia nhau ăn trứng luộc chấm muối tiêu, cảm thấy bùi béo ngon hơn gấp bội trứng gà trứng vịt đẻ trong nhà. Cái ngon tưởng tượng được do chạy rong ngoài đồng, do lén lút ông nội đi lượm mót của người là điều cấm kỵ nghiêm khắc.

Thú vui của tuổi trẻ rất đơn sơ, ngây thơ, giản dị, vì tính rắn mắt, nên thường tìm cái vui ngoài khuôn khổ bị gia đình gò bó. Vượt qua được những sự gò bó đó là một cảm giác vui mừng khó tả, một sự hãnh diện ngấm ngầm giấu kín, vì đã thành công mà không ai biết. Thí dụ đi chơi với chăn trâu là cấm kị, ăn cắp chùm ruột, leo trèo cây trứng cá, hái me non là bị quỳ gối hay bị đòn. Hết chuyện này đến chuyện khác, mỗi ngày đều có chuyện vui kéo dài đến hết ba tháng bãi trường mà tôi tưởng như vừa mới được nghỉ hôm nào rồi nay lại phải đi học liền! Gần ngày tựu trường lòng tôi bồi hồi, luyến tiếc những trò chơi vui lạ mà các đứa trẻ khác đồng lứa, ở thị thành không bao giờ biết và được hưởng.

Thịt chuột ở miền Tây trở thành đặc sản có mặt trong các nhà và quán nhậu giá từ 50.000-120.000 đồng/kg. Vào mùa, người dân ở miền Tây lại đổ xô rủ nhau đi săn chuột.

Chuột Đồng

Chuột đồng không giống như chuột nhà hay chuột cống trong thành phố. Chuột nhà, chuột cống ăn dơ, bẩn thỉu. Do đó mà đa số người thành thị nghe nói ăn thịt chuột là rợn da gà, rùng mình ghê tởm!

Nhưng nếu nói thịt thỏ, thịt sóc thì ai cũng hình dung được là món ăn ngon. Thật vậy, thỏ nuôi trong nhà hay thỏ rừng cũng thế. Chỗ thịt ngon nhất của nó là khúc lưng từ cuối đùi sau chạy lên tới cạnh xương sườn thứ nhất. Thỏ nấu rượu chát đỏ là món ăn tương đối ưa chuộng của người Tây Phương. Với điều kiện là phải biết nấu cho đúng "gu". Thịt con sóc rất ngọt nhất là da của nó vừa dai vừa giòn. Nhưng chỉ tiếc là nó nhỏ quá phải bắt cho được nhiều thì ăn mới thỏa thích.

Nói về con chuột đồng ở ruộng lúa, miệt Kiến Phong, Kiến Tường, Châu Đốc thì chúng nó đào hang dọc theo bờ ruộng ăn lúa từ mới trổ đồng đồng, đến lúa "ngậm sữa", nghĩa là chất bột còn lỏng trong hột, nó ăn cho đến đến lúa già, lúa chín.

Chuột mẹ, chuột lứa, chuột con gì cũng mập ú na ú nần.

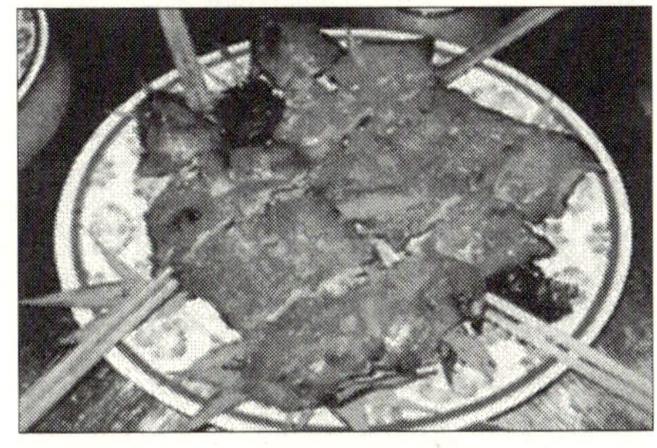

Sau mùa gặt lúa chuột rất mập có mỡ khi nướng sẽ rất thơm ngon.

Mùa khô dân quê dẫn chó đi "dậm cù" nghĩa là tới mấy đống rơm mới đập lúa xong bỏ từng đống nhỏ ngoài ruộng, tay cầm cây giá vít rơm từng cụm, chuột chạy ra đập trúng nó chết bắt bỏ giỏ, đập hụt chó rượt theo vật chết tha về. Bắt cả đụt đem về quay chảo, nấu cháo, xào là cách, kho khô ăn ngày này sang ngày khác. Chợ làng, chợ huyện, nơi nào cũng có bán chuột sống trong lồng, chuột lột da sẵn như bán thịt gà thịt heo. Ngay tại bến bắc Mỹ Thuận khách qua đường, không ít người cầm khúc bánh mì cặp trong ruột một hai con chuột quay.

Dậm cù tìm chuột thường khi người ta gặp rùa, bắt về hấp xả, nghĩa là cạo sạch bằng nước sôi, để con rùa nằm trên lớp lá xả hấp chín, hoặc bỏ cho nó nằm trên lớp muối hột trong nồi, nấu chín gọi là rang muối. Thịt rùa ăn vừa ngọt vừa béo. Người ta thích ăn gan rùa có mật đắng của nó, thiên hạ cho là thuốc bổ gan bổ mật. Trứng rùa hấp chín, tròng trắng không cứng như trứng gà trứng chim mà vẫn lỏng bỏng tưởng như còn sống, tròng đỏ ăn béo và bùi lạ kỳ, ngon hơn tròng đỏ trứng gà. Đó là nói về bắt chuột đồng.

Chuột Dừa

Tôi tham gia nhiều lần đào chuột dừa rất lý thú. Số là gia đình tôi có lập thêm hơn chục mẫu vườn dừa. Nghĩa là đào mương trên ruộng, dẫn nước sông vào và trồng cây dừa con. Những cây dừa non có một hai cành lá, xuyên qua lớp gáo cứng trong ruột của nó còn dầy đặc lớp mộng và cơm dừa có khả năng nuôi cây con lâu dài trước khi ra rễ để hút chất bổ của đất nuôi thân cây. Trước tiên là trồng chuối rồi đặt sát bên cây chuối một cây dừa con để những tàu lá chuối che mát chờ khi dừa bắt rễ. Ngoài ra trong khi dừa chưa có khả năng cho trái thì người ta có thể thu hoa lợi do chuối kết trái nhiều đợt. Mầm non của cây dừa và cơm dừa vẫn còn trong trái mới vừa ra rễ, là món ăn ưa thích của chuột vườn. Chúng làm hang ngay tại bờ dừa, cắn phá thảm hại. Chủ nhân phải luôn có sẵn cây giống để dậm vào lớp bị chuột phá.

Ông nội tôi thường bảo mấy chú giúp việc đi đào chuột để loại trừ những con vật phá hoại vườn dừa mới trồng. Đối với mọi người, ai cũng hứng thú vui mừng, mấy chú thì đào bắt vừa không mệt vừa biết chắc sẽ có một bữa ăn nhậu phủ phê bởi vì có nhiều chuột chừng nào thì ông nội thưởng cho nhiều xị rượu đế chừng nấy. Còn anh em chúng tôi thì hớn hở đi theo phụ cầm ống trúm. Ống trúm làm bằng hai lóng tre ngắn chẻ nhỏ một đầu banh ra, bện dây, căng cho thành một lỗ để chận ngách phòng con chuột có thể chui ra lỗ đó gặp cái mắt tre ở cuối đầu, con vật không thoát thân được.

Tới khu vườn, mấy chú đi tìm hang, kiếm những lỗ ngách nghĩa là nhiều cửa ra vô của nhà chuột. Có lỗ gần đó, có lỗ ăn xa ra mé mương. Các chú thay phiên nhau lom khom đào, chú khác lo chặn ngách tôi cũng hãnh diện được người lớn cho tham gia vào cái trò chơi có lợi nhiều thứ, trừ hại cho dừa, còn được ăn thịt chuột ngon lành. Kết quả lúc nào cũng đầy một đụt lớn có khi gần hai đụt.

Mấy chú không thích ăn thịt chuột lột da, họ cho rằng ăn chuột còn da mới ngon. Do đó họ đốt rơm cháy từ từ, thẩy từng con chuột vào, cháy hết lông, mấy chú gắp ra cạo rửa rồi chiên xào quay chảo, ăn ngon hơn thịt lột da.

Ăn thịt chuột ngon thật, nhưng cái thú vui đặc biệt là tôi được tham gia việc đào bắt như người lớn. Điều đó cho tôi có cảm tưởng mình không phải là đứa con nít vô dụng, mặc dù sự thật tôi vẫn là đứa trẻ con! Cứ mỗi lần đào chuột bắt chuột, xem làm thịt rùa, thịt chuột là tôi có cảm giác như mình học được một cái gì mới lạ mà các bạn đồng song của tôi ở trường Mỹ Tho, hay Sài Gòn mù tịt không hề biết đến. Mãi cho đến bây giờ nghĩ lại tôi hãy còn mơ những ngày thơ ấu đó.

Người ta còn gài chuột dừa bằng một cái bẫy nhỏ để mồi dừa khô nướng thơm, có sào cao đưa gác trên bẹ lá chờ chuột hay sóc chui vào bẫy, khi thì còn sống trong cái ống tre, khi thì bể đầu chết. Trên những đọt dừa thường có ổ chuột, ổ sóc, chúng khoét lỗ trái dừa để uống nước và ăn cơm dừa. Những trái dừa chuột khoét rụng xuống người ta lượm phơi khô bửa ra làm củi đốt, nó là một trong những lợi ích từ thân cây dừa. Lá dừa khô dùng làm bồi mồi lửa, làm đuốc soi đường ban đêm của dân làng, tàu dừa khô, vỏ dừa khô làm củi chụm khi nấu nướng. Thân cây làm cột nhà và đủ thứ dụng cụ làm bằng cây dừa. Điều đáng lưu ý là tế bào cây dừa có đầu nhọn nếu bào gọt không kỹ thì người dùng có khi bị “dằm đâm xóc vào tay” nghĩa là một tế bào của thân cây lú ra đâm vào tay làm đau nhức.

Bắt Cá Cạn

Loài cá đồng cảm nhận được mùa khô sắp đến nên cá lóc, cá rô, cá trê đua nhau bỏ ruộng hướng về sông, rạch hay ao đìa mà lội, lóc, nhảy, tìm đường sống. Đìa là những ao lớn thật sâu nằm giữa ruộng, người ta vét đìa đắp đất cao hai bên bờ chừa hai đầu trống không đắp đất để đường cho cá xuống đìa vào mùa khô. Người ta còn đốn những nhánh cây bỏ xuống đầy khắp để cản trở kẻ gian câu cá trong đìa của mình.

Giác quan thứ sáu của những con cá đồng chỉ đường cho chúng đi một cách thật kỳ lạ. Giống như loài cá hồi (salmon) mỗi năm tới mùa đẻ trứng, từng bầy đen nghẹt bỏ biển vào sông, theo suối, vượt đèo trở về nguồn gốc nơi chúng mới sinh ra để nhả trứng nối dòng.

Cá đồng thì biết mùa khô sắp đến nên chúng tìm đường hướng về sông rạch hay nơi nào có nước như đìa, mương. Do đó người ta mới làm hầm đón ngả đi của chúng mà bắt, hoặc có những con di chuyển không kịp kẹt lại nằm trên những vũng nước nhỏ sắp khô, người ta lén chui vào ruộng lúa chín tìm bắt chúng gọi là "bắt cá cạn". Sở dĩ phải lén lút vì đó là điều cấm kị bởi vì có thể làm hư hại những cây lúa có bông nặng chĩu chín vàng. Các chủ ruộng luôn dòm ngó kiểm soát, sợ trâu ăn lúa dựa bờ, sợ có người tướt bông lúa nuôi gà và đại kị là có người chui vào đó mà bắt cá cạn. Nếu chủ ruộng bắt gặp thì không tránh khỏi một cơn thịnh nộ, đôi co, mắng vốn gây mích lòng lớn chuyện.

Nhánh sông Cửu Long chảy ngang làng tôi thẳng ra cửa Đại, nhập vào biển Đông. Cập sát bờ sông, rộng chừng một cây số bề ngang, chạy dài qua nhiều làng xã ra tới cửa biển là những vườn dừa dầy đặc với mương rạch dẫn nước nuôi cây. Sống trong môi trường đó con cá nó biết hướng nào có nước phải tìm về. Tất cả sẽ di tản bằng mọi cách từ thửa ruộng này sang thửa ruộng khác dẫn ra sông qua các mương rạch của vườn dừa nằm sát mí ruộng. Những con nào lóc không kịp, nhảy chưa tới mương, hay không chui được vào đìa thì đành chịu trận nằm phơi bụng trong những vũng nước cạn còn sót lại trong các thửa ruộng lúa chín vàng chờ những thợ gặt bắt sống hoặc chết khô hay đã sình thúi.

Thời điểm đó tôi thường chui vào đám lúa sau nhà của ông sáu Mọi để bắt cá cạn. Em tôi và tôi lợi dụng cái thế con cháu của chủ điền nên các chú bác tá điền nể nang không làm khó dễ. Điều đó còn có thể giúp họ mượn cớ để xin ông nội tôi giảm bớt địa tô vì thất mùa và cũng vì chúng tôi phá phách. Ông nội tôi luôn luôn chế giảm rất nhiều để chuộc cái lỗi của con cháu ông đã phá làng phá xóm. Vả lại trong làng gần như tất cả đều xem nhau như là bà con xa gần dù không có chút liên hệ máu mủ gì cả. Từ thời ông cố tôi đến ông nội, năm nào cũng châm chế cho nhiều người, bởi vì các ông cũng từng là những nhà nông nghèo khổ lúc thiếu thời nên dễ thông cảm, trừ những năm mưa thuận gió hòa lúa phơi đầy sân thì không ai xin xỏ, ông nội tôi cũng không cần châm chế. Trái lại ông rất vui mừng thấy em cháu, nhà nào cũng khá giả hơn. Phần chúng tôi thì cứ ỷ lại làm bừa, mỗi khi thấy ruộng lúa cạn nước sắp khô dần, thằng Tôn và tôi chui vào nằm đại trên đất bùn dẻo nhẹo, trườn lết từ từ kiếm những vũng nước nhỏ còn đọng lại, một vài con cá lóc nhỏ nằm phơi, cựa quậy khó khăn, cử động không được như bình thường vì ít nước, có con nằm ngay đơ phùng mang ngáp thở. Cứ tự nhiên bắt nó xỏ xâu từ cái mang xuyên qua cái miệng rồi kéo đi tìm vũng khác. Có khi tôi chơi nghịch ngợm bắt cá lóc lận vào lưng quần đôi ba con. Cá trê, cá rô anh em tôi không bắt, bởi vì đã lén chui vào thì làm sao dám mang theo đụt hay giỏ. Những con cá lóc không có kỳ, có ngạnh nên chúng tôi bắt xỏ xâu dễ dàng hay lận vào lưng quần không bị đâm. Chúng tôi quần đã thì chui ra. Về nhà tắm rửa xong, xỏ lụi hai ba con đem nướng ăn liền, ngon hơn các món ăn trong nhà có đủ mùi gia vị. Mùi những con cá nầy ngon hơn là do mùi "lén lút" mùi "gan lì" không sợ bị rầy la hay thậm chí bị đòn.

LÀM HẦM BẮT CÁ

Thời điểm cá tìm đường ra sông, anh Năm và tôi say mê việc làm hầm bắt cá. Muốn làm hầm phải quan sát và nghiên cứu con đường nước nào thuận tiện, ruộng lúa nào có nước sâu nằm gần các "ruộng gò" cao hơn. Ngoài việc đi quan sát còn phải hỏi thăm mấy chú bác trong làng đã từng làm hầm bắt cá mỗi năm lúc mùa khô bắt đầu.

Con cá rô di chuyển bằng cách nằm nghiêng, giương cái mang ra tạm cắm xuống đất hất mình tới, hoặc dựa trên cỏ mà lắc đi dù chậm nhưng chỗ nào cũng đi tới được. Còn cá trê thì dùng hai cái ngạnh bên trái và bên phải của nó tạm ghim vào đất hay cỏ mà lắc qua lắc lại, cong mình lấy cái đuôi đẩy mạnh đi đâu cũng tới. Chỉ có cá lóc là phải cong mình chỏi nước, chỏi đất mà phóng, đụng cây thì rớt lại tìm đường khác. Điều không may cho giống cá này là những bờ đê ngăn ruộng thường mọc cây lức cao thấp tùy nơi. Nhưng trời cũng cho chúng nó sức mạnh chỏi đuôi phóng khá cao. Cá di chuyển vào đêm lúc chạng vạng tối.

Xế chiều là anh em tôi vác tàu lá dừa, mang nớp, xách đụt. Cái nớp là hai lớp đệm đan bằng dây lát, lớp dưới dùng như chiếu trải trên cỏ hay trên đất để nằm, lớp trên đan dính liền nhau dùng như chiếu đắp che sương, đầu và đuôi cái nớp kết dính nhau chừa một bên hông trống để người chui vào và mí nớp có một lớp độ hai tấc xếp vào trong để sau khi chui vào người ta nằm đè lên mí xếp đó cho muỗi mòng trùn dế không vào được, nớp đôi là để hai người dùng, nớp chiếc dùng cho một người. Chúng tôi làm hầm sớm để kịp hoàn tất trước khi trời tối.

Tới nơi mà chúng tôi đã chọn trước, hai đứa lội xuống móc đất đắp bờ làm hầm gần chỗ nước sâu của thửa ruộng, nơi loài cá sẽ tập trung để bò, phóng, qua ruộng khác. Chúng tôi đắp bùn làm thành một cái hầm bề dài độ 3 thước, bề ngang 1 thước, sâu 5 tấc. Đắp xong tát nước cạn, lấy bùn tô láng miệng hầm, đắp cho miệng hầm lài xuống mí nước. Sau đó cắm những tàu lá dừa phía sát bờ ruộng lưa thưa đủ để chận cá lóc phóng nhảy trúng vách lá rớt xuống hầm.

Xong việc chúng tôi trải nớp nằm trên bờ ruộng chờ tối trời, cá bắt đầu di chuyển. Đèn chong để sẵn trong lồng đèn nhưng không đốt sáng vì muốn tránh làm cho cá sợ. Khoảng một hai giờ sau khi mặt trời lặn cá bắt đầu di chuyển. Chúng tôi ngồi im cách xa đó vài ba thước, nói chuyện rù rì nhỏ to chờ nghe những tiếng "sạch" như ai chọi vật gì vào các tàu lá. Chúng tôi đếm 1 rồi khều nhau đắc ý. Sạch 2, sạch 3 cứ đếm như vậy đến năm thì bật quẹt đốt đèn tới hầm bắt cá. Những con cá lóc nằm cựa quậy trong hầm cùng với nhiều cá rô và cá trê đã dương mang dương ngạnh mượn bùn lắc lư trèo lên miệng hầm và rớt xuống lỗ.

Cái thú vị làm cho say mê là những tiếng "xạch" lớn hay nhỏ mình có thể đoán được trọng lượng của con cá. Có khi mới đếm được 3 tiếng xạch, mà lòng nôn nóng, đứa này khều đứa kia muốn bật đèn đi bắt cá rồi. Nếu những tiếng "xạch" đó nối tiếp gần nhau thì chần chờ không nên vội vàng bắt sớm để tránh làm động những con cá gần đó vì sợ hãi phải đi tìm đường khác. Có khi tham lam chờ đợi thì cũng có lúc nghe tiếng "chủm" nghĩa là con cá nào đó phóng ngược ra ngoài ruộng nước, cũng có khi mình đếm mười mà chỉ bắt được 7 hay 8 là vì có con lọt vào hầm rồi mà còn tìm cách phóng đi trúng vách lá lần thứ hai, thứ ba làm mình đoán sai. Cá rô cá trê thì đa số chỉ nằm chờ đó bởi vì dù có tìm cách lắc lư gì thì vách lá đứng thân hình nó nặng đành phải rớt xuống hầm nằm chờ chúng tôi bắt về kho tộ hay nấu canh chua!

Càng về khuya càng ít cá, cho đến khi gần sáng lại có một đợt lai rai nhưng không bằng đêm tối mới bắt đầu. Cái khổ của thân tôi là chui vô nớp anh Năm lúc nào cũng giành nằm ngoài. Tôi phải nằm trong, bít miệng nớp lại ngột ngạt khó thở tôi đành phải dùng ngón tay xỏ lủng một lỗ khá lớn để thở, nhưng có khi muỗi chui vào anh Năm cằn nhằn chửi đổng.

Muỗi hay cá, cũng giống như loài người, ăn uống có giờ giấc. Đầu hôm muỗi vo ve châm chích liên miên rồi lại bớt đi từ khoảng 10 giờ chúng nó chờ đến gần sáng lại đi kiếm mồi cũng như cá chỉ tìm mồi vào lúc chạng vạng tối và khi gần sáng. Đó là lệ thường nhưng cũng có những con lai rai tìm mồi giữa đêm khuya.

Tát Đìa

Trong bài viết về bắt cá cạn tôi đã tả sơ cái đìa là một ao lớn thật sâu nằm giữa đồng ruộng, hai bên bờ trồng cây che mát, hai đầu để trống gọi là miệng đìa, người ta vét đất lài từ mí ruộng xuống ao sâu để cho cá dễ xuống đìa vào mùa khô. Gia đình tôi có ba cái đìa: Đìa Sen dù không có cây sen nào nhưng vẫn gọi là Đìa Sen, Đìa Lá gần vườn dừa có đầy những mương dẫn ra rạch chảy ra sông Cửu Long. Chung quanh bờ đìa mọc đầy cây dừa nước gọi là Đìa Lá. Đìa Bầu có cây trâm bầu to lớn mọc quanh bờ. Đìa nhiều cá nhất là Đìa Sen nằm giữa ruộng sâu mênh mông, mùa khô cá rút về ao to đúng là nơi trú ẩn lý tưởng trong mùa khô.

Mỗi năm khoảng tháng chạp khi gió có mùi hương của rơm rạ ẩm ướt, mùi đồng lúa mới gặt xong, nhà tôi gọi đó là gió Tết; là thời gian phải chuẩn bị tát đìa vì cũng là lúc dân làng rảnh việc nên dễ huy động những tay lực lưỡng tham gia tát nước. Trước khi tát đìa phải chuẩn bị nhiều việc:

1- Dọn sẵn chừng 20 cái mái lớn chứa đầy nước để rộng cá.

2- Kiểm soát lại những giỏ có bề sâu dùng đựng cá, hoặc để gánh đi đường xa. Dây quay phải thật chắc, thường làm bằng lạt dừa.

3- Di chuyển cá từ Đìa Sen về đến nhà tôi khá xa. Người nhà chuẩn bị sẵn một đôi trâu kéo “cộ”. Trên sàn cộ có lót lá chầm và bốn bên giừng lá cao độ một thước. Cộ là một loại xe bằng cây thấp, cao hơn mặt đất chừng 5 tấc. Bề ngang một

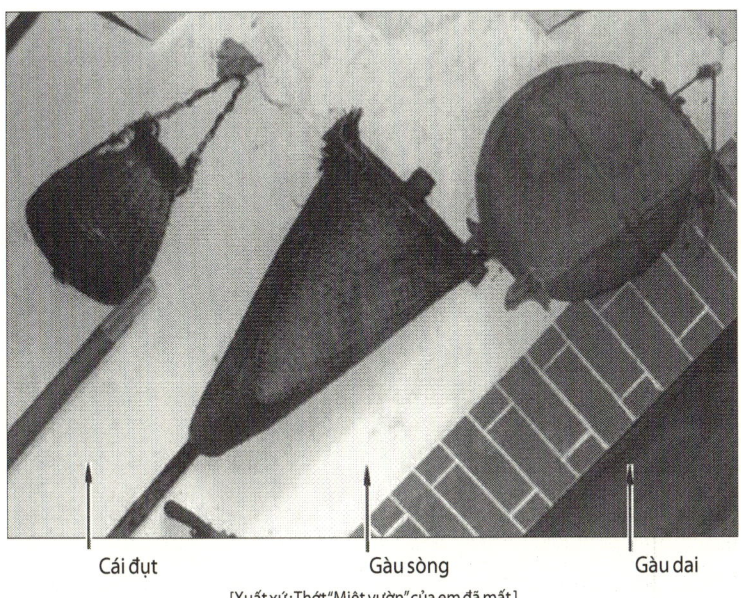

Cái đụt　　　Gàu sòng　　　Gàu dai

[Xuất xứ: Thớt "Miệt vườn" của em đã mất]

thước rưỡi hoặc hai thước, dài ba thước. Bánh xe được thay thế bằng hai cây đà dọc thật to, đầu cong quớt cao để lướt qua những bờ đê ruộng hoặc chướng ngại vật khác. Người ta thường dùng cộ để kéo lúa, cộ rơm từ ruộng về nhà. Trâu kéo cộ đi trên ruộng đất khô nẻ, lồi lõm, hoặc trên đất còn ẩm ướt khi mới gặt lúa xong. Nhân công tát nước có ít nhất từ 16 đến 20 người.

4- Năm nào cũng vậy chú tư Phiến được ông nội tôi giao trách nhiệm tổ chức tát Đìa Sen. Chú tìm sẵn hai "gàu dai", phòng khi một bị hư. Gàu dai làm bằng nan tre đan thật khít, sơn bít bằng dầu hắc hay dầu chai. Múc nước vào không chảy. Đầu trên miệng lớn, tròn bằng miệng cái thúng nửa giạ đường kính chừng 4 tấc , dài sáu bảy tấc, đít gàu tóp nhỏ dần cuối đáy chỉ còn chừng 2 tấc. Miệng gàu kết một cây ngang thật cứng chắc, đít gàu cũng vậy. Người ta cột vào hai đầu cây nẹp đứng trên miệng và dưới đáy mỗi bên hai sợi dây dài bện bằng lạt dừa thật rắn chắc, hoặc dây luột xe đánh bằng xơ của vỏ dừa. Dù chắc mấy cũng phải có dây phòng hờ khi bị đứt. Bốn đầu dây cột cứng vào một khúc cây ngắn chừng một tấc dùng làm tay cầm. (xem hình gàu dai)

5- Dọn chỗ ngồi trên bờ ao thật trống trải thoải mái cho những cặp "tát sòng" rộng đường xoay trở và có chỗ để họ trải nóp ngủ đêm.

6- Vét một cái giếng cạn có nước vừa đủ để dội rửa cá cho hết bùn khi gánh đi hay cộ về.

7- Nhân công bắt cặp, tay đôi. Khi tát hai người ngồi xa nhau, một tay cầm dây cột miệng trên của gàu, tay kia cầm dây cột đít dưới của gàu. Hai người cầm dây căng thẳng cái gàu, dùng tay hạ gàu xuống chạm nước xúc đầy, kéo lên đưa gàu ra khỏi miệng ao, hai tay căng thẳng dở hỏng đít gào đổ nước ra hết, rồi cứ như thế mà múc đổ hàng trăm hàng ngàn gàu nước. Mỗi cặp tát sòng phải hành động nhịp nhàng ăn ý với nhau. Năm nào cũng vậy họ quen biết từ lâu, tự họ tìm người hợp ý hợp tình với mình để bắt cặp tát sòng. Cặp này tát mệt, thay tay đổi cặp khác, họ thay phiên nhau tát từ chạng vạng tối cho tới sáng mặt trời vừa ló dạng thì đìa phải cạn nước. Việc bắt cá và cộ về nhà không thể để nắng trưa làm chết cá. Do đó trước khi tát, người thân tín của gia đình tôi là bác ba Ninh và bác ba Cử phải tới nơi ước lượng chừng bao nhiêu cặp tát nước và thời gian bao lâu mới cạn đìa lúc mặt trời vừa mọc, tùy theo năm đó có ít hay nhiều nước. Có khi phải khởi sự tát lúc xế chiều thì mới kịp bắt cá lúc sáng sớm. Sau này người ta dùng máy bơm nước, tiện lợi hơn nhưng mất cái đặc thù của thôn quê Miền Nam lúc tôi còn thơ ấu.

Mỗi khi tát đìa ông nội tôi bịt khăn đầu kiểu mấy ông nhà quê, tay cầm cây gậy mây tới xem thật sớm. Chúng tôi cũng kéo theo hết cả bọn vì không thể bỏ qua cơ hội rất hứng thú mỗi năm chỉ thưởng thức được ba lần tát đìa. Chỉ khi nào tát

Gàu sòng tát nước.

Đìa Sen nhà tôi mới chuẩn bị kỹ càng như vậy, chớ Đìa Bầu hay Đìa Lá thì cần ít người tát, cá cũng không nhiều, gánh chừng chục gánh là hết, không cần đến cộ. Đìa Lá còn ít hơn nữa, gần sát vườn dừa mương rạch bên cạnh, cá di chuyển ra sông dễ dàng.

Sự sung sướng của ông nội tôi lúc tuổi già là nói chuyện khào với nhân công đang tát, nhắc chuyện năm ngoái năm xưa, kể lại kỷ niệm ngày ông còn trẻ. Hoặc thúc hối họ lẹ tay chuyển gàu nếu thấy còn nước nhiều hay là khen thưởng vì thấy nước đã cạn và một hai người xách giỏ lội xuống bắt những con cá lớn trước. Họ có nhiệm vụ gánh về mau bỏ vào lu mái đầy nước rộng cho chúng sống lâu. Cá lóc thật to bằng bắp chuối, bắp vế thông thường ông nội tôi không cho phép giết ăn, ông buộc phải rộng chúng nó sống chờ đến mùa mưa sẽ thả lại trong đìa cho nó tiếp tục sinh sản.

Nguyên tắc là phải bắt cá lớn trước nhưng trên đường rượt

theo cá lớn nếu có cá nhỏ hơn thì cũng cho vào giỏ luôn. Đứng trên bờ thấy cá lớn chạy lướt trên bùn rẻ sống, thiên hạ la ó chỉ chỏ, lớn họng nhất là anh em chúng tôi, các chú dưới đìa hô to, coi kìa, coi kìa, xe hơi chạy dưới nước đó! Cả đám cười vang dậy trong đó có đám đông dân nghèo kéo tới "bắt hôi", nghĩa là bắt mót những con cá đã chui vô bùn, hoặc cá con lúc chúc, mà nhóm người làm công bỏ qua. Nhân công bắt cá dàn hàng ngang và từ từ bắt, được nhiều cá họ xách giỏ, ra miệng giếng xối nước rửa bùn, đổ vào cộ. Khi cộ có nhiều cá, ông nội ra lệnh cộ về nhà ngay. Tại nhà đã chực sẵn một nhóm các bà hàng xóm, họ bắt cá lóc, cá trê, cá rô to bỏ vào lu rộng chờ ngày Tết, đám giỗ hay giết ăn hàng ngày. Còn cá nhỏ để thành đống, chết sẽ làm mắm liền trong ngày. Năm nào trúng mùa cá nhiều phải cộ gần chục cộ. Cá nhỏ đổ từng đống theo loại, nhìn thấy tôi phát ớn luôn.

Trong lúc bắt cá mạnh ai nấy la ó, phê bình, phát biểu. Nào là cá nhiều quá, nào là cá rô ít, năm nay trúng mùa, năm ngoái ít cá. Người này khen người kia bắt giỏi, hay tiếng kêu phải chờ nhau để theo cho kịp hàng. Lâu lâu có tiếng kêu trời, ui da, hay chửi cha chửi mẹ con cá trê đâm nhức quá. Có người bất cẩn bị đau nhức quá chịu không nổi phải ra về, người khác thay thế. Mấy chú tát xong nhào xuống bắt cá ít lắm cũng phải sáu bảy người.

Bắt qua một lượt bắt lại một lượt rồi bắt sơ sơ, ông nội ra lệnh thôi bắt để cho "con hôi" tràn xuống mạnh ai nấy bắt. Thông thường họ bắt cá nhỏ, ai cũng có bởi vì những con chui xuống bùn, lâu nó ngợp phải trồi lên thở là bị chụp liền. Khắp nơi dưới mặt đìa đều có người. Đôi khi có người đạp trúng cá lóc thật to bắt được nó là người nhà tôi yêu cầu đổi lấy con cá đó bằng một đụt đầy cá nhỏ họ mừng rỡ vô cùng. Do đó tôi thường nghe tiếng van vái, "ông ngay ông địa làm ơn cho tôi mò trúng một con thật bự đổi lấy đụt cá, về nhà tôi sẽ cúng ông một nải chuối". Những tiếng cầu xin ông Địa vui rộn rã, thật buồn cười mà cũng thật tội nghiệp.

Có những đứa bé gái nhỏ cũng xách đụt bắt hôi nhưng mò không lại người ta chỉ có vài ba con cá sặc nhỏ mặt buồn hiu, anh Năm và tôi gọi nó cho thật nhiều cá, mặt nó sáng rỡ miệng cười toe toét. Con nít nhà quê không biết nói tiếng cám ơn. Phải nhìn cặp mắt và gương mặt của nó mới cảm thông được sự cảm động ngây thơ của nó đáng thương vô cùng. Nhiều đứa thấy vậy phân bì cười đùa nói "phải biết trước hồi nãy tao không thèm bắt chờ mấy cậu cho còn nhiều hơn tao bắt nữa".

Ngoài cái vui và khoan khoái nhìn thấy cá, chúng tôi cũng lội bắt nhưng chỉ tìm cá lóc hay cá rô chớ không dám đụng tới cá trê. Bắt cá là một thú vui khá đặc biệt khi túm được nó giãy giụa trong tay, mình có cảm giác khoái lạc lạ thường.

Mỗi lần đi xem tát đìa là chúng tôi lận theo một gói muối ớt và vài chục cây tre vót nhọn chừng bảy tấc. Lội bùn phá đám, bắt cá, chạy rong, xem đầu này hỏi đầu kia, tới khoảng 10 giờ là khởi sự đói rồi. Chúng tôi bắt những con cá lóc bằng cườm tay thọc cây vào miệng xóc tới đuôi, rửa sơ, cắm ngược đầu xuống đất, rải lên một lớp rơm dầy, xẹt diêm đốt rơm cháy tàn là cá chín, như vậy gọi là "nướng trui". Tay cầm con cá tay cầm nắm rơm bẻ cong lại cạo sạch vẩy cháy đen. Cá còn nóng hổi gỡ từng miếng chấm muối ớt ăn ngon lạ kỳ. Cá ngon vị ngọt còn thêm cái ngon vì khoái chí được phép chui xuống đìa dọc bùn tung tăng tập bắt cá như mọi người. Chúng tôi ăn cá nướng trui đến no mới thôi, ruột cá vừa béo vừa ngon thật khó tìm nơi nào có được món ăn như vậy. Đôi khi hết cây nọc xóc cá chúng tôi thả đại chúng nó trên đống rơm, đốt tàn lửa lôi ra ăn cũng ngon như thường. Cá tươi mềm mụp còn ướt nước ngọt, không khô và lạt như cá nướng do các quán ăn ở chợ Cầu Ông Lãnh hay nơi khác bán cho khách hàng.

Cây dừa nước. Bập dừa nước chẻ phơi khô làm dây.
(Bập dừa là đoạn dưới của tàu lá, chừng 1 thước)

Làm Mắm Đồng

Tát đìa bắt được nhiều cá, một số cá thật to được rộng nuôi sống trong lu nước chờ mùa mưa sẽ được phóng sinh để tiếp tục sản xuất. Nuôi trong lu mái như vậy không cần phải cho ăn, con cá ốm đi nhưng vẫn sống ba bốn tháng chờ cơn mưa đầu mùa, đìa ngập nước là chúng được tự do bơi lội tìm mồi.

Còn lại hàng đống cá lớn, cá nhỏ đã chết hoặc còn sống mà không đủ lu mái để rộng chờ ngày Tết, ngày giỗ hay giết ăn hàng ngày. Lúc thiếu thời, sau khi xem tát đìa trở về tắm rửa xong tôi đeo theo bà nội xem bà chỉ huy làm mắm hay xẻ cá phơi khô. Bà ngồi trên bộ ván gõ vừa ngoáy trầu vừa lệnh lạc cho nhóm trai gái giúp việc trong nhà, cộng thêm bà con hay láng giềng đang chuẩn bị cá để làm mắm. Việc đầu tiên là tất cả xúm vô lựa cá chia từng loại: cá lóc, cá trê, cá rô, cá sặc, đổ thành đống riêng biệt.

Hai chú đàn ông phải đi ra tận vườn dừa đốn mấy chục tàu lá dừa nước, chặt ngọn chừa đủ dài bằng chiều cao của một người đứng xổng lưng. Sau đó róc bỏ phân nửa lá phần dưới thân cây, kế tiếp chặt ngắn chòm lá còn lại chừa khoảng ba tấc cách thân cây. Mấy chú ở nhà vác hai cái thạp da bò cao lớn bỏ cá vào hơn nửa lu, đổ nước lúp xúp trên mặt cá.

Ba chú đứng chung quanh lu, mỗi người cầm một tàu dừa nước còn lá ở đầu cây xọc lên xọc xuống trong cái lu đầy cá. Ba người cứ thế mà xọc lên xọc xuống, vẩy cá từ từ tróc hết, đến khi nào nhìn tất cả mình con cá trắng da, nghĩa là vẩy bị tróc ra hết, nhớt đã sạch, thì mới ngưng tay. Làm trắng vẩy một lu cá như vậy phải ngưng tay thay nước một hai lần và phải thay tàu lá dừa nước nhiều lần.

Nhìn cá tương đối sạch vẩy thì mấy chú đổ ra. Bà nội đã phân công cho năm ba cô ngồi trước dao thớt chờ cá đổ ra là chặt đầu đuôi, mổ bụng đem ra bờ giếng, kéo nước rửa sạch, đưa vào chờ bà nội tự tay muối cá bằng muối hột và bỏ vào thạp. Dân quê thường gọi là mái vú, bởi vì chung quanh miệng mái có hai cục đất lớn hơn ngón chân cái do người thợ sản xuất bóp dẹp gắn vào mặt ngoài. Hai cái nút đó giống như hai núm vú cho nên gọi là mái vú. Thân mái rộng bùng binh, miệng mái hơi túm lại, có khả năng chứa hàng trăm lít nước.

Sở dĩ bà nội tôi đích thân muối cá vì bà cho rằng những

người giúp việc không biết dùng lượng muối như thế nào cho vừa đủ mặn để thấm vào da thịt con cá và để cho thịt cá biến thành trạng thái mắm, nghĩa là không bị sình thúi vì thiếu muối nên vi trùng sinh sản làm cho cá hư thúi. Hay là con mắm bị cứng thịt do muối nhiều làm cho quá trình biến chất thịt cá khó khăn nên con mắm giống cá muối hơn là cá mắm.

Bỏ cá vào lu, mấy chú phải xếp ngay hàng, đều đặn, nhận thật cứng, từng lớp một. Khi cá sắp lên tới miệng còn độ hai tấc thì mấy chú cắt những mo cau khô đậy thật kín một lớp trên mặt cá và lấy những thanh tre bằng hai ba ngón tay, chuốt dẹp, gài cứng cong ngang qua miệng mái túm rụm. Thường mấy chú phải dùng ba hay bốn vòng cung làm cho mặt mo cau đậy trên lớp cá thật sát thật cứng. Sau đó nấu nước muối đổ lên mặt, cao chừng một tấc. Như vậy coi như xong. Thông thường phải chờ gần cả năm thì con mắm mới ngon. Dấu hiệu mắm ngon và có thể tháo giở ra ăn được khi nào thấy trên mặt nước muối khởi sự có dòi lội lêu bêu nghĩa là lúc đó cá đã thành mắm cho nên nước cá đã thấm qua mo cau lên tới nước muối mới có ruồi đậu sinh ra dòi.

Nếu muối ít không đủ mặn, người ta thấy có mùi hôi thúi phải giở ra ngay, muối lại, gài vào lu nhưng đợt mắm đó sẽ không ngon. Nếu cá đã quá hư thì đành phải đổ bỏ hết. Theo kinh nghiệm bà tôi nói, gài mắm để quá lâu ngày mà không thấy thạp mắm chuyển mùi hay có dòi thì biết thạp mắm đó cũng không ngon. Bởi vì muối cá quá mặn.

Đúng kỳ giở mắm, người ta rang gạo vàng, xay nhỏ, rắc ít nhiều vào thân con mắm gọi là thính mắm, rồi gài trở lại với mục đích làm cho con mắm thơm tho hơn. Còn lại những đống cá trê, cá rô, hay cá sặc nhỏ con thì quá trình biến chế thành mắm cũng theo một thể thức như đã nói trên. Đó là phương pháp làm mắm của bà nội tôi mà cả làng ai cũng học và cũng khen mắm ngon.

Cây bần sống dựa mé sông."Thuỷ liễu".

BẦN CHUA VÀ MẮM SỐNG

Sau lớp "đồng ấu" ở trường làng Phú Thuận tôi phải lên trường quận An Hóa, ở trọ nhà ông Đốc Tiến gần mé sông Ba Lai. Mé sau nhà ông Tiến có một đám bần rậm kéo dài theo mé sông. Đêm đêm có những bầy đom đóm chớp chớp, sáng xanh, chúng bu đặc chung quanh những cây bần đó. Mấy anh lớn, nhứt là anh hai Danh con trai ông Đốc, ảnh nhát mấy đứa con gái, nói đó là hồn ma bu lại với nhau nói chuyện cười giỡn. Chị nào cũng sợ quýnh quáng, riêng tôi ban đêm không dám ra ngoài đi tiểu tiện, phải hẹn hò khều quẹt một đứa bạn cùng đi. Hồi đó tôi có nếm qua những trái bần mà anh hai Danh chê không ăn, nó chát ngầm, hoặc chua lét.

Về sau lên học trường ở Sài Gòn, năm đó bãi trường chúng

Trái bần non.

tôi vừa mới về nhà, ngày hôm sau cô Bảy nhờ chú sáu Lưu ra nhà bà tư xin mấy trái đừa khô về nạo, vắt lấy nước cốt để nấu chè khoai môn. Chú Sáu vọt miệng nói, sẵn dịp cô Bảy đãi tụi bây chè khoai, tao sẽ đãi tụi bây món nầy ở Sài Gòn không bao giờ có. Tao sẽ ra mé vườn bà Tư hái ít trái bần dốt đem về cho tụi bây ăn với mắm sặt, ngon không gì bằng. Người lớn ăn thì có rượu đế đưa hơi, còn tụi bây ăn bần mắm sống không thôi vẫn thấy ngon, còn chêm thêm một miếng cơm nguội nữa thì càng đậm đà thấm thía. Lần nầy về quê tụi bây phải ăn món lạ để lên Saigon tán dóc coi có thằng nào cùng cảnh ngộ với mình không.

Thật ra tôi vẫn có ăn qua bần non, chát ngắt, bần già chua lét, bần dốt gần chín cũng chua lè, lâu lắm lượm được trái bần chín ăn mềm hơi ngọt mà rất ít khi tóm được bần chín vì chỉ tắm mương chớ đâu dám tắm sông mà lượm được thứ đó chín rụng từ trên cây. Thằng Đến ở gần mé sông nó hái được bần chín, nhưng mỗi lần gặp nhau nó đòi phải đổi bánh men, bánh gai nó mới cho ăn bần chín. Khổ nỗi bánh đâu phải lúc nào cũng có trong túi, cho nên năm khi mười hoạ mới được ăn bần chín một lần.

Bần chua, bần dốt.

Bần chua và mắm sống.

Chú Sáu mang hai cặp dừa khô cột chùm bằng chính những sợi dây tước từ sớ khô của nó, kèm theo một rổ bần chua, bần dốt. Ở nhà cô Bảy đã xé sẵn những miếng thịt của mắm sặc đựng trong tô. Thứ gì thì trong nhà tôi không có chớ mắm sặc, mắm lúc nào muốn ăn là có liền, bởi vì mỗi năm tát đìa bà nội làm mắm, có dư thừa để ăn và cho bà con lối xóm.

Cô bảy cắt những trái bần dốt, bần chua, bỏ cái mầu (cuốn trên đầu trái bần) sắt từng lát nhỏ. Tôi gắp bần cặp theo miếng mắm, nhai ngấu nghiến vừa chua, vừa mặn, trở thành hơi ngọt, vừa có mùi mắm thơm tho, thì ra chú Sáu Lưu thường hay nói "ngậm mà nghe". Nghe cái gì? Nghe thấy một mùi vị quen thuộc của nhiều món ăn ở đồng quê, cơm nguội mắm sống, cơm nguội me non chấm nước mắm đường thêm chút ớt, cá nướng chấm nước mắm me, các thứ mùi vị đó hình như đều có it nhiều trong bần chua mắm sống ăn với cơm nguội.

Món bần chua mắm sặc nầy nhà khảo cổ Vương Hồng Sển đã viết trong Tự vị tiếng Việt miền Nam như sau: "Cây bần có lá xanh rất đẹp, ban đêm đom đóm đậu nhiều trông rất xinh, có trái ăn với mắm sống rất ngon. Chúa Nguyễn Ánh được nếm qua rất hài lòng và ban cho tên là Thủy Liễu. Cây sống ở mé sông, cù lao, vàm..." Trái tròn như cái dĩa gọi là bần dĩa, còn có loại nhỏ hơn gọi là bần ổi.

Ngày nay nhiều sự nghiên cứu hiện đại cho thấy trái bần rất tốt cho sức khỏe. Về thành phần hóa học trong trái bần có chất archin và archicin, có tác dụng chống oxy hóa tế bào, nhuận trường, giải độc, làm chắc thành mạch và làm lành các vết loét dạ dày, giảm hấp thụ đường, mỡ, có tác dụng hạ huyết áp. Theo Đông y, trái bần có tính mát, tác dụng giảm đau. Lá có vị chát tác dụng cầm máu, Ở Ấn Độ người ta dùng dịch quả lên men làm thuốc ngăn chận chứng xuất huyết, ở Mã Lai, người ta giã lá với cơm đắp chữa bệnh tiểu tiện, và diệt ký sinh trùng đường ruột. Ăn trái chín trị ho, ở Miến Điện người dân dùng trái bần nghiền nát thành thuốc dán hay bột nhão trộn với muối đắp lên vết côn trùng cắn, hay những vết bầm làm tụ máu, dùng nước ép bần lên men để cầm máu. Ở nước ta dân gian dùng lá giã nát thêm muối đắp vết thương bầm, dập và thương nhẹ. Tóm lại trời phú cho dân gian cây bần có thể biến thành những vị thuốc trị bá chứng mà dân nghèo ở thôn quê thường dùng.

Những Cây Cầu Khỉ

Thời kỳ đệ nhị thế chiến, làng xã quê tôi gần như không còn liên lạc bình thường với tỉnh thành như ngày xưa, do đó vấn đề thuốc men trở thành khan hiếm, trong khi các căn bệnh không buông tha bất cứ ai. Khổ nỗi thời đó bệnh sốt rét do muỗi truyền nhiễm lan tràn, hết người nầy đến người khác. Bây giờ nghĩ lại tôi còn nhớ, không biết bao nhiêu lần đã nằm run rẩy trong cơn sốt, hết lạnh rồi đến nóng ran, con ma sốt rét nó hành hạ chúng tôi một khoảng thời gian khá dài. Cứ mỗi khi bệnh thì uống thuốc "quinine" màu vàng đắng không thể tả nếu mình nuốt liền không kịp. Trước thế chiến, nhà tôi lúc nào cũng dự trữ một hai ống thuốc quinine vàng để uống trừ bện sốt rét, và dầu alcool de menthe để trừ đau

Cầu khỉ. [phuot.vn]

bụng khó tiêu, ói mửa. Dự trữ cho gia đình dùng và đôi khi giúp đỡ lối xóm bà con cũng như bây giờ nhà nào cũng có thuốc Tylenol phòng khi nhức đầu nóng lạnh.

Thời Việt Minh hết quinine thì ba cái thuốc tễ của thầy Tiều, hay thuốc bắc đắng chằng của ông ta đều vô hiệu đối với con ký sinh trùng sốt rét Plasmodium.

May mắn là gia đình tôi có quen với một ông giáo làng, tên Lâm Bá Chi, ở Long Phụng giáp ranh với Phú Thuận. Ông Chi biết chích thuốc và thường lên xuống Mỹ Tho nên ông mua được thuốc quinine nước. Một loại mầu xanh để chích gân không đau, bom hết thuốc vào tôi cảm thấy hơi thở trở nên nóng ấm liền. Còn một loại màu vàng chích thịt, bom thuốc vào đau nhức thấu trời!

Mỗi lần bị sốt rét chúng tôi phải đi bộ từ nhà lên đến chỗ ở của ông giáo Chi khoảng ba cây số, qua cái rạch Long Phụng bằng một cây cầu khỉ dài mười mấy thước, cao nghều nghệu

Cầu khỉ, Việt Nam. [dantr.com.vn]

để cho những chiếc ghe nhỏ có cột buồm qua lại được. Cầu làm bằng những cây tre to rắn chắc cắm trên rạch để làm chân, các cây giữa rạch phải nối thêm cho đủ cao. Ván cầu cũng là những cây tre to bằng cườm chân nối liền từ bờ rạch nầy đến bờ rạch bên kia. Thanh cầu cũng là những cây tre chấp nối làm tay vịn.

Chỉ nhìn thấy cây cầu là hồn vía tôi lên mây rồi, nhứt là khi nước ròng sát, thấy đất bùn xa thăm thẳm dưới chân, làm cho mình có cảm giác cây cầu rất cao. Nếu tôi phải đi một mình là chắc chắn ba bước sẽ té nhào xuống rạch. Người anh lớn cũng sợ không kém tôi nhưng ảnh phải giả dạn gan lì nói là sẽ cầm tay tôi dắt đi. Nhưng kỳ thật chúng tôi chần chờ có người lớn sắp qua cầu nhìn chúng tôi sợ hãi, người ta thương hại cầm tay dẫn đi lần mò qua cầu. Bận trở về cũng phải giải quyết bằng cách trông chờ có người cầm tay đưa qua. Đôi khi bị sốt rét mà tôi vì sợ cây cầu khỉ Long Phụng nên thà nằm nhà uống thuốc bắc đắng chẳng còn hơn phải nhắm mắt nhờ người dắt bước lần sang bên kia cầu để đi chích thuốc.

Ngoài vấn đề qua rạch nhờ thầy giáo Chi trị bệnh, đôi khi chúng tôi cũng phải qua một cây cầu khỉ nhỏ hơn, thấp hơn, ít ghê rợn hơn, bắc sang mương rộng để đến nhà thăm ông ngoại Sáu, em chú bác của bà ngoại tôi. Mỗi lần tới nhà ông ngoại Sáu là gặp đám con nít bà con cùng lứa tuổi vui chơi suốt ngày quên cơm nước, vì có bánh trái thừa thãi. Nhứt là có cây khế ngọt mà chúng tôi đeo vắt vỏng hái gần tất cả những trái non, già, chín. Khế chấm tương ngọt ăn rất ngon. Ngoài khế còn có vú sữa, li-ki-ma, toàn là những món hấp dẫn đối với bầy trẻ con như chúng tôi. Vì vậy mà cây cầu khỉ nhỏ, dù là một trở ngại nhưng nó không ngăn cản được sự ham chơi của chúng tôi thời còn thơ ấu. Thường xuyên chúng tôi đòi đi thăm ông ngoại Sáu. Cô Bảy tôi biết tẩy mấy thằng ranh con, nên mỗi lần xin phép cô hỏi: Tụi bây đi thăm khế ngọt, vú sữa hay thăm ông ngoại bây? Dĩ nhiên là cười trừ nhưng cũng được phép.

RẮN TRẢ THÙ

Khi còn nhỏ chúng tôi thường nghe người lớn bàn tán, đập rắn là phải đập cho chết tiệt, cắt đầu nó chôn sâu dưới đất kẻo người khác đạp trúng bị độc nguy hiểm cho người ta. Độc nhất là rắn hổ mang, hổ đất, hổ ngựa, rắn lục cườm, lục xanh. Chỉ có rắn rồng ri, rắn nước, con trăn. dù bị nó cắn chảy máu cũng không độc hại gì. Rắn rồng ri và trăn là hai loại ăn thịt ngon, dân làng ưa thích, trăn nấu cháo đậu xanh xé phay, rồng ri bằm nhỏ, xào xả ớt, xúc bánh tráng. Món này là thứ khoái khẩu của mấy ông bợm nhậu.

Nói về rắn trả thù thì tôi cũng nghe nhiều nhưng không nhớ hết và cũng không biết chuyện nào thật, chuyện nào bịa đặt hoặc thêm mắm dặm muối làm cho dân làng khiếp sợ, e dè cảnh giác. Một chuyện dứt khoát có thật một trăm phần trăm là do chính ông nội tôi kể. Có một ngày ông từ trong nhà đi ra, dòm lên cây khế trước cửa thấy một con rắn lục cườm, khoanh trên nhánh chờ chim sâu, chim sẻ nào xấu số đáp vào là nó quặp ngay. Thấy vậy ông nội tôi trở vào nhà lấy cây gậy mây của ông, dang tay đánh mạnh, con rắn văng xa xuống mương dừa. Tưởng rằng con rắn đã chết.

Ba ngày sau, đêm ngủ ông nội tôi luôn thắp một cây đèn bong bóng, loại đèn dầu lửa tim rất nhỏ, có một chụp tròn gọi là bong bóng để che gió, thắp leo lét trong đêm tăm tối, phòng khi thức giấc thấy đường đi tiểu tiện. Bởi vì ở thôn quê

Đèn bong bóng.

đêm vắng tĩnh mịch tối đen. Ông nội tôi vén mùng ra khỏi giường, đưa chân định mang vào guốc, bất thần ông thấy một vật xanh nằm khoanh trên chiếc guốc, hóa ra là con rắn lục cườm nằm chờ ông đạp nó cắn trả thù. Ông bèn rón rén bước nhẹ xuống phía bên kia giường tìm cây côn tầm vong dài hai thước của ông dùng đánh võ. Ông dáng một đòn chí tử, con rắn chết ngay rồi ông thắp đèn vứt nó ra sân chặt đầu chôn sâu dưới gốc cây khế. Theo ông kể lại, lúc đó vào khoảng ba bốn giờ sáng. Nếu ông đạp chân ngay trên chiếc guốc thì chắc chắn ông bị cắn chết rồi.

Trở vào nhà châm trà ngồi uống một mình vừa hoàn hồn vừa ngẫm nghĩ chuyện của thiên nhiên trời đất, chẳng lẽ con rắn nó lại có trí khôn? Chẳng lẽ rắn trả thù là chuyện thật? Tại sao ông lại không xỏ chân ngay vào guốc như thường lệ mà lại dòm trước ngó sau? Ông nội tôi suy nghĩ triền miên lúc đó mà tới ngày nay ông kể lại với lời lẽ giọng điệu ngạc nhiên, hoảng hốt, lớn tiếng y như thật. Và ông kết cuộc nhẹ nhàng, âu cũng là số trời!

Chiến lợi phẩm vừa được đưa lên bờ.

Câu Cua

Ông tư Chư ở kế bên nhà bày cho tôi câu cua. Ông nói: Mày không cần dây nhợ gì cả. Nói ra có thể người ta khó tin, nhưng chính cá nhân tôi đã từng bắt được nhiều cua lớn nhỏ mỗi kỳ bãi trường về quê. Chỉ cần một thanh cây, lớn bé dài ngắn không cần. Dây câu bằng bất cứ thứ gì miễn là đủ chắc. Đầu dây không cần có lưỡi câu. Chỉ cột cứng một con chuột chết, một khúc mình rắn chết độ chừng năm phân. Nước lớn mầy cứ thả câu xuống mương, nước chảy sợi dây rung rinh theo dòng nước, khi nào mầy thấy sợi giây căng đứng hoặc bị kéo ngược dòng nước là cua kẹp cứng khúc mồi và đang ăn. Chỉ cần nắm cần giở lên thật mau đưa vào bờ, cua nhả mồi, hở càng rớt xuống đất lấy tay đè trên mu nó, các ngón tay móc hai bên hong cua là bắt gọn. Nhờ ông tư Chư bày vẽ mà tôi học được một bài câu cua quá đơn giản mà cũng quá hấp dẫn.

Cá lòng tong.

CÂU CÁ LÒNG TONG - CÁ CHỐT

Như đã nói trên, thiên nhiên ưu đãi miền Nam quê hương tôi, mỗi khi nước lớn cả bầy cá lòng tong theo dòng nước kéo vào mương dừa ăn bọt nước hay bất cứ thứ gì chúng tìm được. Dân quê ở miệt vườn người ta làm nhà tắm, sàn nước rửa chén bát, thậm chí cầu tiêu cũng dựa mé mương. Do đó cá tép quen theo con nước vào kiếm mồi.

Bà nội tôi già thích ăn cháo với cá kho, mà cá lòng tong nhỏ con như mút đũa kho tiêu ăn cháo là ngon không gì bằng. Bà tôi lúc nào cũng có một cành trúc nhỏ, sợi chỉ xe tư cột vào một cây kim gút uốn cong thành lưỡi câu nhỏ xíu. Muốn câu cá lòng tong chỉ cần móc vào lưỡi một hột cơm trắng thả xuống, cả bầy xúm lại giành nhau, một con đớp mồi, bà giựt lên rồi lại thả xuống, độ chừng một giờ là bà có cả tô cá. Khi gặp cá bầy thì bà giựt lia lịa vừa cười vừa bàn tán nào kho, nào chiên dòn, bà cười vui thú vị. Ít khi câu cá mà được vừa nhiều vừa nhanh như vậy. Chỉ có câu cá lòng tong ở mương hay câu cá rô non ở ruộng mới gặp được thú vui có nhiều cá giành ăn như vậy. Cá nhỏ kho tiêu ăn cháo, ăn cơm gì cũng bắt, ăn không biết no. Viết tới đây tôi tưởng tượng, thèm ăn, ước gì có một tô cháo nếp nấu với nước cốt dừa kèm theo cá lòng tong kho, đối với tôi còn ngon hơn cao lương mỹ vị ăn ở nhà hàng Tàu sang trọng. Món cá kho này chẳng những bà nội tôi mà cả nhà ai cũng cho là hạp khẩu. Đó là chưa kể lòng tong, hay cá rô non chiên giòn cuốn rau sống bánh tráng chấm nước mắm tỏi ớt chua chua mặn mặn ngọt ngọt là món ruột của nhiều người dân miền Nam.

Con cá chốt thịt không ngon, có ngạnh đâm đau, nhưng cũng dễ câu bằng mồi trùn, phải mất công đào trùn, móc mồi lại dơ tay. Câu cá chốt có một điều vừa lạ vừa buồn cười là phải đập cuối đầu cây cần câu xuống nước nghe chũm chũm thì nó ở xa đó cũng kéo lại tìm mồi, bởi vì thông thường dân quê đi tiêu trên cầu rớt xuống nước lủm chũm cá chốt bu lại đớp mồi. Do đó người dân quê làng tôi ít ăn cá chốt, dĩ nhiên những nhà nghèo người ta vẫn câu, vẫn mua, vẫn ăn. Cùng loại với cá chốt có cá xanh kỳ lớn hơn, béo hơn, do những tay đăng, thợ đáy bán ra. Người ta mua về nấu canh chua với bông sua đũa, cộng với một tô cá bống kèo kho đủ làm cho bữa cơm ngon của gia đình.

Cá chốt.

Thụt Hang Cá Bống Kèo - Cá Bống Sao

Có một lần tôi thấy anh ba Đến, con cô năm Cơ xỏ một xâu năm sáu con cá kèo bằng cọng lá dừa nước, xuyên qua mang lòi ra miệng con cá. Anh ta bỏ xâu cá trên bờ lội xuống mương. Tay trái thọc sâu xuống một lỗ hang cá kèo, bùn nước đục xì ra một lỗ khác anh ta thọc tay phải vào lỗ nước đó mò sâu xuống bùn nắm lên một con cá bống kèo. Mặt mày ảnh tỉnh bơ coi như chuyện bình thường không có gì đáng mừng đáng vui cả trong lúc tôi cười vỗ tay mừng thay ảnh. Thì ra đối với tôi lần đầu tiên thấy kiểu bắt cá quá dễ dàng như vậy. Tôi lân la đi theo coi anh ba Đến hết mương này sang mương khác miệng hỏi tía lia:

- Làm sao anh biết thụt hang cá bống như vậy? Còn mấy con cá kèo này anh câu ở đâu?

- Thằng ngu, cá kèo có ai câu bao giờ mậy, thì tao cũng thụt như vậy thôi.

- Sao anh biết có hang mà thụt.

- Khi nào mày thấy một miệng lỗ, chung quanh hủn một chút còn nước đọng, đó là hang cá vô ra. Hang nó luôn luôn có ngách, đó là ngõ ra của nó khi có rắn nước hay con đẻn, một loại rắn nước khác chui vô thì nó có đường vọt ra thoát thân. Mày muốn bắt nó thì phải nhanh tay thọc vào lỗ ngách

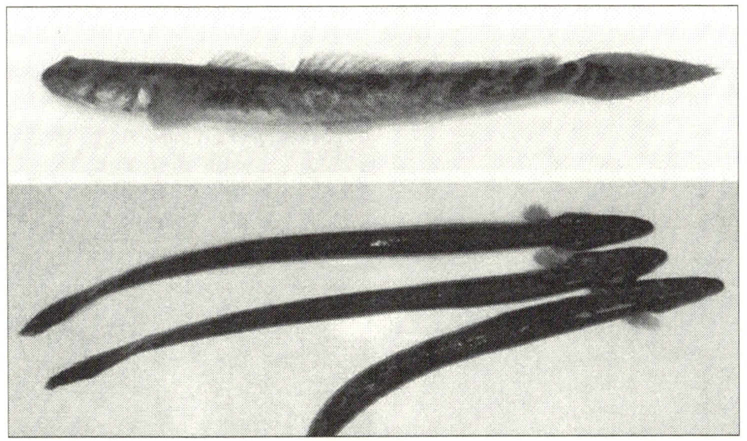

Cá bống kèo.

nắm đầu nó thôi. Cũng thường khi con cá bỏ hang hoặc đang ở một chỗ nào khác. Nhiều con cá làm hai ba ngách thì mày nhìn coi lỗ nào nước vọt ra hơi đục là nó ra ngã đó. Có khi làm không kịp nó vọt ra trước là hú mèo!

- Tại sao anh không ngồi rình chờ nó ra vô mình biết chắc rồi mới thụt?

- Mày khùng hả? Làm như vậy cả ngày tao chỉ bắt được chừng hai con, gia đình tao húp nước mắm chớ cá đâu mà kho!

- Anh dạy tôi thụt hang cá chơi được không?

- Mày thụt chơi thì cứ bắt chước tao mà làm, còn tao thụt để kiếm cá kho chiều ăn, ở đó mà dạy mày thì chiều nay cả nhà tao phải lên nhà mày xin ăn hả.

Thế rồi tôi cứ đeo theo anh ba Đến suốt buổi. Cứ mỗi lần anh nắm con cá kèo hay cá bống sao trong tay là tôi hò hét lung tung. Mấy ngày sau đợi nước ròng sát tôi cũng bắt chước xuống mương tìm hang cá kèo. Thò tay chậm chậm để cho nước xì ra xem đục trong như thế nào con cá phóng ra biến mất. Đi hết mương này đến mương khác, lâu lâu mới thấy có hang cá. Tới khi nước lớn tràn vào mương tôi chỉ bắt được

Cá bống sao.

hai con đem về khoe với cô Bảy, còn lên giọng tán dóc, mai mốt con đi thụt cá kèo về kho ăn. Cô Bảy tôi cười ha hả trả lại một câu mỉa mai xanh dờn, con nhớ nói trước ngày đó Bảy khỏi cần đi chợ nghỉ ở nhà theo con xâu cá.

Cái trò chơi mới mẻ này lôi cuốn tôi và thằng em ham đi thụt cá vì mỗi khi nắm được con cá vùng vẫy trong tay coi như một chiến lợi phẩm khó tìm, một cảm giác khoan khoái khó tả. Lâu ngày tôi nhận xét được hang nào là của cá kèo hang nào là cá bống sao. Con bống sao to hơn và ngắn hơn cá kèo. Miệng hang của nó hơi to, có vũng nước sâu hơn đ05ng trên miệng hang. Cá kèo đi bằng cách lắc lư mình nó như rắn bò còn cá bống sao cong đuôi lấy trớn phóng tới. Sau khi thụt hang cá bống xong còn một thú vui khác là tắm mương tắm rạch khi nước lớn đầy, còn nhỏ chỉ biết lội chó là cách bơi hai chân chòi chòi, hai tay móc móc dưới nước y như con chó lội vậy.

Một Cuộc Đổi Đời

Thời đệ nhị thế chiến, anh em chúng tôi đang học trường La-San, Saint Joseph Mỹ Tho. Nhật Bổn đảo chánh bắt hết Tây nhốt vào thành lính cũ, đồng thời Nhật mượn trường La-San để đồn trú quân lính của họ. Chúng tôi phải nghỉ học về quê. Vui sướng vì được rời ghế nhà trường, nhưng có biết đâu cuộc vui kéo dài chưa được bao lâu thì sinh ra phong trào Thanh Niên Cứu Quốc, rồi Việt Minh. Cuộc gian khổ của thời thơ ấu bắt đầu.

Một hôm nhóm người thanh niên cứu quốc, toàn là những bà con xa gần trong làng, vác tầm vông vạt nhọn vào nhà đuổi tất cả gia đình tôi ra khỏi nhà, họ tịch thu toàn bộ nhà cửa, bắt cha tôi đem lên An-Hóa đóng trăn, ghép tội là Việt gian vì ông giữ chức Hương Chánh trong ban hội tề, và là điền chủ.

Chúng tôi phải tạm trú nơi nhà bà cô, em ruột của ông nội tôi. Bà Tư góa chồng, ông nội tôi cho bà một mẫu vườn sinh sống qua ngày. Nhờ đó mà chúng tôi còn có nơi trú ẩn.

Cuộc sống bắt đầu khó khăn về vật chất, lo sợ về tinh thần, tôi tự hỏi không biết ngày mai sẽ còn xảy ra việc gì nữa đây? Anh em đứa nào cũng ngơ ngác. Tuổi tôi còn quá nhỏ chưa biết việc đời, không nghĩ tương lai, chỉ sợ cho ngày mai bà Tư không cho ở nhờ nữa thì đi đâu đây? Và ngày mai người ta có bắt ông nội và chúng tôi đem đi không? Nỗi buồn sâu sắc của thằng con nít chỉ thể hiện qua vài giọt nước mắt rồi cũng thôi, chóng quên mau hết buồn.

Ngày qua ngày, cơm nước ngày hai bữa, đông người gạo không thiếu nhưng món ăn không đủ. Có ngày phải ăn dừa khô kho nước mắm, có ngày cá lòng tong, cá chốt kho mặn, nước lỏng bỏng chan cơm. Bắt đầu chúng tôi học tát mương bắt cá. Trong mẫu vườn của bà cô đầy mương ngang dọc có vũng sâu vũng cạn. Anh em tôi nhào xuống, đắp bờ cao lên hai đầu. Cầm thúng, hoặc rổ quảo vo cơm, một loại thúng nhỏ dùng để đo gạo nấu cơm, xúc nước tát ra hướng chảy về sông rạch. Khi nước cạn tép và cá nhỏ như bóng dừa, bóng cát, lòng tong, tép đất, tép mồng, còn sót lại vì nước ròng không kịp về sông. Tất cả nằm phơi dãy dụa chờ chúng tôi bắt bỏ vào rổ, có khi gặp được một con cá lóc nhỏ hay cá trê chúi sâu dưới bùn, cả lũ la ó vui mừng như bắt được cá kình. Lúc đó phải mò tay sâu nắm đầu nó nếu là cá lóc, nếu đụng cá trê thì phải lừa thế đè đầu nó, lấy hai ngón tay móc vào hông sau hai cái ngạnh của nó, nắm thật chặt, nếu xẩy tay cái ngạnh của nó đâm trúng khá đau nhức.

Mấy đứa trẻ gần nhà bà Tư còn bày cho chúng tôi chỉa cá bống sao, cá kèo. Cây chỉa làm bằng ống trúc dài hơn hai thước, mũi chỉa làm bằng cây kèo dù, đó là những thanh sắt chỏi cây dù bị hư, chúng tôi cắt khúc, dùng dao phay khắc nhẹ, ấn từ từ thanh sắt tưa ra một ít thành cái ngạnh để khi dâm vào con cá nó bị dính ngạnh dẫy dụa không thể sút ra. Sau đó lấy thanh sắt mài thật bén nhọn gắn vào đầu cây trúc thành cây chỉa. Thông thường dùng ba mũi kết lại thành chỉa ba, đâm cá dễ trúng hơn. Có lần anh Năm và tôi chỉa được một con rắn rồng ri cá trong hang dựa bờ mương. Ôi thôi, ngày đó là một bữa tiệc trong nhà. Bà Tư không lột da, bà lấy nước sôi cạo sạch rồi mới lột da. Thịt của nó bà dằn nát bằng cái sống dao phay rồi trở lại bề lưỡi bầm nhỏ thật nhuyễn, da của nó bà xắt từng miếng nhỏ, tất cả bà xào lăn với xả ớt, đậu phộng nghiền. Món này ăn với cơm đã ngon rồi, mà xúc bánh tráng nước dừa nướng dòn, ăn còn tuyệt diệu hơn nữa. Chỉ tiếc là có một con rắn, quá ít cho cả nhà.

Mỗi tháng bà Tư bán được một lứa dừa khô, có tiền mua thịt cá ăn uống no đủ vài ba ngày, lại còn có kẹo đậu phộng hay bánh in. Kỳ dư những ngày khác phải câu cá, bắt tép, tát mương, chỉa cá. Chúng tôi sống như vậy cả năm trời, cho đến khi quân Pháp trở lại, Việt Minh tan rã, mới trở về nhà. Cũng may là miền Nam không có "đấu tố" và cải cách ruộng đất, nếu không cả gia đình tôi, và hàng chục hộ điền chủ khác đã về chầu chúa hết rồi.

Miền Nam quê tôi gọi một "lứa dừa" có nghĩa là mỗi tháng cây dừa nào cũng cho một buồng dừa khô. Buồng dừa từ khi mới trổ bông đến khô phải qua nhiều giai đoạn. Từ dừa non qua "dừa nạo", người ta uống nước nạo cơm dừa ra ăn thật ngon, rồi tới thời kỳ "cứng cạy" cơm dừa còn mềm cạy ra xắt làm mứt dừa, rồi từ cứng cạy để lâu thành khô. Dừa khô bán cho các cơ sở làm dầu, hoặc lấy nước cốt để nấu trong nhiều món ăn hay làm bánh. Người thợ giựt dừa cầm cây sào thật cao, đầu sào cột cứng một cái móc, bén như lưỡi hái người ta gặt lúa. Người thợ đến từng cây, móc lưỡi hái vào buồng dừa khô màu sạm nâu, giựt mạnh rớt một lượt ba bốn trái. Những buồng dừa sai có hơn tám chín trái. Dừa rụng xuống có trái rớt dưới mương, người ta cầm cây chỉa dài gần hai thước, đầu thép nhọn, bên hông mũi chỉa có một cái móc cũng bén nhọn như nhau để chỉa hoặc móc những trái rụng rải rác trên bờ hay dưới mương kéo lên gom thành đống để gánh vào sân nhà. Thợ giựt dừa tính tiền theo "trăm", nghĩa là một trăm trái bà Tư phải trả bao nhiêu tiền, không tính công theo ngày. Người lượm dừa gánh vào sân thì lãnh tiền theo ngày công.

Cuộc sống mới với niềm vui mới làm cho tôi quên cảnh nghèo khó, quên tai nạn xảy ra cho gia đình. Tôi chỉ thấy hàng ngày không bị kìm hãm trong lớp học, không bị mặc cảm vì ngu dốt bị thầy phạt. Cả ngày chạy rong ngoài vườn tát mương, câu cá. Thú vui mới lạ gần thiên nhiên cho tôi một cảm giác khoái lạc, chẳng những hồi đó mà ngay bây giờ khi nghĩ lại tôi vẫn còn thấy vui. Thời gian ngắn ngủi đó tưởng rằng cực khổ nhưng nhờ đó mà những tháng bãi trường sau này tôi tìm lại cái vui lạ đối với một đứa trẻ sống trong thiên nhiên trù phú của miền Nam mà con cháu tôi sau này không có được cái may mắn đó.

GIỮ BÒ

Trong thời gian an ninh hòa bình chưa ổn định, Việt Minh còn nhưng vô hình không công khai chính thức. Trường học vẫn đóng cửa. Trong tình trạng xã hội hỗn độn đó cô Bảy tôi sinh đứa con gái đầu lòng, nhưng vì thiếu dinh dưỡng hay vì quá lo sợ nên không có sữa cho nó bú. Đêm ngày nó khóc mãi vì đói. Miệng cô tôi ru không ngừng nhưng nó cũng không chịu ngủ, tiếng võng đưa cọt kẹt liên tục, tiếng hát vẫn êm diệu nhẹ nhàng, thế nhưng nó vẫn khóc... Nước cháo không có đường chỉ dụ nó được một thời gian ngắn. Cha tôi được Việt Minh thả về nhờ một người bà con xa làm y tá cho Ủy ban Nhân dân Cứu quốc bảo lãnh. Ông nội tôi đánh liều bắt lại hai con bò cái nhờ mấy ông tá điền nuôi rẽ, nghĩa là khi nó đẻ ra ba con người nuôi bắt hai, ông tôi bắt một con để cúng cho đình thần, hoặc đôi khi trong nhà có đám tiệc bắt về mổ thịt.

Bò Việt Nam thời đó người ta nuôi để kéo xe hay ăn thịt, có khi nào vắt sữa đâu. Do đó mỗi lần đụng tới vú nó đá lung tung. Cha tôi phải làm một cái dàn ép, để vắt sữa nuôi con bé. Chuồng ép gồm ba cây hình chữ V vừa đủ cho con bò đứng trong chữ V đó, mỗi bên cặp ba cây dài cột chặt vào cột trụ đầu và hai cây trụ sau, "dây dàm" xỏ mũi của nó cột vào cột trụ đầu chữ V. Bò cũng như trâu khi nó còn nhỏ người ta xỏ lủng xuyên qua đầu lỗ mũi của nó và cột một dây dàm từ đó kéo nó đau nên phải ngoan ngoãn đi theo. Hai chân sau của con bò cột thật lỏng vào hai cột trụ sau phòng khi nó đá bị kẹt dây không trúng tay hay trúng bình. Bò con của nó bị trùm vào đầu một cái vỏ nhỏ, suốt đêm không cho nó bú mẹ để sáng sớm mình vắt sữa. Cha tôi nặn vài ba phút rồi phải dắt bò con lại cho mẹ nó thấy, để cho bò con thò đầu vô dập vào vú nhồi một lúc như nó muốn bú, như vậy bò mẹ tưởng con bú mới thả bầu sữa ra cho mình nặn. Bò Việt Nam không có sữa nhiều. Khi nặn sữa nó thường đá, nhưng chân nó bị vướng dây cột dính vào cây trụ. Đôi khi cũng đứt dây nó đá trúng đổ bình sữa.

Cô tôi nuôi đứa nhỏ vô cùng khổ cực. Cái tên Huỳnh Giao tốt đẹp của nó bị cả nhà đổi lại thành "Bò", nó mang tên này cho đến lớn. Hiện tại con Bò có chồng con sinh sống tại Hawai. Cô Bảy tôi cũng chết chôn tại đó.

Thời gian nuôi mấy con bò này để lấy sữa nuôi con Huỳnh Giao, ba anh em chúng tôi có trách nhiệm phải chăn giữ. Khổ nỗi là một trong hai con bò mẹ rất dữ, nó hay rượt xịt chém mình. Cho nên chúng tôi đứa nào cũng có roi thật dài đánh bổ vào đầu là nó phải sợ.

Lúc nhỏ tôi hay đi chơi với thằng Có chăn trâu bây giờ cũng có ít nhiều kinh nghiệm. Nhưng cứ theo giữ mấy con bò này suốt ngày cảm thấy vô cùng khó chịu, trừ những khi cột cho nó ăn trên một đám cỏ thì mới yên được vài giờ. Do đó mà tôi hiểu nổi khổ của thằng Có và cảm thương nó vì nghèo phải đi ở đợ chăn trâu. Bài học trong sách Quốc Văn Giáo Khoa Thư :

"Ai bảo chăn trâu là khổ?
Không, chăn trâu sướng lắm chớ
Đầu đội nón mê tay cầm cành roi…

Rất hay, nhưng sai bét. Tác giả chú trọng viết một bản văn hay, rất gợi cảm, tả cảnh đồng quê mộc mạc, cậu bé chăn trâu chất phác. Nhưng chắc chắn tác giả chưa hề cảm nhận được sự tù túng, bó buộc vì cả ngày phải đeo theo dòm chừng, chăn bầy trâu, không cho chúng nó đột nhiên xâm phạm ruộng đồng, ăn bắp, ăn lúa, hay mạ non của người ta. Rồi những nỗi lo sợ trâu ăn không no chủ nhà rầy la. Khi trâu hay bò ăn no, hai bên hông gần mông của nó phải nổi tròn, còn hóp là trâu ăn chưa no sẽ bị rầy la. Con trâu chịu mưa chịu nắng tỉnh bơ, ngược lại con bò gặp mưa lớn, nó cong đuôi chạy một mạch mất tiêu bất kể về đâu, báo hại anh em tôi kiếm trối chết. Mỗi lần như vậy anh tôi đi kiếm miệng lầm bầm vừa than vừa chửi. Tôi lo sợ không biết đâu mà tìm, thương anh, tủi phận nước mắt trào. Dĩ nhiên rồi cũng tìm ra chúng thôi. Nhưng phải mất thời gian và ra sức chạy bộ tìm kiếm. Lòng hồi hộp lo sợ chúng ăn phá bắp khoai của người ta, nhưng may thay, dù chúng có đạp phá hay ăn lúa ăn cây ít nhiều, đa số chủ nhân không tỏ vẻ phiền hà mà trái lại họ tỏ thái độ thương hại cảm thông an ủi, "tội nghiệp cho thân phận các cậu bị thất cơ lỡ vận".

Bây giờ hiểu được tình cảnh của thằng chăn trâu, nếu tôi là nhà văn đủ tài, tôi sẽ đối lại bài "Ai bảo chăn trâu là khổ" thành một bài tả đúng tâm tình của thằng chăn trâu hay hơn, cảm động hơn.

Ngủ Bờ Ngủ Bụi

Thời kỳ Việt Minh đã qua, Tây trở lại, từ Mỹ Tho nó đi một tàu nhỏ dọc theo sông Cửu Long ra cửa Đại, ngang làng tôi, nghe nói có một tên thanh niên cứu quốc nào đó thổi kèn tây ra hiệu. Lính Pháp trên tàu nghe kèn hiệu, chúng bắn xả đạn liên thanh rầm rầm, cả nhà không biết chuyện gì, người bò người nằm, tôi chạy quýnh quáng tung tăng, tay chân run mà ruột cũng quặn, gần như đau thắt. Cha tôi hét lớn nằm xuống hết. Nhà tôi nền đúc tường dầy mà không ai núp ở trong, tất cả chạy ra ngoài sân, nghe đạn xẹt trúng bụi cây này, trúng góc cây khác. Cô Bảy tôi kêu lớn tiếng mọi người nên đến chỗ đạn mới xẹt trúng mà nằm, bởi vì cô nghĩ đạn trúng chỗ nào rồi sẽ không trúng chỗ đó nữa. Trận nổ súng kéo dài độ 15 phút. Cả đám thanh niên cứu quốc chỉ có một cây súng bắn chim hai lòng tịch thu của nhà tôi, còn bao nhiêu là tầm vong vạt nhọn. Không biết họ có bắn ra tiếng nào không mà làm toàn dân trong làng phải một phen hú ba hồn chín vía.

Sau này nghĩ lại thật là buồn cười, nhà nền đúc, chỉ ngồi dựa bên nền đá xanh cao hơn một thước, súng cà nông bắn cũng không thể xuyên qua, hay là cứ nằm yên trong nhà đại liên nào cũng không xuyên lủng được. Đằng này cả nhà lớp bò, lớp chạy ra ngoài tìm cách núp mấy lùm cây! Lần đầu tiên trên đời tôi nghe tiếng súng giặc.

Năm bảy ngày sau, Tây đi ruồng từ Rạch Miễu chúng nó đi

dài xuống Bình Đại qua các làng Quới Sơn, Giao Long, Giao Hòa, Long Thạnh, Long Phụng, rồi đến Phú Thuận làng tôi. Người ta chạy trắng ruộng, mang khăn gói, già trẻ bé lớn có đủ, gia đình tôi cũng vậy, theo đoàn người chạy dồn xuống Vang Quới Phú Vang, nhưng bà nội tôi già yếu chạy hết nổi, phều phào bảo người dắt chúng tôi chạy trước, chưa tới Vang Quới là đã thấy một tốp lính Tây đi bộ dọc theo theo lộ đá cách xa dân chúng vài ba trăm thước. Không một tiếng súng, không một người bị bắt. Thiên hạ ai về nhà nấy, bàn tán xôn xao. Chiều hôm sau một đám lính Tây đến nhà đuổi chúng tôi ra, lấy nhà lầu đóng đồn hai ba ngày rút đi. Chúng tôi trở về hồn vía lên mây, ông nội và cha tôi bàn tán, lo âu sợ hãi, lo cho ngày mai, Việt Minh sẽ đốt nhà mình.

Thanh niên cứu quốc biến mất hết rồi, nhưng chúng bắn tiếng đồn và lên án người này Việt gian, người kia không chịu góp tiền ủng hộ kháng chiến, trong số đó có cha tôi. Không biết ông nội tôi có đóng góp bao nhiêu tiền mà nghe đồn là Việt Minh sẽ đánh phá nhà tôi cướp lấy hết tiền của sung vào quỹ kháng chiến. Thời đó không ai còn có tiền bởi vì chúng đã quyên góp sạch, tuần lễ vàng, tuần lễ bạc vân vân.

Đêm tối trời là cha tôi và ba đứa lớn, anh Tư anh Năm và tôi ôm mền chiếu đi khỏi nhà ngủ bờ ngủ bụi. Cha tôi ôm một chiếc đệm, anh Tư ôm chiếu, anh Năm ôm mền, tôi đi tay không. Nay ngủ lùm bụi này, mai ngủ gò mả kia, thường thường lủi vô đám vườn dừa mới lập, giữa đám tranh cỏ cao khỏi đầu, núp trong đó là an toàn chắc chắn dù có đứng gần năm ba thước cũng không thể nhìn ra nhất là trong đêm tăm tối. Cha tôi trải đệm ra trước, bốn cha con co rút đắp một tấm mền còn chiếc chiếu trải lên trên để che sương. Tôi nằm giữa không mất phần mền nhưng có rất nhiều bữa một cục đất lớn chêm dưới lưng đau nhói làm tôi thức gần suốt sáng.

Tình trạng cha con trốn chui trốn nhũi kéo dài năm bảy tháng, tưởng chừng như đã êm. Đêm đó cha con chúng tôi chia làm hai tốp, ngủ tại hai nhà quen gần đó. Anh Tư và tôi ngủ nhờ nhà bác sáu Phẩm. Cha tôi và anh Năm ngủ nhà bác Thôn Ẩn. Hai nhà gần nhau. Cha tôi dặn có chuyện gì gặp nhau ngoài hàng cây tra bồ đề sát mé ruộng. Bác Sáu mới vừa tắt đèn, tôi chưa kịp xổ mền đắp, muỗi đã kêu o…o, chích ngứa rồi. Bỗng nhiên nghe tiếng súng đùng đùng. Bác Sáu nói tụi nó đánh nhà bây đó, anh Tư kéo tôi chạy ra chỗ hẹn, tôi run té lên té xuống năm ba lần mới tới nơi, không nói không rằng cha tôi kéo tay dắt đi về phía vườn mới đầy cỏ tranh và lát cao khỏi đầu. Chúng tôi ngồi trốn đó chưa lâu bỗng nhiên dòm thấy đám lửa sáng trời. Thì ra bọn chúng đốt nhà cây của chúng tôi, nơi có bồ ví lúa nhưng không còn bao nhiêu. Nhà lầu và nhà tường gạch nền đúc chúng bắn phá chỉ sờn bên ngoài không bể tường bể gạch vì ngày xưa tô bằng xi măng trộn với một thứ gì cứng dầy đập khó bể, bắn khó lủng. Cha tôi bảo, tụi con ở đây chờ cha đi xem tình hình như thế nào. Bất cứ chuyện gì xẩy ra không được rời khỏi chỗ nầy. Khi đám cháy tàn, chờ một hồi lâu chúng tôi nghe có tiếng người gọi, Tần Hớn Triều, tụi bây đâu? gọi hai ba lần, tiếng người nói, tao là ba Thìn đây, anh Tư sai tao ra rước tụi bây về. Thì ra cha tôi đã chỉ dượng ba Thìn phải qua mấy cái mương, đi về phía nào mới tới chỗ chúng tôi đang trốn để rước về.

Tới nhà nghe ông nội nói tụi nó dộng vào lưng tao hai báng súng thoi vào ngực tao mấy thoi hỏi tiền đâu? Tao lấy gói đựng thuốc rê để hút, mở ra còn hai chục đồng, ông nói để phòng khi đau ốm, ngoài hai chục đồng nầy không còn một cắc dính túi. Cả nhà chúng tôi chỉ ăn cơm với nước mắm trứng gà trong nhà nuôi mà thôi. Dĩ nhiên là chúng lấy hết kể cả thuốc lá và giấy quyến. Sự thật ông còn giấu hai tờ giấy bộ lư một trăm đồng nằm dưới tấm ván gõ trên cái chân bò kê bộ ván. Mọi chuyện trôi qua đến ngày Tây trở lại lập làng, đóng bót tái lập an ninh. Chúng tôi mới bắt đầu lên Mỹ Tho nhập học trở lại.

Trong thời gian ăn nhờ ở đậu tôi nhận thấy một vài việc không giống sự suy nghĩ ngây thơ tốt lành như tôi tưởng. Một là khi bị Việt Minh đuổi nhà gia đình ra ở với bà Tư, dù là bà con rất gần nhưng khi mình sa cơ lỡ vận thì người ta quên ơn, mất tình nghĩa dễ dàng. Bà Tư nuôi gia đình chúng tôi với thái độ bố thí và tiếc của. Trong khi bà sống bao nhiêu năm qua nhờ miếng đất và cái nhà của ông nội tôi cho, anh ruột của bà. Lần thứ hai tôi và hai đứa em nhỏ, thằng Tôn và con Tám, ra ở trọ nhà bà Sáu, cũng là em ruột của ông nội. Chúng tôi bị đối xử tệ bac như người giúp việc, ở đợ trong nhà, tôi bất mãn, quyết định phải dắt hai em về nhà, chúng nó sợ bị cha đánh đòn vì ngang nhiên bỏ đi, "lộn nài bẻ ống" thất lễ bất hiếu với ông bà. Nhưng tôi cả quyết thà bị đòn còn hơn làm mọi không công mà còn bị chửi lên mắng xuống, hăm đuổi hết ngày này sang ngày khác.

Về nhà cha tôi lớn tiếng hỏi tại sao? Tôi giải bài mọi sự, từ lao động cực khổ, đến bị mắng chửi hăm đuổi thường xuyên. Ông không nói không rằng, không rầy la một tiếng. Và ôn tồn nói, thôi mấy con ôm mền vô nhà bà hai Miên, má của mấy chú tư Phiến, sáu Lưu ngủ. Thế rồi lại mỗi tối phải ôm mền tới nhà bà hai Miên ngủ nhờ. Có một đêm khuya tôi bị con rít cắn ngay bắp tay, đau nhức vô cùng mà không dám khóc sợ đồ bể. Bà hai vội nói giống rít kỵ gà, bà liền bắt con gà đang ngủ ngoài chuồng, thọt tay vô cổ nó moi nhớt bôi vào tay tôi nhưng cũng không hiệu quả, tôi vẫn rên vẫn lau nước mắt. Rồi bà hai sực nhớ người ta bày lấy nước đái con gái bôi vào sẽ hết ngay. Bà lại đánh thức cô chín Chanh con bà, biểu cô ra sân đái rồi đem cát ướt vào bó tay tôi cũng không hết. Cơn đau nhức bớt dần, tôi thức tới sáng vẫn còn đau.

Sau những lần ăn nhờ ở đậu thời Việt Minh tôi mới hiểu ra ông bà ngày xưa nói: "Giàu cha giàu mẹ thì ham, giàu cô giàu bác ai làm nấy ăn" thật vô cùng đúng.

Bắn Chim

Trẻ con trong làng tôi, bắn chim toàn bằng ná thun, quê tôi gọi là dàn thun, gồm một cái "nạn" làm bằng nhánh cây có cháng hai, chặt về hơ lửa uống cho bầu cong thật tốt, xong cắt chừa năm phân làm gốc, bảy phân hai cây chia ra thành nạng. Đầu hai cây nạng, mỗi bên cột một dây thun bằng ruột xe hơi, dài chừng hai tấc, cuối đầu dây thun cột dính với một miếng da bao kềm viên đạn nhắm mục tiêu mà bắn.

Có người nhờ thợ mộc cưa lọng một cây nạng bằng gỗ, bào chuốt láng lẩy thật đẹp. Còn tôi thì lựa những thân cây cứng dẻo như cây duối, cây ổi, đốn những cháng hai đem về uốn cong đúng chiều dùng làm dàn thun cũng tốt. Đạn bắn chim thường là đất sét vò (người Nam thường nó vò thay vì vo) tròn phơi khô. Nhưng có khi lười biếng tìm những đống đá sỏi hốt cả nắm làm đạn cũng xong. Dàn thun chỉ bắn được những loại chim nhỏ như se sẻ, trao trảo, chìa vôi, chim sắc, áo già, dòng dọc… Loại chim lớn hơn như cu đất, cu ngói, dù bắn trúng nó vẫn không ngã trừ khi trúng đầu hay trúng cánh, nó bay không được té xuống đất mình rượt bắt. Có khi nó lủi vào bụi rậm, bụi gai thì cũng chịu thua. Bắn chim là một trong những thú đam mê của tuổi trẻ ở đồng quê. Trong số đó anh em chúng tôi đứa nào cũng có một hai ná thun vừa ý mình và một thùng đạn không bao giờ lưng. Thấy đạn gần hết là anh em đua nhau đi tìm đất sét móc về vò phơi khô đầy ắp.

Buổi trưa nắng gắt nhiều loại chim núp trong bụi rậm hay dưới bóng cây cao đầy lá. Đó là lúc tôi nhét đạn đầy túi, một mình rảo khắp quanh nhà tìm những con chim trao trảo, chìa vôi sợ nắng. Tôi lén lút đi một mình vì hai ba đứa thì khi thấy chim giành nhau bắn, tao thấy trước, mày bắn dở, nội tiếng xì xào đủ làm chim bay mất.

Nhiều cây mãng cầu, trứng cá, hay dây bình bát có trái chín loại mồi ưa thích của chim trao trảo, hết con này bay tới, con khác đáp vô, chúng lui tới liên tục cho nên bất cứ lúc nào cũng có thể ngồi rình chúng bay về nạp mạng. Bắn được chim đem về nhổ lông, đưa vào lửa ngọn thui cho sạch lông măng còn sót lại, rồi mổ rửa, bỏ vào chảo, thêm chút nước dừa nạo hay cứng cạy, chút nước mắm nước màu, gọi là quay chảo. Món ăn chơi này đủ làm chúng tôi vui trong ngày, và cũng đủ bù đắp công rình rập, chờ đợi cho tới khi bỏ chim vào chảo. Anh em chúng tôi thường hay giành, hay cãi khi đi bắn, nhưng trước dĩa chim quay đứa nào cũng nhường nhịn lo tán dóc về cái tài nhắm trúng không sai, hay ná thun của mình rất chỉnh do cây nạng to hoặc do mình cột dây khôn khéo. Những bữa tiệc nhỏ riêng biệt giữa trưa, ngoài sự kiểm soát của bà mẹ ghẻ, là những dấu ấn lúc còn thơ ấu in sâu trong đầu tôi mãi đến bây giờ.

Thổi Chim

Thay vì bắn bằng dàn thun, làng tôi có vài người lớn họ dùng ống đồng dài chừng hai thước, lỗ nhỏ bằng ngón tay út, lấy đất sét mềm vò tròn nhét vào lỗ rồi nhắm con chim mà thổi thật mạnh. Viên đạn bắn ra xa nhưng không mạnh bằng dàn thun. Lợi thế của ống đồng thổi chim là dễ nhắm trúng đích. Nhưng con nít như tôi thời đó chỉ biết đi theo xem chơi thấy lạ nhưng không đủ hơi để thổi. Chú bảy Hồng cho thổi thử nhưng cục đất sét đi không xa có khi còn mắc kẹt giữa ống đồng vì yếu hơi. Chim lớn nhất tôi thấy chú thổi được là se sẻ và chim sâu, mà chú nói những con chim trúng đạn chỉ chết giấc rớt xuống lượm được phải bóp cho nó chết nếu không nó tỉnh dậy sẩy mất.

CHẤM CHIM

Chấm chim có phần rắc rối công phu hơn. Trước hết là phải có một cây trúc thật dài, uốn suông đuột ngay thẳng. Đầu cây tha đầy mủ, muốn chấm trúng chim mình phải rình rập tới gần những con chim thật dạn hoặc buổi chiều sắp tối, chim về ngủ cả bầy đầy trên cây. Chúng líu lo chí chóe giành nhau chỗ đậu ngủ qua đêm bất kể có người đang rình rập hay chờ đợi dưới chân cây. Tôi thích chấm chim kiểu này nhưng khó tìm ra những cây có chim thường về ngủ. Hoặc có mà ở xa nhà hay gần những cụm cây um tùm, đi về đêm là gia đình cấm tuyệt đối.

Muốn chấm chim phải chặt cây lấy mủ. Loại mủ tốt là mủ cây mít, cây sa-kê, cây sa-pu-chê. Thông thường trộn ba thứ càng tốt. Lấy được mủ rồi về nhà phải nấu lại cho sôi làm mất chất nước lộn trong mủ. Trò chơi này chẳng những khó khăn mà còn dơ bẩn vì khi mủ dính tay phải lấy dầu dừa hay dầu lửa chùi mới sạch.

Tuy nhiên nếu lấy mủ tha đầy một nhánh cây, đem cắm giữa đồng ruộng, những nơi có chim thường đến như gần đống rơm cao nghệu, hay trên những đám mạ mới gieo, lúa mọc mầm nằm phơi trên đám ruộng sạch cỏ, cạn nước, có khi cũng bắt được khá nhiều chim.Tôi đã từng thấy người ta chấm chim nên cũng đua đòi, đi kiếm mấy cây mít, sa-pu-chê chặt nhẹ ngoài da mủ trào ra trắng đục, hứng đem về. Cây sa-kê hơi khó kiếm, phải ra miệt vườn xin xỏ chủ nhà rắc rối. Tôi chỉ nấu hai thứ mủ kiếm được, cũng thoa vào nhánh cây đặt trước nhà có khi bắt được vài con chim se sẻ. Một lần tôi đặt nhánh cây sau nhà gần mé ruộng, con cò ma xấu số, cò ma nhỏ hơn cò trắng mình nó điểm lông nâu trên lưng và cánh, hình như nó chưa kịp đậu vào cây, lông cánh nó dính đầy mủ bay không dược, dẫy dụa làm cành cây ngả xuống đất, nó đành nằm trơ đó chờ chết. Dù bắt được chim đôi ba lần nhưng tôi không ham thích môn chấm chim này.

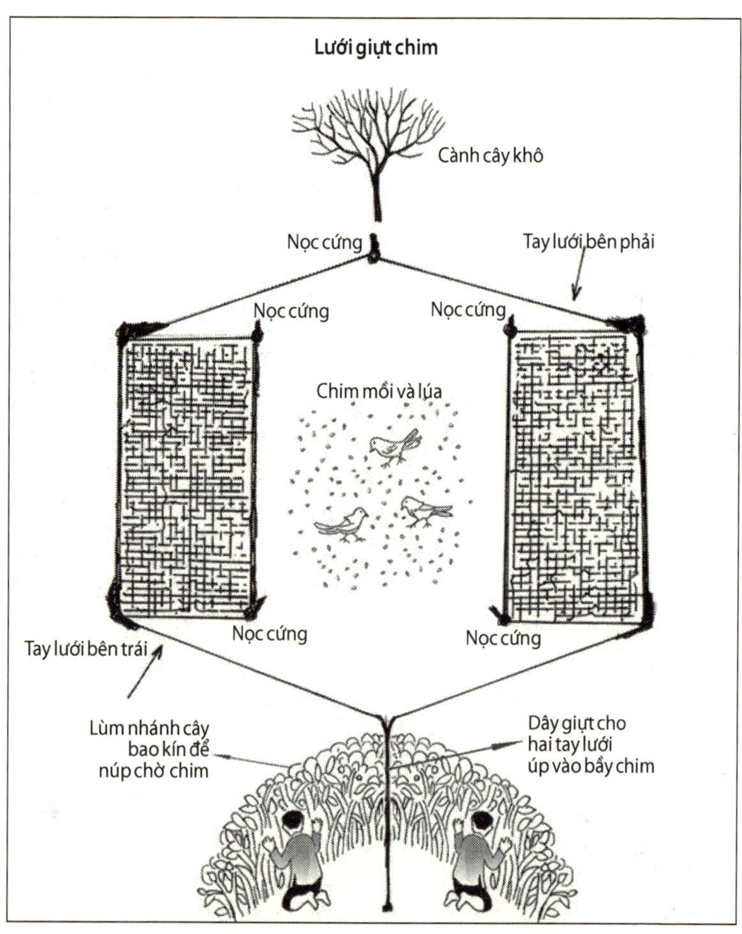

Giựt Chim

Trò chơi này hơi rắc rối nhưng vô cùng thú vị. Trước hết phải làm một tay lưới. Chúng tôi không tự làm được mặc dù rất dễ nhưng cái khó là canh dây, cột dây như thế nào cho tay lưới nhẹ giựt và sập cho thật nhanh. Do đó chúng tôi phải nhờ bác ba Ninh làm dùm. Lưới giựt chim gồm có hai mảnh riêng rẽ, dài hai thước, ngang một thước. Bốn bề ngang cột dính vào một thanh tre nhỏ cũng ngắn một thước như nhau. Hai tấm lưới để nằm trên mặt đất cách nhau đúng hai thước. Bốn góc bên ngoài có bốn khoen dây dùng để cắm nọc gắn bốn đầu cây này dính cứng dưới đất nhưng có thể lung lay xoay đi xoay lại dễ dàng. Còn lại hai đầu cây trên mỗi bên cột một sợi giây dài chừng hai thước, đầu dây có khoen để cắm nọc dính xuống đất. Hai đầu cây ở đoạn dưới tay lưới cột liền nhau, dây lòng thòng dài độ ba thước, giữa sợi dây này nối liền với một sợi khác thật dài chừng hai mươi thước có tay cầm.

Vấn đề khéo léo của người "bắt tay lưới" là làm sao điều chỉnh dây nhợ cho cân bằng chính xác. Làm thế nào để khi nắm giựt nó úp hai miệng lưới vô đúng hai thước đất trống đã chừa bên trong. Còn người mang tay lưới đi giựt chim phải cắm những cây nọc sao cho tay lưới không bị chỏi và xếp lại thật nhanh khi giựt sập để kịp úp bầy chim đang ăn trong khoảng dất trống bốn thước vuông có chim mồi cột trong đó và có lúa rải đầy để chim rừng vào ăn.

Mỗi khi trong làng có đám mạ nào mới gieo trên đất ruộng sạch cỏ, vừa tát cạn nước, để lộ ra những hột lúa vừa nẩy mầm phơi trần dầy đặc, sẽ mọc thành mạ non nếu không bị chim trời mổ nuốt. Biết được có đám mạ là em tôi quẩy lồng, tôi vác lưới đi giựt chim. Tới nơi chúng tôi tìm khoảng đất gần sát đám mạ cắm lưới. Trải lưới xong cắm ba bốn con chim mồi dính chân trong dây, chớp chớp cánh muốn bay mà không bay được. Rải đầy lúa rồi đi tìm một nhánh cây khô trụi lá có nhiều cành, cắm ngay trên đầu tay lưới cách xa chừng vài thước để chim rừng có chỗ đậu trước khi đáp xuống vùng đất có chim mồi với đầy lúa.

Đặt để tay lưới xong, chúng tôi kéo sợi dây có tay cầm thẳng đường và giựt thử xem có nhạy sập không? Mọi thứ đều chuẩn bị chu đáo, xong chúng tôi đi tìm những cành cây đầy lá bẻ đem về cắm thành một cái chòi núp kín đáo không để chim rừng thấy bóng người. Ngồi trong cái chòi đó chờ lũ chim xấu số bay về.

Khi thì chờ thật lâu mới thấy bóng chim về, khi thì còn đang làm chòi núp chưa kịp xong là chim đã kéo về cả đàn, thấy bóng người hoảng sợ bay mất, hoặc cũng có khi đàn chim vì đói mà đáp liều vào chỗ có lúa để kiếm ăn, tôi rón rén đến cầm dây để giựt thì chúng vội vàng bay mất. Những buổi sáng sớm hoặc xế chiều là thời điểm thuận lợi nhất để giựt chim. Bởi vì sáng chim bay đi kiếm mồi, chiều tìm chỗ ăn no trước khi ngủ đêm.

Chúng tôi ngồi trong chòi nói toàn chuyện chim với cá. Ít khi nào nói chuyện học hành, có chăng là than phiền năm nay thầy cho quá nhiều bài phải làm trong dịp hè. Và năm nào cũng đành chịu phạt đổi lấy sự vui chơi trong ba tháng nghỉ. Đang nói năng lăng xăng bỗng nhiên hai đứa đồng thanh suỵt nhỏ, mắt nhìn năm ba con chim sắp đáp trên cành. Thằng Tôn xì xào nói nhỏ:

- Ít quá, tụi nó có xuống cũng đừng giựt. Thà bắt cho đáng mẻ lưới, trước sau gì cũng có chim mà lo gì?

- Mày quên rằng có bao nhiêu lần đi về chỉ có hơn chục con hay có lần tay không? Bây giờ có bao nhiêu là tao chụp lấy bấy nhiêu. Chờ chúng nó đáp xuống là tao giựt liền. Trong lúc anh em đang bất đồng, ba con chim sắc nhỏ đáp xuống, năm con khác vẫn đậu trên cành cây đầu lưới.

Thằng Tôn bực mình nói hơi lớn tiếng: Chúng nó phân vân cái gì mà không chịu xuống? Tôi lại suỵt bảo nó im rồi nói nhỏ:

- Chim sắc và chim áo già nhát lắm, có thể nói được là chúng nó khôn hơn loài chim dòng dọc nghệ thường thường háu ăn.

Tôi chờ không lâu cả đám chim sắc sà xuống đáp trong khuôn lưới, tôi lanh tay giựt mạnh, lưới sập bắt trọn 8 con chim sắc, chúng nhảy cà dựng dưới mặt lưới. Hai đứa chúng tôi chạy ra gỡ mau bỏ vào lồng rồi căng lưới chạy vào chòi núp chờ nữa.

Lâu thật lâu, nắng chiều dịu bớt, mặt trời ngả dần xuống khỏi ngọn trâm bầu. Chúng tôi quyết định sẽ cuốn lưới khi mặt trời xuống khoảng giữa thân cây. Thằng Tôn tiếc hùi hụi, than rằng hôm nay xuất hành nhằm giờ kỵ gặp rủi, không thấy bầy chim nào léo hánh.

Từ xa cách hai thửa ruộng trước mặt, tôi thấy một bầy chim bay nhưng không định hướng được chúng nó sẽ về đâu? Tôi khều thằng Tôn chỉ, nó sáng mắt, vẫy tay ngoắc bầy chim làm như nó muốn gọi chúng về đây. Thật vậy, bầy chim hướng mau về đám mạ chúng tôi đang ngồi chờ, bầy chim dần dần rõ nét, thấy được là dòng dọc nghệ. Chúng sà ngay xuống đậu trên cây khô trước lưới. Rồi một đám chim sắc từ đâu cũng bay đến lại đậu thêm trên cành khô.

Chúng nó đậu đầy nhánh cây không còn chỗ trống, một đám hơn chục con đáp ngay vào vòng lưới. Tim tôi đập liên hồi, tay cầm sợi dây nắm chặt. Thằng Tôn khều lưng tôi không ngừng. Hình như tôi run hay nó run vì sung sướng hồi hộp. Cái giây phút tuyệt vời, một sự ước mơ lâu dài bây giờ mới tới. Nhưng lại phải chờ. Thằng Tôn ghé tai tôi muốn nói nhỏ gì đây? Tôi vội xô nhẹ đầu nó ra, tay trái bịt miệng nó. Hai tay nó lại ngoắc ngoắc mời chim đáp xuống. Giây phút hồi hợp chờ đợi... kéo dài... Tại sao lâu qua mà chúng nó không đáp xuống, mặt tôi nóng ran, ruột gan bời rời mấy con chim sắc bị bắt nhốt trong lồng kêu inh ỏi, vài ba con chim sắc khác trong bầy chim trước mặt, bay về hướng chòi, đậu trên mấy nhánh trâm bầu phủ đầu chúng tôi. Hai anh em tôi thằng nào cũng bất động, gần như cứng người vì mừng, vì sợ chúng phát hiện có người sẽ hè nhau bay mất tất cả. Bầy chim trên cành chớp cánh hạ dần cả đám không biết bao nhiêu đã lọt vào, tôi vội lấy hết sức giựt mạnh, hai mảnh lưới ụp vào, đám chim mắc lưới nhảy tung tăng. Thằng Tôn la hét vỗ tay mừng rỡ nó nói gì tôi cũng không nghe, tay tôi xách lồng chạy như bay ra ngồi gỡ từng con bỏ vào lồng. Tim vẫn còn đập nhưng đầu tôi lấy lại bình tĩnh dần.

- Tôn nói, trúng mối rồi anh Sáu ơi!

- Đố mày biết được bao nhiêu con?

- Ít lắm phải năm sáu chục.

- Có thể như vậy lắm.

- Chim dòng dọc nghệ nhiều, quay chảo ăn mệt nghỉ.

- Nhổ lông mổ ruột cũng mệt nghỉ!

- Vậy thôi giở lưới thả cho tụi nó bay làm phước, mình khỏi nhổ lông mổ ruột anh chịu không?

- Thằng khỉ mày đừng dở hơi.

Anh em chúng tôi vừa gỡ chim vừa đếm tất cả bảy mươi

sáu con cộng với tám con chim sắc bắt được tất cả là 84 con, nhốt chật lồng không còn chỗ bay, chúng dẫm lên nhau kêu inh ỏi.

Thằng Tôn đề nghị cuốn lưới về, nhưng lòng tham và sự ham mê của tôi chưa chịu ngừng. Banh lưới ra ngồi chờ nữa, thỉnh thoảng có chim về không đông, mỗi bầy chừng vài chục con nhưng đậu trên cành kêu hót, có lẽ chúng nghe đồng bọn kêu ré xin cầu cứu, nên chúng hiểu rằng đồng loại của mình đã mắc nạn. Vì vậy không có bầy chim nào khác chịu đáp xuống, Từ đó chúng tôi rút kinh nghiệm đi giựt chim đem theo hai lồng, có chỗ rộng nhốt chúng thoải mái không la inh ỏi có thể làm kinh động giống chim cùng loại.

Chiều hôm đó nhà chúng tôi ăn cơm như bữa tiệc. Thằng Tôn và tôi mặc tình kể chuyện, mạnh miệng, hào hùng, nhưng không thể tả được tâm trạng vui mừng, và kể lại cái cảm giác lo âu hồi hộp trong lúc chúng tôi chờ đợi bầy chim đông nghẹt đang quan sát mấy con chim mồi và thức ăn đầy dẫy mà chưa chịu đáp xuống.

Cái thú vui của tuổi thơ là ở đó, sự đam mê buộc tôi nhớ mãi quê nhà, nhớ cảnh thiên nhiên hữu tình, nhớ đồng ruộng mênh mông, sông rạch trải dài, phải chăng những cái đó tạo cho tôi lòng yêu nước thương dân?

Giựt Cu

Trong bài viết về thú vui đi giựt chim thì tôi đã mô tả khá rõ ràng về hình dáng và tác động của tay lưới dùng làm bẫy để bắt chim rừng. Nhưng lưới giựt cu có phần khác hơn đôi chút. Thứ nhất tay lưới lớn hơn, hai mảnh lưới có bề dài hai thước rưỡi, bề ngang một thước rưỡi. Như vậy bề mặt khoảnh đất trống dành cho chim đậu rộng gần gấp đôi. Thứ hai lỗ lưới lớn hơn để tránh bị cản gió khi cần giựt nhanh. Thứ ba các dây nhợ phải to và chắc hơn vì tay lưới lớn.

Kỹ thuật giựt cu đòi hỏi phải lanh trí, lanh tay hơn giựt chim dòng dọc, áo già. Bởi vì con chim cu rất mạnh. Nó đập cánh mạnh nhanh và cất cánh bổng, không lài, không đâm ngang như chim sẻ. Đậu trên cành cây hay dưới đất chúng vừa chấp cánh vừa vọt chân, do đó chim cu cất cánh bay bổng liền. Vì vậy giựt cu là phải giựt ngay khi chim mới vừa sà vào lưới chưa kịp đậu xuống đất. Nếu để cho chúng nó đậu xuống đất rồi mới giựt thì mười lần sẩy mất hết chín rưỡi vì hai miệng lưới vừa chớp là con chim đã vọt thẳng ra ngoài tầm lưới rồi. Cho nên khi chúng sà vào khu đất trống có cu mồi thì phải lẹ tay giựt mạnh, úp ngay cả lũ chưa kịp đặt chân xuống đất. Có đôi khi một hai con vừa đụng đất vọt lên trúng đồng bọn té ngay xuống.

Nhanh trí lẹ tay tôi có, nhưng sức mạnh tôi thiếu nên rất nhiều lần ham đi giựt cu một mình tôi làm sẩy chim không biết bao nhiêu lần. Khi nào đi với anh Năm thì tôi bắt được nhiều hơn vì ảnh không cho tôi sờ tay vào dây lưới. Thịt cu ngon ngọt, quay chảo hay bằm nhỏ nấu canh với đọt bầu non là món dân quê làng tôi hay thưởng thức.

Giựt cu trên những đám mạ mới gieo ít khi có, phải lựa những đám cỏ thấp có bông cỏ nhiều. Chim cu rất nhát nên chúng thường tìm nơi có cây rậm hay đồng cỏ hoang vu. Chúng nó thích ăn bông cỏ, ăn lúa khô hơn là ăn lúa nẩy mầm, trừ lúc chúng nó đói thiếu mồi.

Khổ nỗi là tôi thích vác lưới đi một mình tới đám cỏ rậm có nhiều bông, chim cu thường xuống cả bầy do ông ba Hàn chỉ cho tôi, nó nằm trong khu vườn của ông Hương Sư Liên. Nhà bác Liên có cô con gái trạc tuổi tôi tên Thời. Cứ mỗi lần cô ta thấy bóng tôi vác đồ nghề đi ngang qua cây cầu sau hè là cô hớn hở lớn tiếng chào hỏi nói năng xa gần, líu lo đủ thứ. Phần tôi thì hồi hộp cười đùa trả lời, khi thì tự nhiên khi thì ấp úng. Gần như đôi bên hai đứa có một cái gì ẩn ý chứa trong lòng mà không dám nói ra hay là không biết nói làm sao để diễn tả tâm tình.

- Cậu Sáu đi gài bẫy bắt hết mấy đám chim cu sau nhà, em bắt cậu phải đền em đấy.

- Cô Thời muốn tôi đền cái gì đây? Chim nhiều mà bác Hai không thích bắt ăn thịt để nó phá phách, tôi bẫy giùm cho mà em không cám ơn còn đòi tôi phải đền nữa sao?

- Bắt đền chớ sao? Chim gáy nghe êm tai, sáng sớm nghe vui, xế chiều nghe buồn, cái thú ở nhà quê của em là như vậy đó, chớ đâu phải như cậu Sáu đi học ở tỉnh thành có đủ thú vui.

- Đi học xa không vui đâu, nhớ nhà lắm, nhớ bác Hương Sư nhớ bà con lối xóm.

- Cậu Sáu nhớ bẫy chim hay nhớ ba em?

- Tôi nhớ cô Thời nhiều hơn nhớ bẫy chim.

Con nhỏ xí một cái, lại còn hứ thêm, rồi trợn mắt nhìn tôi trân trân, mỉm cười vui vẻ tiếp:

- Nói thật hay nói xạo vậy cậu Sáu?

- Nói thật!

Những câu nói đùa qua lại của hai đứa trong lứa tuổi mười hai, lời lẽ ngây ngô, không đâu vào đâu cả mà sao tôi thấy nó ngọt ngào quá. Trải lưới xong rồi, tôi ngồi trong chòm cây chờ cu về mà đầu cứ lập đi lập lại mấy câu vừa trao đổi với con Thời sao thấy lòng nó lâng lâng thích thú. Một thứ cảm giác chắc chắn không phải là tình, không phải đùa cợt, không phải chọc ghẹo trai gái. Nó có một cái gì đôi bên muốn gởi gấm, một thứ trìu mến qua những câu nói ngây ngô vô nghĩa nhưng làm cho người nghe thấy nhẹ lòng khó quên.

GÁC CU

Gác cu phải nuôi một con chim mồi, chim trống biết gáy và phải gáy hay. Chẳng những gáy hay mà còn phải gáy rất thường. Gáy hay là "gáy hai giọng" có con gáy ba giọng, nhưng giọng thứ ba thường nghe rất nhỏ. Hai giọng không phải là giọng hát khác nhau mà là cùng giọng nhưng thêm một tiếng đệm. Có nghĩa là con chim thường gáy: Cục cú cu ... cu. Còn chim gáy hai giọng nó kéo thêm một tiếng cu nữa: Cục cú cu... cu... cu. Rất ít khi nghe có giọng thứ ba, nếu có thì giọng thứ ba nghe rất nhỏ. Ông ba Hàn ở xóm Giồng Lớn gần nhà tôi chuyên giựt cu, gác cu, bán cu mồi, bán cu ăn thịt. Ông có một con cu mồi quý như vàng gáy ba giọng, tôi có nghe qua tiếng gáy ba giọng của nó.

Gác cu như thế nào? Trời phú cho loài chim này giống như bồ câu nuôi trong nhà, chúng có hai đặc tính: Thứ nhất là một vợ một chồng, sống có đôi có cặp, trừ khi bạn tình của nó chết. Thứ hai là anh hùng cái thế trong lãnh thổ của nó, không cho phép bất cứ con chim nào lạ bay vào đó mà trổ tài chiêu dụ chim mái trong vùng. Do đó nó không chấp nhận nghe tiếng gáy nào khác, hay hơn giọng hót của nó. Cái tính "anh chị" ghen tuông và kiêu hãnh đó khiến cho nó chết chỉ vì tranh nhau tiếng gáy và cũng vì ham muốn một mình chiếm giữ đàn bà.

Cu mồi đứng bên trong, cu rừng mắc bẫy bên ngoài. (agriviet.com)

Bẫy gác cu hình thù nhỏ, bề ngang chừng hai tấc rưỡi bề dài chừng bốn tấc. Mặt dưới bằng phẳng, phân nửa mặt trên đan bằng nan tre hình bầu tròn như nửa quả bóng, đó là lồng nhốt cu mồi, có cửa để bắt chim ra thả chim vào. Phân nửa bên còn lại có hình vòng thon như trái xoài bao trùm lưới, có lò xo kéo lên bật xuống do một hệ thống gài với một cây gác ngang để chim rừng đứng vào thì sụp lò xo bật xuống nhốt con chim rừng bay tới đá lộn với cu mồi.

Người đi gác cu dùng cây sào thật cao có móc, đưa bẫy cu đặt vững chắc trên nhánh cây, tàu dừa, hoặc máng trên cành bằng cách này hay cách khác rồi ngồi chờ cu gáy. Chim phải gáy thường, gáy mãi cho đến khi con cu chủ chốt trong vùng nghe tiếng gáy mới lạ của cu mồi bèn nổi

Cái bẫy gác cu. (www.cugai.org)

giận tìm đến mà sáp lại đá lộn nên bị sập bẫy. Người gác cu chuyên nghiệp thường tập con chim mồi cất tiếng gáy mỗi khi họ búng tay nghe chóc chóc hay hút gió kêu "phù phì" là chim cất giọng cú cu ngay. Cũng có khi tiếng gáy của cu mồi quá mê ly dụ được chim mái bay tới đáp vào bẫy sập mắc nạn.

Người ta thường nói: Ở đời có bốn cái ngu, làm mai, lãnh nợ, gác cu, cầm chầu. Làm mai tốt ngày, tốt tuổi, thì vợ chồng người ta hạnh phúc, bằng không êm ấm thì mình bị phiền bị trách. Lãnh nợ là cái ngu có lẽ lớn nhất bởi vì đa số người lãnh nợ đều phải dang đầu ra trả vì con nợ quịt, mình kêu trời nhưng đã lãnh nợ thì phải trả. Cầm chầu thì luôn luôn bị chỉ trích không ít thì nhiều. Bởi vì trong một vở hát bội khi nào người cầm chầu muốn khen hát hay thì

Cu rừng bị mắc bẫy. (google www.trinhnu.net)

đánh một tiếng thùng. Kép hát thật hay thì chầu hai tiếng, ba tiếng thùng. Nhưng ở đời bá nhân bá tánh, câu hát này mình thấy hay người khác cho là thường, thậm chí dở ở điểm này hay lý do khác. Cô đào này đẹp, hát không hay mà vẫn đánh thùng. Cho nên sau một tuồng hát bội khắp nơi trong làng người ta phê phán chức sắc cầm chầu giỏi dở, công bằng hay háo sắc. Vậy thì khôn ngoan nhất là đừng có ngu mà cầm chầu.

Còn cho rằng gác cu là ngu thì tôi thắc mắc. Phải chăng là tại chờ đợi quá lâu, hoặc cả ngày bỏ công ăn việc làm, bỏ mặc vợ con, đi gác cu mà không bắt được con chim nào thì quả là ngu. Nếu nhà nghèo phải lặn lội kiếm cơm cho gia đình mà chọn nghề gác cu thì có thể xem là đại ngu. Nhưng nếu người khác cho đó là một thú vui, khi gác cái lồng cu lên cao, ngồi chờ trong vườn cây mát rượi, nếu vườn có những cây cao trổ bông thơm phức, bông cây cao có mùi thơm đặc biệt, không có thứ bông nào thơm nhẹ nhàng, lâng lâng, nó cho người ta một cảm giác khoan khoái, gió thoảng đưa hương lướt nhẹ qua từng hồi, cảnh vật im phăng phắc, tiếng cu gáy như ru hồn. Chờ đợi trong cảnh này đâu phải là ngu? Cho dù chờ không có chim đến, phải đi nơi khác thì cũng đứng ngồi dưới những rặng cây cao bóng mát. Không phiền hà đụng chạm tới ai, không bị phê bình chỉ trích gì cả. Nếu cả ngày chỉ bắt được có vài con hoặc đi về tay không thì cũng chẳng phải là ngu vì thỏa mãn được cái thú vui mình đã chọn.

Riêng cá nhân tôi lúc còn nhỏ không có khả năng đi gác cu mà cũng không được ông ba Hàn cho phép đi theo vì ông sợ tôi đứng ngồi lộ liễu chim không dám về. Nhưng sau này khi nên danh phận tôi tạo được hai mẫu vườn ở khu Cầu Kinh Sài-Gòn có trồng dừa, có trồng cau, có đầy đủ loại cây cao bóng mát. Ngoài ra gần đó còn có những vườn dừa nên tôi thường nghe tiếng cu đất gáy rân, gợi cho tôi những kỷ niệm thời thơ ấu. Tôi bèn sinh ra ý nghĩ nuôi cu mồi để nghe tiếng gáy và sắm một giàn bẫy gác cu để nhớ lại những kỷ niệm thời xa xưa ấy. Nhớ những buổi trưa nắng gắt, cảnh vật im lìm, tiếng cu gáy êm tai, hay những lúc chiều tà tiếng cục cú cu…cu… kéo dài nghe buồn bã thấm thía. Cảnh vật thiên nhiên của miền Nam Việt Nam in sâu trong đầu tôi một dấu ấn mãi mãi không quên nhất là ngày nay phải sống trong cảnh tha hương vọng quốc.

Đuổi Chim

Đồng quê miền Nam ruộng lúa mênh mông, khi lúa chín đầy đồng thì đủ các loại chim luồn lỏi dưới rặng lúa vàng ăn hột rụng trên đất sắp khô. Đó là thời gian nhà tôi hay tổ chức đuổi chim. Nhưng đuổi chim trong ruộng lúa là điều cấm kỵ bởi vì nhiều người chia nhau lội trên ruộng đầy bông lúa chín vàng dễ dàng rụng nếu bị lay động mạnh. Do đó người ta chỉ đuổi chim trong ruộng nhà hay như gia đình tôi chỉ cần thông báo cho các chú các bác tá điền rủ họ cùng đi với chúng tôi thực hiện cuộc đuổi bắt thì sẽ không có ai gây phiền toái.

Cái bẫy gài để bắt chim gọi là cái "Bống". Nó có hình dáng tròn như một cái ống to có đường kính chừng năm tấc, dài ba thước chia làm hai ngăn, đan bằng nan tre lỗ nhỏ. Mỗi ngăn có cửa gài thật chắc đề thò tay vào bắt chim. Cửa vô ngăn trước là khung tre cứng hình tam giác để khi đặt bống trên đất nó nằm vững, đường vào có một hom tre thật mỏng, vô được dễ dàng mà ra không được, ngăn sau cũng có một hom giống y như vậy. Sở dĩ người ta chia làm hai ngăn là để phòng khi có nhiều chim quá chúng nó có chỗ dồn vào đó, và nếu chim đầy chúng dãy dụa quá mạnh phá gãy hom ngoài bay mất thì vẫn còn một số đã vào ngăn trong. Tính toán là như thế chớ ít khi bị sẩy mất chim, bởi vì dù cho có đầy chim nhưng làm cho sút hay gãy cái hom không phải dễ.

Trước khi đi đuổi chim phải xem coi ruộng nào thường nghe chim "cúm núm" kêu. Cúm núm là một loại gà nước tiếng kêu

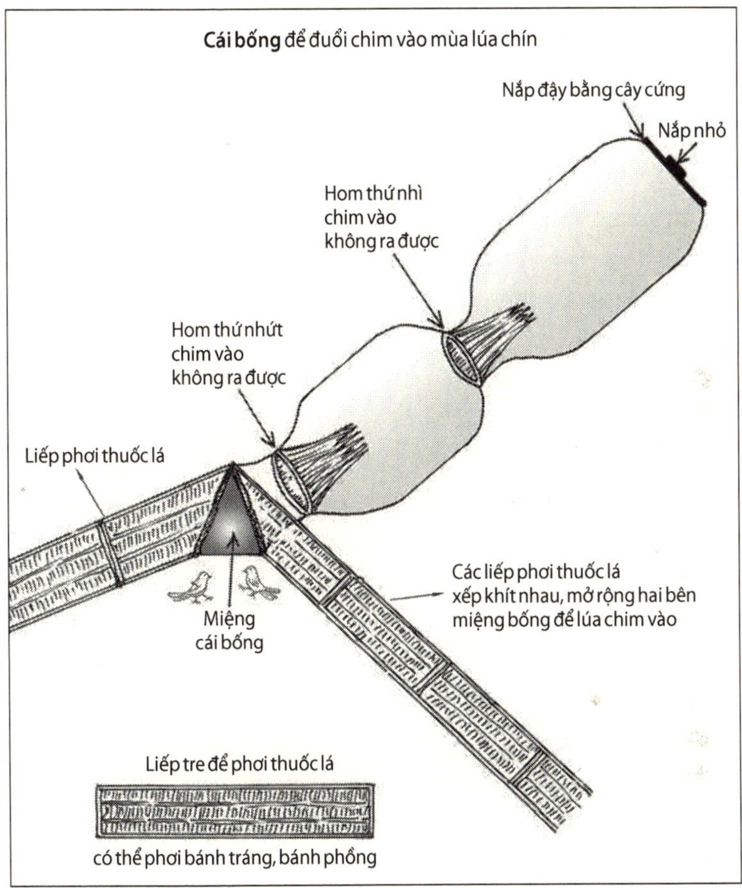

của nó to: cúm núm... cúm núm... túc... túc... túc... Sau khi lựa những thửa ruộng mình nghi là sẽ có nhiều chim rồi thì tập trung chừng bảy tám người, ba bốn chú, người vác liếp, người mang bống, cộng thêm cha tôi và ba anh em đi theo phá đám, thằng nào cũng hăm hở, mừng rỡ vì biết sẽ có nhiều chim và là một trò chơi quá dễ dàng mà kết quả luôn luôn tốt đẹp.

Người nhà quê dùng cái liếp để phơi thuốc lá, sau khi xắc lá thuốc nhỏ bời rời, người ta kéo thành rê mỏng ép trên mặt bằng của cái liếp đan bằng tre hoặc bằng cây sậy đập dập, bề ngang cái liếp lớn độ năm tấc, bề dài hai thước, liếp tre dùng được lâu bền, liếp sậy nhẹ nhưng mau hư.

Vác liếp đi đuổi chim mấy chú mượn liếp sậy để nhẹ vác. Tới nơi mấy chú dùng liếp ấn nhẹ xuống đất, dựng sát hai bên cái miệng bống, ráp vô hai cạnh tam giác còn lại, một cạnh của miệng bống đã nằm vững trên mặt đất rồi. Bống đặt gần cuối mé ruộng, mỗi bên sắp mười liếp chạy dài nghiêng chiều thành một góc khá rộng kể từ cái bống. Xong rồi chúng tôi bắt từ phía đối diện với chỗ đặt bống, chia mỗi người đứng cách xa nhau, lội xuống ruộng tay vạch nhẹ cây lúa, chân bước chậm, miệng kêu hù... hù... với mục đích đuổi những con chim đang ở trước mặt chạy tới. Khi bước đi còn cách xa cái bống thì tiếng hù nhè nhẹ không làm chim hoảng sợ cất cánh bay mất, dù vậy vẫn có một vài con nhút nhát hoặc ăn no bay đi nơi khác, càng gần chỗ đặt bống thì tiếng hù càng nhỏ, bước đi càng chậm, bởi sợ chim hốt hoảng bay ra khỏi ruộng là mất một con mồi. Cứ đi như vậy gần tới đích, đoàn người gom tụ nhau cho đến tận cái bống thì thấy chim ơi là chim, nào cúm núm, cò ma, chằng nghịch lông ức màu xanh óng ánh, mỏ nhác bông trắng bông đen mập ú nù , ốc cao mỏ đỏ nhỏ con ngon thịt.

Hết thửa ruộng này đến thửa ruộng khác có khi đuổi hai lần có khi ba lần đuổi bắt nhiều chim chia nhau ăn nhậu vui vẻ. Làm sao tôi không ham đuổi chim bởi vì biết trước khi đi thế nào cũng có nhiều chim và cái thú vừa lội trong lúa vừa hù, vui thích nhất là tới nơi thấy cái bống chứa đủ thứ chim dãy dụa tìm đường thoát thân không được.

Những thú vui mà thế hệ của tôi sống ở đồng quê miền Nam được chứng kiến và vui hưởng chắc không còn có thể tìm lại được nữa. Tiếc thay người viết không đủ tài năng để diễn đạt đầy đủ cảm nghĩ sâu đậm về những thú vui của tuổi trẻ và cảnh đẹp thiên nhiên của miền Nam thân yêu ngày trước.

BẮT Ổ CHIM

Ở đồng quê, sự đam mê của tuổi trẻ thật đơn sơ giản dị. Thế hệ con em ở thành thị ít chung đụng với thiên nhiên, khó biết loài chim sinh trưởng như thế nào? Một vài đứa ham muốn nuôi thì cha mẹ cho tiền mua chim sắm lồng, chúng không được trực tiếp quan sát việc sinh nở lớn khôn của nhiều loài chim ở đồng quê miền Nam.

Lúc thiếu thời tôi đã bắt khá nhiều ổ chim, đã từng nuôi cưỡng biết nói, dòng dọc đậu trên vai bay theo tôi đi khoe với bạn bè cả xóm. Tôi nuôi cu đất cu ngói lớn khôn bay mất, chim sẻ khó dạy chim sắc dễ nuôi. Nhưng có hai loại chim tôi nuôi thành công và mãi ham mê cho đến khi lớn lên có gia đình, thành danh mà vẫn tìm mọi cách kiếm cho bằng được loại chim mình đã từng nâng niu khi còn thơ ấu. Đó là dòng dọc nghệ và cưỡng.

Những thứ chim như cu đất cu ngói dễ nuôi nhưng bị gia đình rầy la vì nuôi chim con phải nhai gạo rồi ngậm mỏ nó vào miệng mình cho chúng xóc nuốt như chim mẹ ngậm mỏ chim con mà sún mồi. Hai loài chim này rất ngu, nuôi lớn nhớ rừng bay mất. Chim sẻ đầy sân đầy nhà lớn lên chúng nghe tiếng đồng loại nhập bọn bỏ mình, gọi mấy nó cũng không về.

Có lần tôi đi câu thấy bầy le le con, tôi rượt bắt được ba con đem về nuôi chung với bầy vịt, lớn lên nó sinh sống như vịt trong nhà, đi ăn ngoài đồng với vịt rồi về với vịt, cho dù

Chim cưỡng.

có le le rừng đeo theo rủ rê cũng không dụ được. Có lẽ nó đã quen thông tiếng vịt nên không hiểu được tiếng chim rừng đồng loại của nó. Cũng giống như có lần báo chí đưa tin có một cô gái người Campuchia lạc trong rừng lúc còn bé, chó sói nuôi. Cha mẹ tìm lại được, nhưng nó quên hết tiếng người.

Chim cưỡng làm ổ trên các ngọn cây cao chót vót, thường là cây keo có gai. Cưỡng làm ổ bằng cành cây nhỏ, bằng cỏ khô, bằng rơm rác, bằng lông chim lông gà vãi vụn, bất cứ thứ gì chúng có thể làm thành một ổ to che nắng che mưa và bên trong mềm êm để chim con sống thoải mái. Ổ cưỡng có lỗ chui vô chui ra gọi là cái vòi. Khi nào cưỡng con lớn thì cái vòi được lót dài thêm, đề phòng cưỡng con bị té chết vì giông gió ngọn cây chuyển động mạnh. Muốn bắt cưỡng con vừa lớn để nuôi thì phải canh chừng khi thấy cái vòi dài ra chừng hai tấc là phải chấp cây thật cao thọt cho rớt nguyên ổ nếu không

Chim nhồng.

chim con có thể té chết. Vòi ổ cưỡng dài trên ba tấc là cưỡng con biết bay chọt rớt ổ cũng không bắt được con nào.

Nuôi cưỡng con từ lúc nhỏ thật công phu, mỗi ngày phải bắt cào cào, châu chấu cho nó ăn không đủ phải cho ăn thêm cơm. Nhưng nếu ăn nhiều cơm sẽ khó tiêu, do đó phải cho cưỡng ăn ớt thật nhiều. Mỗi ngày nó nuốt ít nhất năm ba trái ớt hiểm. Cưỡng lớn lên phải lột lưỡi và để nó sống gần nơi có tiếng nói của người. Người ta hay treo lồng cưỡng gần bếp hoặc thả cưỡng đi tự do nhưng thỉnh thoảng phải cho nó ăn nơi nào mình ấn định, nó sẽ quanh quẩn nơi đó khi đói ăn. Cưỡng lớn mình có thể thay cào cào châu chấu bằng những con tép mồng, tép riu hay tép lớn cắt thành khúc nhỏ và cho ăn nhiều cơm nhiều ớt.

Lột lưỡi là bắt cưỡng nắm trong tay trái, tay phải vạch mỏ, kéo lưỡi nó ra, bên dưới lưỡi cưỡng có một lớp trắng trong, lấy móng tay khều nhẹ nhẹ… từ từ… lớp trắng đó tróc ra, nắm kéo thật nhẹ không cho đứt chót lưỡi, nếu đứt chót lưỡi thì cưỡng hết nói luôn phải nuôi con khác. Từ cưỡng nhỏ đến lớn khôn phải lột lưỡi ít nhất hai lần. Cưỡng lớn chừng một năm hoặc hơn tùy con, sẽ biết nói theo những gì mình dạy nó từng tiếng. Nuôi lâu nó hiểu được tiếng người và nói theo thói quen kêu "ba ơi có khách" hay là "ai đi đó"… "cậu sáu đâu rồi"… "ăn cơm" vân vân. Trong nhà có một con chim biết nói là một kỳ công, một niềm vui giải trí khi mình đối thoại với nó hết câu này đến câu khác toàn những gì nó thuộc lòng, có khi nó còn tự bịa câu khác.

Hồi tôi còn nhỏ học trường La-San Taberd Saigon, chúa nhật thầy dòng thường dắt học trò xếp hàng hai, đi dạo ngoài đường, ghé vào sở thú cho chơi tự do, trong đó có một lồng chim lớn gần chuồng gấu, trong lồng bay nhảy mấy con nhồng biết nói, không biết tự nó khôn lanh hay do người ta dạy, mà hễ tôi chửi "cha mày" nó chửi lại "ông nội mày". Lâu lâu nghe có tiếng réo "kéo" như tiếng đàn bà kêu, anh phu xe kéo ôm xe chạy lại ngơ ngác chẳng thấy ai, té ra mấy con nhồng không thấy người kêu réo chơi.

Sau đảo chánh năm 1963, một buổi chiều tôi đưa vợ con đi dạo thảo cầm viên, ngang lồng chim két, chim ó, phượng hoàng. Tôi thấy có một con két trắng bị xiềng chân, đậu trên cây ngang có mấy chữ "két của cậu Cẩn". Tôi gọi bà xã nói, em xem con két của cậu Cẩn người ta đem vào sở thú kìa, lập tức con két chửi liền "Cha mi chớ cậu Cẩn". Tôi giật nẩy người, vợ chồng ngạc nhiên trầm trồ ngắm con két nghĩ ngợi lung tung. Thuật những chuyện chim biết nói, đôi khi tôi tự hỏi trí khôn của loài chim hiểu biết được đến mức độ nào. Bởi vì ngoài những câu mình dạy chúng nói thuộc lòng còn có một vài phản ứng tự động của chúng làm mình rất ngạc nhiên.

Chim đang làm ổ.

Chim dòng dọc nghệ lông vàng cả mình, chim trống có chớm bông đen trên cổ, mỏ vàng, loài chim này có giác quan khôn lanh, sống theo bầy, nó chỉ đóng ổ nơi nào có loại ong bần, ong lá đầy vẩy, trên ngọn dừa, ngọn cây bần, chỗ nào có ong là có ổ dòng dọc. Không ai có thể trèo lên cây đó bắt ổ của nó. Muốn bắt chim phải dùng cây sào cao có lưỡi hái giựt đứt cuống ổ hay nhánh cây thì mới bắt được chúng. Tuy nhiên phải luôn đề phòng ong đánh đau nhức, sưng mặt.

Loài chim này có biệt tài kiến trúc rất khéo mà tôi chưa từng thấy loài chim nào làm ổ khéo léo và chắc chắn như vậy. Chim cu làm ổ sơ sài bằng mấy cành cây khô nhỏ gác xuyên qua xuyên lại, đứng ở dưới nhìn lên thấy hai trứng của nó trắng phao. Còn chim dòng dọc chúng bay đi tước từng dây lát nhỏ dài, cọng tranh đem về đan thành một cuộn dây to bằng ngón tay dính liền với cành cây chạy dài xuống độ một tấc rồi bung phình ra như một cái chén lớn tròn bầu thụng xuống, trên miệng chén đó nó đan thêm một vòi thòng xuống, vòi ngắn khi chim mới đẻ, nở chim con càng lớn vòi càng thòng dài ra. Chim dòng dọc nghệ đan ổ thật kỹ, tay người xé không rách, hình thù giống như một cái chén lớn treo lòng thòng có cái vòi dài hay ngắn tùy theo. Đó là ổ chim mái. Còn ổ chim trống thì đơn sơ như nửa cái chén úp mặt xuống có dây đan ngang để chim trống đậu ngủ ban đêm.

Lớn lên tôi thường bày vẽ cho con tôi thưởng thức những thú vui gần với thiên nhiên trong đó có việc bắt ổ chim dòng dọc đem về nhà vườn dựa mé sông, treo khắp như một vật trang trí chưng bày hoang dã đẹp mắt. Thằng nhỏ có nuôi một con chim con thật khôn, chim lớn lên hễ nó đi đâu chim theo đậu trên vai thỉnh thoảng kêu the thé rỉa cổ áo, mổ tóc nó hay bay dẫn đường trước mặt nó thật dễ thương.

Bây giờ tuổi già nhớ lại, điểm từng việc đã làm, từng hành động đã qua, tôi bồi hồi, ngồi im tưởng tượng. Ước gì trời

Ổ chim dòng dọc mái.

Chim dòng dọc nghệ, con chim trống.

Ổ chim dòng dọc trống. Dây giương ngang để chim đứng ngủ.

cho tôi nhỏ lại sống một thời gian ngắn. Biết bao nhiêu là vui sướng, biết đâu cõi tiên, niết bàn, thiên đàng, Trời Phật, Chúa Bà cũng thưởng cho mình chừng ấy vui mừng và lạc thú cũng gần giống như vậy.

CHIM BÌM BỊP

Trong bài trước tôi có mô tả thú vui của trẻ con hay bắt ổ chim. Đã nói bắt ổ chim mà không nói đến sự tìm kiếm bắt ổ bìm bịp thì quả là thiếu sót. Bởi lẽ chim bìm bịp có nhiều giai thoại được dân quê truyền miệng mà lúc còn thơ ấu chuyện con bìm bịp gây khá nhiều thắc mắc và mơ ước cho tôi. Chim bìm bịp lớn hơn con cu đất, lông màu nâu, đuôi dài, mỏ to, lông cổ, lông đầu màu đen. Đặc tính của loài chim này là sống dựa mé sông và mương rạch. Tại sao? Bởi vì chúng ăn mồi cá tép cho nên mỗi khi nước ròng sát để lòi bãi bùn dựa mé sông đầy lỗ hang của cá thòi lòi, cá bống sao, còng gió nhỏ con có màu sắc hoặc xám xỉ như cua, thậm chí con tèn hen hay ốc lát đều là những món ăn thông thường của bìm bịp.

Bìm bịp có hai tiếng kêu rất đặc biệt. Khi chúng bước nhẹ trên bãi bùn hay đứng rình trước hang cá, lỗ còng, chờ cá hay còng lú đầu ra là nhanh như chớp nó mổ, xóc nuốt liền. Nếu trong lúc kiếm ăn mà có tiếng động hay bóng người thì chúng kêu "cốc cốc cốc". Hình như để báo động với đồng loại rằng có nguy hiểm. Đặc biệt lúc chúng tìm mồi khi nước ròng ló bãi cho đến khi nước khởi sự lớn ngập một hai tấc đất bùn là người ta nghe bìm bịp trong vùng lớn tiếng kêu vang "bịp bịp bịp bịp…" một hơi dài rồi xuống giọng nhỏ dần. Hình như để lưu ý đồng loại là đã hết giờ không còn bắt mồi được

[raonhanh24h.com.vn]

nữa. Do đó mà dân gian sinh sống bằng nghề câu, chài lưới, hay chở hàng buôn bán đầu làng cuối chợ theo sông rạch của miền Nam có câu hát rằng:

"Bìm bịp kêu nước lớn anh ơi,
Buôn bán chẳng lời chèo chống mỏi mê"!

Loài chim bìm bịp làm ổ những nơi rậm rạp, bụi cây gai góc khó tìm. Cho dù biết được hướng đó có ổ của nó, muốn vô tìm cho ra thì cũng vô cũng gian khổ. Tiếng đồn rằng con bìm bịp là thầy trật tả. Tại sao có chuyện ly kỳ như vậy? Bởi vì theo lời đồn đãi thì người nào tìm được ổ bìm bịp, có chim con thì bẻ chân bẻ cánh chúng nó để lại trong ổ, rồi một hai ngày sau trở lại lấy những lá cây bột sình của chim mẹ đắp vào chim con cho lành xương tan máu. Và cứ làm như vậy để lấy thuốc cho tới khi chim lớn, bắt hết chúng nó ngâm rượu cùng với những đất lá đã thu được từ trước đến nay. Cái đó gọi là thuốc rượu con bìm bịp. Các võ sĩ người Hoa thời đó biểu diễn võ công, gọi là "hát sân đông", hình như thực tế gọi là "Sơn Đông" mới đúng nhưng con nít làng tôi quen thói gọi

[www.panoramio.com]

sân đông. Theo sự thông truyền các võ sĩ của tình Sơn Đông bên Tàu họ trôi sông lạc chợ ở xứ người lấy nghề mãi võ bán thuốc để kiếm sống. Họ bán đủ thứ thuốc trong đó có thuốc trật tả hiệu con bìm bịp, họ luôn miệng quảng cáo, thuốc rượu con bìm bịp vô cùng hiệu quả, thuốc trật tả danh tiếng lẫy lừng, trong uống ngoài thoa, dành cho người bị đả thương, gãy xương, sưng gối, uống vô lành xương bổ thận, xức vào hết đau hết nhức. Mại vô, mại vô đi… Tên mãi võ vừa hô to lời quảng cáo vừa bốc ra từ hũ thuốc một con bìm bịp lông lá còn nguyên vẹn, nước rượu màu sậm chảy ròng xuống hũ. Rồi anh ta bỏ con bìm bịp vô hũ, tay đấm mạnh thình thịch vào ngực anh ta, bước tới bước lui anh cầm chai thuốc đổ vào ngực xoa bóp lia lịa cười ha hả miệng hô to: " Bà con thấy chưa? Không tức ngực, không bầm, không đau, không nhức, thuốc thần thuốc tiên mại vô bà con, mại vô mua đi."

Ở xã Phú Thuận của tôi lâu lâu có vài ba anh "ba tàu sân đông mãi võ" để bán thuốc cho những người hiếu kỳ bu quanh. Trong số đó thường có anh em chúng tôi bởi vì trước khi mãi võ họ đánh trống lùng tùng xèng báo tin.

Rồi một cảnh tượng khác làm tôi hãi hùng khi mà đầu óc tôi còn quá non trẻ: Anh "ba tàu" mãi võ cầm một cây kiếm suông đuột, dài độ năm tấc, anh hả họng thật to, đút lưỡi kiếm từ từ vào cổ họng thụt lút cán kéo lên kéo xuống hai ba lần, lấy ra và tiếp tục hô to lời quảng cáo "dầu cù là hiệu ông tiên đau đâu xoa đó, xức vô hết liền". Hết múa võ đến màn đấu võ "cụi". Đó là nghề của Ba Tàu sân đông nhưng nó vô cùng hấp dẫn và hứng thú đối với chúng tôi lúc thiếu thời.

Trở lại thuốc rượu con bìm bịp, điều làm tôi mơ ước kiếm được tổ chim để thử bẻ chân bẻ cánh tìm những vị thuốc bí mật do trời phú cho loài chim này. Tôi rình rập mãi mới thấy một cặp chim thường bay vào hướng bụi rậm gần mé sông, đầy cây ô-rô lá gai góc, lên tới bờ phải vạch bụi lát, bụi tranh, ô rô, mái dầm mà đi. Chúng nó khôn ngoan dụ người đi lạc hướng, chúng bay về ngõ khác cứ chui vào bụi chờ mình đi gần tới nó lòn ra, bay xa rồi trở lại cũng chui vào các bụi đó. Mặc cho tôi vạch kiếm khắp nơi, kiếm từng bụi cây cũng không thấy ổ.

Tôi tiếp tục rình rập, tới lui nơi đó vì tôi tin chắc phải có ổ của hai con bìm bịp này. Cho đến một ngày tôi nghe bìm bịp con kêu nhỏ tiếng cốc cốc,... cốc cốc,... cốc cốc,... ở phía đối diện với các lùm bụi tôi đã càn quét nửa tháng trước. Thì ra chim mẹ đã gạt tôi đi lạc hướng với mục đích bảo vệ chỗ ở của các con nó. Bây giờ tìm ra thì chim con đã lớn biết bay chập chững, dù không được xa nhưng lùm bụi cản đường làm sao rượt bắt được!

Thời gian lâu sau đó cũng đôi chim bìm bịp này dẫn tôi đến khu lùm gần bên, tôi biết khôn nên cứ tìm những hướng đối ngược với chỗ chúng chui vào. Kiếm ra được ổ có 4 trứng màu xanh có bông đen, lớn hơn ngón tay cái. Tôi thò tay mân mê, bẻ nhánh cây làm dấu để ngày sau biết đường tìm, vài hôm tôi trở lại, chim bỏ ổ vì có mùi hôi tay người mó vào. Chúng nó bỏ trứng đi tìm nơi khác mà sinh sản. Kết quả tôi chưa bao giờ biết được xác thực bìm bịp có thuốc trật tả kỳ diệu như người đời truyền tụng hay không. Tiếng đồn còn thêm mắm dậm muối, ổ chim con thường có rắn do chim mẹ bắt về giam đó cho chim con lớn lên có sẵn mồi ăn. Tôi may mắn không gặp rắn, phải chăng vì ổ chim mới đẻ trứng, nếu không chưa biết tôi và thằng Tôn có thể về được tới nhà không!

Những ai sống trong cảnh náo nhiệt của thành thị, xe cộ đầy đường, rầm rộ khua động không ngừng, cho dù đã quen nhưng đôi khi họ cũng ước ao được sống những ngày yên tĩnh, đầu óc lắng dịu không bị căng thẳng vì sự ồn ào náo nhiệt luôn tác động vào tâm não con người.

Và những ai đã sống qua cảnh đồng quê êm ả, chiều nhìn mặt trời dần dần chìm mất dưới rặng cây, tối xem trăng sáng chói như đèn trời soi rọi cảnh vật... Về khuya thỉnh thoảng có tiếng chim vạc kêu đêm như nó chia xẻ nỗi buồn với những người có tâm sự.

Những ai có sống qua cảnh êm đềm, giản dị của đồng quê như tôi, thế nào cũng mơ ước được sống lại cảnh thanh nhàn thời thơ ấu. Tôi sinh ra nơi đồng quê, lớn lên với thiên nhiên, đời tôi dính liền với mùi ruộng lúa, mùi khét của con trâu, mùi khói rơm un mũi, những thứ đó nó quyện vào tâm não con người tôi, sống xa thì nhớ, về tới quê cũ nhà xưa thì không muốn trở lại đô thành nơi cuộc sống và trách nhiệm buộc tôi phải đi về.

Những đứa trẻ quen ở thành thị, có đủ mọi thứ đồ chơi tân tiến thừa thãi để cho chúng nó giải trí vui đùa. Như thằng con tôi 10 tuổi được dịp về làng thăm quê nội. Một thằng nhỏ trong xóm, trạc tuổi nó sang rủ đi gài bẫy "chim mắt thau". Dĩ nhiên thằng con tôi tò mò, xin phép cho bằng được để đi theo xem gài chim như thế nào?

Trong cái lồng nhỏ, phân nửa trên để trống có đầy đủ thức ăn mà loại chim mắt thau ưa thích, phân nửa dưới nhốt con chim mồi. Cửa lồng trên mở rộng có sợi dây cột vào để kéo sập bất cứ lúc nào. Ngày hôm đó thằng con tôi đi chơi tới xế chiều mà không thấy đói vì nó mãi hồi hộp theo dõi chim rừng đáp trên lồng... vô hay không vô ăn mồi?... Rồi cứ như thế làm cho nó say mê đến khi bắt được hai con mới chịu về. Từ đó mỗi khi nghỉ hè là nó cứ nằng nặc xin về quê nội với mục đích tìm lại thú vui lạ mà thành thị nầy không thể cho nó hưởng được.

Thuật chuyện con tôi để giải thích chuyện của bản thân mình, vốn sinh ra và lớn lên trong làng, dù có đi Mỹ Tho, Sài Gòn học nhưng mỗi khi bãi trường là lặn lội khắp nơi trong làng tìm những thú vui quen thuộc. Đời người có những chuyện khó quên, thậm chí không thể nào quên được là những chuyện mà mình cho là tuyệt vời để lại một dấu ấn trong lòng không phai.

Sự đam mê nó ngấm thấu trong lòng, mãi cho đến lớn lên mang chức tước đầy người mà vẫn còn lặn lội tìm cách sống lại những ngày thơ ấu. Đôi lúc tôi cũng thoát được ra khỏi vòng ràng buộc của xã hội trưởng giả quan quyền. Những giờ phút đó nó quý báu làm sao!

CÂU CÁ VÀ DỤNG CỤ

Ông bà mình hay nói "Trời sanh voi sanh cỏ" nghĩa là thiên nhiên cung cấp cho con người đủ vật chất để sống. Ở các nơi khác tôi không biết như thế nào chớ ở Miền Nam dân làng tôi sống thoải mái bằng cách bắt cá, bắn chim, nuôi vài con gà thả chạy rong tự chúng kiếm mồi trùn mồi dế mà sống, nuôi ít con vịt thả ngoài đồng mùa khô ăn lúa đổ, mùa mưa lặn lội kiếm tép mồng, cá con ăn mập phì.

Nắng thì bẫy chim, thổi chim, chấm chim, gài cu. Mưa thì câu rê, câu cắm, đặt lờ, hớt cá. Nhà nông thì cuốc giồng trồng rau cải, khoai bắp, làm ruộng gặt lúa, dù là tá điền phải trả địa tô xong vẫn còn dư ăn dư sống quanh năm. Một vài người được xem như "nghèo mạt" trong làng cũng có cơm no, áo ấm nhờ sức lao động của gia đình.

Bối cảnh chung thời đó, dù còn bị Tây đô hộ nhưng cũng hưởng được thái bình, tự do tín ngưỡng. Cai tổng hà hiếp, thằng Tây bóc lột nhưng còn chừa đủ hay thừa thãi cho người dân sống an lành.

Nói về câu cá, thời thơ ấu của tôi chưa biết có dây ny-lông, chưa có cần câu với máy quay. Dây câu của chúng tôi làm bằng những sợi chỉ tháo ra từ các bao xi-măng hay mua một cuộn nhợ trong tiệm "hàng xén" đem về xấp đôi xấp tư, máng một đầu vào móc đinh trên cột nhà hay nhờ người cầm đầu dây đó rồi kê bắp vế lên mà se cho tới khi dây săn cứng thì mới cho hai sợi từ từ nhập lại thành dây câu dài ngắn tùy ý. dây ngắn dễ se, dây dài khó thực hiện vì lúc nhập đôi phải cho dây ăn với nhau từ từ. Nếu không, dây bị so le vừa xấu vừa không bảo đảm rắn chắc.

Cần câu làm bằng những cây trúc, dài ngắn tùy ý, câu cá rô, cá trê thì cành ngắn hai thước, dây câu một thước rưỡi là đủ. Cần câu rê, còn gọi là câu nhắp, phải dài bốn hoặc năm thước tây. Những cây trúc ít khi ngay thẳng suông đuột, có chiều cong đúng vọng như mình muốn. Vì vậy người ta phải hơ lửa uốn cho đầu cần cong đúng vọng. Thông thường sau khi hơ lửa uốn xong người ta để cây nằm xuống đất đóng nhiều nọc nhỏ ép cây trúc theo chiều ngay và cong đẹp như ý của mình muốn. Cuối gốc cần câu rê còn phải vót một cây nạn gắn vào để chịu cây cần trên đùi khi quăng dây. Dây dài năm bảy thước tùy theo người câu thiện nghệ hay không.

Cần câu cắm, làm bằng cây tre thật già, dài khoảng một thước, ba tấc đầu cần vót sạch ruột chỉ chừa vỏ cây dịu quặt rắn chắc, và một mắt nhỏ ở đầu để cột dây và lưỡi câu vào. Gốc cần vuốt nhọn để dễ cắm vào bờ đất.

Câu cá trê cá rô ở ao đìa hay ruộng sâu, câu cá chốt cá út thì ở mương rạch với mồi trùn mồi dế mồi gián. Thả câu ngầm, có phao hay không tùy ý. Nếu cột phao thì khỏi cầm giữ cần câu trong tay để chờ cá ăn, chỉ ngồi nhìn phao rung rinh, cá ăn kéo phao chìm xuống là giựt dính cá. Có khi cũng sẩy vì giựt quá mạnh tét mép cá hay tự con cá ngậm mồi chưa trọn vẹn, mới ngậm ngoài môi, lưỡi câu chưa vướng vào mép cá. Cái phao là một lá lúa, lá cỏ xếp làm đôi, làm ba cột gúc trên dây câu, chừa khoảng sâu vừa phải theo xét đoán của mình, ở độ sâu nào có cá lững lờ chờ mồi. Phao câu cũng có thể làm bằng đọt ngó bần phơi khô, dân quê gọi là "cặc bần" mọc lổm chổm xung quanh đám bần. Câu cá trê người ta có thể thả hết dây, mồi chìm tận đáy nơi mà cá thường lội kiếm mồi

Câu rê
Cá lóc táp mồi nhái. [Google-Miệt vườn]

hôi thúi. Thời tôi còn nhỏ làm gì có những thứ phao làm sẵn, nhỏ lớn đủ cỡ đủ màu bán trong các quầy hàng chuyên môn dành cho khách đam mê nghề câu.

Câu rê là cả một sự khéo tay, tính toán nhịp nhàng. Thường câu cá lóc hay ếch ở ruộng. Nhiều tay câu nghề, bán cá mà sống. Riêng tôi thời đó còn nhỏ nên chỉ đeo theo mấy chú mấy bác xem cho thỏa mãn sự ham muốn thèm thuồng, và học hỏi cách thức với quyết tâm chính mình sẽ thực hiện khi đủ sức cầm cần câu rê và sử dụng dây nhợ dài thậm thượt bằng ba bốn lần chiều cao của bản thân tôi.

Trước hết là phải uốn lưỡi câu bằng cây "kèo dù", một loại thanh thép phế thải của cây dù hư. Mài dũa thật nhọn, khắc cho có ngạnh, uốn cong, thắt chặt vào dây nhợ cột cứng trên đầu cần. Người câu thường sử dụng mồi nhái con, móc từ miệng nhái xuống tận đít, hình thù tay chân con nhái còn giống y như nó sống. Khi kéo rê nhẹ cá lóc tưởng như con nhái đang nhảy bèn táp phập là hết đời.

Muốn kéo rê xuyên qua cỏ, lúa, mà không bị vướng mắc, người ta xỏ vào sợi dây một ống bộng ngắn, thường là đầu lông cánh gà vịt, trước khi cột lưỡi vào dây câu. Để khi móc mồi xong, người ta ghim một đầu ống vào lưỡi câu, cục mồi nằm suông đuột trong sợi dây không thể bị vướng mắc vào cỏ hay cây lúa vì đầu lưỡi câu bị dấu trong cái ống lông gà rồi. Khi cá hay ếch táp vào, cái ống bật ra lưỡi câu máng vào hàm cá là xong chuyện.

Khó khăn nhất trong việc câu rê là chỏi cần câu dài trên đùi. Tay cầm sợi dây có mồi khá nặng, để lòng thòng độ hai ba tấc tùy ý người câu, quay vù vù lấy trớn quăng vù, cùng lúc hạ cần câu xuống cho mồi đi xa tối đa. Rồi mới từ từ kéo rê từ từ, mồi nhái hết leo trên lúa rớt xuống nước băng qua cỏ… Nếu có cá thì đương nhiên nó rượt theo mà táp mồi. Nếu có ếch nằm lú đầu với hai con mắt thồ lộ thì người câu thấy rõ nên cứ quăng mồi vào hướng ếch nằm thì chắc chắn bắt được nó. Mỗi thửa ruộng thường có vài ba con cá lóc đói chờ tử thần là ông thợ câu đi qua xóa sổ. Cũng có những thửa ruộng có nhiều cá, mấy chú, bác quần tới quần lui bắt cả đụt. Phần tôi đứng dựa mé ruộng nhấp lên nhấp xuống cũng có khi bắt được cá to vào gần bờ chờ nhái hay dế thất lạc. Và cũng có khi tôi bắt được ếch lớn ngồi dựa mé chờ cào cào bươm bướm hết thời bay bậy. Người biết câu rê chịu khó đi cả ngày thế nào cũng bắt được cá bán để mua gạo hay đổi thịt là chuyện thường.

Đầu mùa mưa người ta thường bắt được cá lớn vì chúng nó từ sông rạch vào ruộng sanh nở cho nên mới có chuyện hớt cá rồng rồng là những bầy cá lóc con đông nghẹt, đỏ ói, hàng ngàn con. Thời Pháp thuộc cấm tuyệt đối hớt cá rồng rồng với mục đích dưỡng ngư. Tuy nhiên vẫn có người phá lệ và những vị "Hương Quản" cũng dễ dải làm ngơ.

Ngoài việc xúc cá rồng rồng khi ruộng còn trống chưa cày bừa cấy lúa, người ta hay đi nơm bắt được cá lớn đầy trứng trong bụng. Đi nơm thì dễ mà bắt được cá rất khó vì vừa lội vừa chụp nơm xuống nước. Bước đi của mình động mạnh làm cá sợ lội tránh xa, con nào vô phước, dạn dĩ còn ở gần nơm mới bị bắt, nó phóng đụng thành nơm lịch kịch, mình biết ngay, thò tay vào chặn bắt. Khi gặp cá trê thì phải lừa thế mà bắt nó. Sơ ý bị ngạnh nó đâm thì đau nhức nhiều hơn là vui mừng bắt được cá. Nọc cá là nhớt của nó. Khi bị chạm trúng, con cá tiết ra một thứ nhớt trơn tru có độc. Loại nhớt đó khi làm cá nếu bị trầy tay dính nhớt thì cũng đau nhức như bị cá dâm. Loại cá ngác ở sông ở biển, cùng một giống với cá trê, tiết nọc càng độc, đau nhức càng nhiều. Có một loại cá ở sông hình thù xấu xí người ta gọi là cá "mặt quỷ", ai bị nó đâm trúng đau nhức vô cùng có thể bị lên cơn sốt nằm đôi ba ngày mới hết đau.

Đầu mùa mưa ruộng đầy nước, hoặc cuối tháng nước sông dâng cao, gọi là nước rông, còn gọi là "con nước ba mươi", tràn vào ruộng, cá lớn cá bé theo dòng nước mà vào, khi nước xuống người ta hay đặt "lờ". Cái lờ có hình thù một cái đụt lớn, có ống dài là cửa cho cá tép chui vô được mà ra không được do cái 'hom" đặt vào miệng lờ. Những ngày nước rông người ta đặt lờ chặn nước sông chảy vào ruộng hay chặn nước ruộng chảy về sông. Trước khi đặt lờ phải tháo bờ đê của ruộng chừng ba bốn tấc, nước tràn ào ra, đặt miệng lờ vào đó, bồi đất kín chung quanh miệng lờ, cá tép chảy vào cái lờ thông qua cái hom. Người ta phải cắm cây chỏi để kềm chặt không cho lờ bị di động. Một con nước rông, hay sau một cơn mưa to nước tràn, đặt lờ có thể kiếm được vài ký cá trắng tép mồng, loại cá tép nhỏ nhưng thịt ngọt béo.

Cũng có khi lọt vào một hai con cá trê cá lóc cá rô lớn. Riêng cá trắng và tép mồng rửa sạch bỏ vào nồi sắp thành một lớp cá một lớp thịt heo ba rọi xắt thật mỏng, kho lạt cuốn rau sống bánh tráng ăn ngon không biết ngừng, hoặc ăn với cơm cũng bắt. Món giản dị, nhưng đối với nông dân làng Phú Thuận của tôi nó còn ngon hơn nhiều thứ cao lương mỹ vị khác.

Thú vui của thời tôi còn thơ ấu bây giờ có kể lại cho thế hệ con cháu chúng nó có nghe cũng chỉ mường tượng một cách mơ hồ không thể hiểu được đa dạng những hoạt động ở đồng quê miền Nam nơi chôn nhau cắt rún của ông cha chúng nó.

Cái lờ, còn gọi là cái nò, đặt ở ruộng bắt cá tép mùa mưa nổi nước.

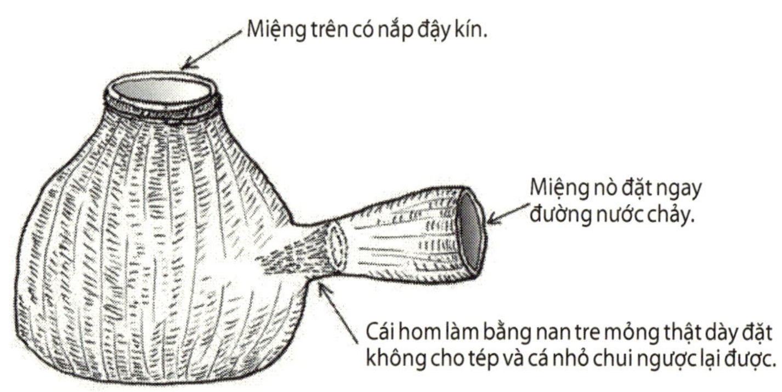

CÂU DÂY

Câu cá cũng nhiều phương cách, câu sông, câu mương rạch, câu ruộng, tùy theo loại cá mình muốn câu, tùy ngày hay đêm. Câu sông theo con nước, muốn bắt cá lớn có ba loại thông thường là cá út, cá lăng, cá bông lau. Phải có dây dài và chắc, quấn trên một miếng ván dài ba tấc, hai đầu ván khuyết sâu để cuốn dây câu vào đó. Lưỡi câu lớn, mồi to, cột thêm một vật gì nặng, nhà quê không có chì thường lượm sắt vụn, bù lon sét, thậm chí cột một chùm đinh nặng. Ngày nay cần câu có máy quay, có chỉ nylon rắn chắc đủ cỡ lớn nhỏ, có chì nặng nhẹ, hình tròn hình dài, có lưỡi câu dành cho đủ loại cá.

Thời tôi còn nhỏ người câu cầm dây nặng quay vòng vòng để lấy trớn quăng mồi thật xa ra sông chìm ngấm tận đáy. Thời đó tôi chưa có sức cũng chưa biết quay dây để lấy trớn nên quăng cục mồi không đi xa, tôi chỉ bắt được cá út bằng cườm tay là thường, nhưng cũng có đôi ba lần may mắn bắt được cá lăng hay cá bông lau nặng cả ký. Những lần đó cả nhà và anh em chúng tôi xúm nhau bàn tán. Người thì nói con cá đó nó đui nên lội ngang vướng câu, người thì nói số mạng tôi lớn nên Hà Bá sợ mới bắt cá móc vào câu tặng tôi, người thì nói "chó dắt" gặp may! Sự thật có lẽ con cá đói vào bờ kiếm ăn hay vì nước chảy mạnh giữa dòng sông cá nhỏ trốn vào bờ nước yếu dễ bơi, cũng có thể nó đi tìm những trái bần chín mùi từ trên cây rụng xuống, nổi lềnh bềnh trên mặt nước hay chúng nó đi tìm những con vật chết trôi chết nổi ven bờ.

Có một lần tôi thấy ông Lễ Tự câu một con cá bông lau nó lôi sợi dây quá mạnh ông cầm dây tuốt rát tay rướm máu, ông phải cởi áo quấn vào tay cầm sợi dây để chịu trận. Tay cầm dây ông la bài hãi có lúc ông quýnh quáng la lớn "bớ làng xóm ơi"! Nhưng ông kịp thấy mình hố nên sửa lại bớ "bà con" ơi. Bởi vì câu bớ làng xóm ơi chỉ để kêu cấp cứu hay báo động mà thôi. Thiên hạ ở gần xóm nghe la xúm nhau bu quanh ông Tự. Chừng đó ông lấy lại bình tỉnh huênh hoang tự hào: Con cá quá bự bà con ơi, quá bự, tôi gặp vận may rồi, quá bự, con heo con hay con bò con đây? Bán con cá này gia đình tôi mua gạo ăn cả tháng. Ông Tự cứ quýnh quáng nói năng huyên thuyên! Người hàng xóm nghe ông Tự la tới xem càng đông. Tôi nôn nóng chờ xem con gì mà to dữ vậy? Giằng co mãi chừng mười lăm phút sau, con cá mệt đừ ông Tự mới lôi được nó vào bờ. Nhiều người đoán mò con cá này phải trên mười ký, dài hơn một thước. Ông Tự phải chạy về nhà lấy dây cột đầu và đuôi mượn người phụ khiêng cá về nhà vì ông không muốn lôi nó lết bết trên đất làm trầy da khó bán. Tôi về nhà thuật chưa hết chuyện ông Tự câu được cá bông lau trên mười ký lô thì bà Tự đầu đội khăn vằn tay bưng rổ cá khứa sẵn từng khứa đem vào nhà tôi mời bà nội tôi mua giùm. Ông nội nghe nói bước ra sân chắt lưỡi mỉm cười nói: Bà mua dùm cho thím ba bốn khứa đi, lựa khứa bụng có mỡ ngon chiều nấu canh chua.

Câu Ống

Ông ba Hàn sống nhờ nghề câu ống, ngày nào bà Ba cũng có cá bán ngoài chợ. Sáng sớm là ông bơi xuồng ra giữa sông, thả trôi lênh đênh theo dòng nước, ông chậm rãi bơi lên bơi xuống để dòm chừng những ống câu đen thui ông thả trên dòng sông. Dụng cụ câu cá của ông là một lóng tre khô khá lớn, có mắt hai đầu bịt kín, sơn đen cho dễ thấy, thả nổi lềnh bềnh trên mặt nước. Một đầu mắt có lỗ nhỏ để xỏ sợi dây dài độ một thước rưỡi hoặc hai thước có thắt lưỡi câu ở đầu dây.

Ông ba Hàn có khoảng ba chục ống câu, ông móc mồi bằng ruột gà, ruột vịt, hay thịt con vật chết, hoặc trái bần chín, hay những con gián, con dế móc dồn hàng chục con trên lưỡi câu rồi ông thả trôi sông, chèo ghe theo dõi những ống câu trôi lềnh bềnh theo con nước. Nếu ông thấy ống câu nào rung rinh khi chìm khi nổi, hoặc bị kéo chạy te te là ống đó đã dính cá, loại câu này thường bắt cá bông lau, cá chẽm, cá lăng.

Tôi chỉ nghe ông thuật cá chẽm thường ăn dựa mé bờ, cá bông lau ăn ngoài xa. Nhiều lần tôi cố tình nài nỉ xin ông cho ngồi ghe, theo ông vài giờ xem ông câu theo con nước lớn, nhưng ông cương quyết không cho, sợ rằng nếu xảy ra chuyện gì không may cho tôi thì ông chỉ còn nước bỏ xứ mà đi chớ ở sao được với ông nội tôi trên đất này. Tội nghiệp ông ba, cả ngày đội một cái nón lá, xách theo cái áo tơi phòng khi mưa gió, bơi theo những ống câu, chúng nó là phương tiện giúp ông nuôi sống cả gia đình.

BẮT DƠI QUẠ
ĐẬP DƠI SEN

Trong các loại chim rừng ăn thịt ngon nhất là se sẻ, dòng dọc, chim sắc, áo già, nhỏ con thịt ngọt xương giòn, nhai luôn cả xương. Kế đến là chim mỏ nhác, chằng nghịch, ốc cao, cu đất, rồi đến gà nước. Những ai có dịp về miền Tây mùa lúa chín, đi ngang bến bắc Mỹ Thuận thường thấy những xâu chim xỏ lụi, bày bán bên lề đường. Nhiều ông khách mua một hai xâu chim vào quán kêu dĩa cơm với một ly rượu đủ lưu niệm khi về miền Tây. Đó là chưa kể sau mùa gặt hái xong, tại bến bắc này còn có những xâu chuột đồng quay vàng hực cũng là món lạ chỉ có bán ở miền lục tỉnh.

Tuy nhiên vẫn còn một loại thịt chim rừng ngon nhưng khó bắt. Đó là dơi, loài chim không đẻ trứng, ăn trái cây đủ loại. To bằng bắp chân, hai cánh căng ra dài cả thước, chúng ngủ ban ngày, đêm bay đi kiếm ăn. Dơi quạ sống từng bầy, đeo lòng thòng trên những cụm cây rậm của rừng chồi gần núi, hay dọc theo những đám bần dựa mé sông. Những trái bần chín cũng là mồi ưa thích của chúng. Mỗi chiều lúc trời sầm tối là thấy từng bầy đen thui bay lướt ngang trên trời, không giống những loài chim khác bay về tổ, lúc này là lúc dơi bay đi kiếm ăn.

Khi tôi còn nhỏ có một ngày cha tôi đi bắt dơi quạ với hai ba người bạn, họ vác về hai bao bố tời (bao lớn đựng lúa còn gọi là bao chỉ xanh vì ngoài có đường sơn xanh, thường dệt bằng dây bố, nên gọi là bao bố tời) đựng gần cả trăm con. Họ kể chuyện nghe thật ly kỳ hấp dẫn. Khởi sự đi trong một đám mưa to, mấy chú cùng với cha tôi chèo ghe qua cồn nổi, giữa sông Cửu Long ngang làng tôi gọi là Cồn Tàu. Họ lựa cây bần nào dơi đeo đặc, gió đung đưa, tiếng cưa cây rung động, mà dơi không hay biết, cây ngã xuống sông, dơi bay không được mặc sức đập chết bỏ vào bao. Các chú chia nhau xách về lớp cho người lối xóm, lớp muối xả ớt để dành. Riêng nhà tôi đêm đó ăn cháo thịt dơi bằm nhuyễn thật ngon. Ngày hôm sau còn một món cà ri dơi có nước cốt dừa béo ngậy, chan cơm ngon không gì bằng. Lần thứ hai được ăn thịt dơi trước khi tựu trường đi Mỹ Tho học là do ba tôi và cậu sáu Kỷ đi bắt không được nhiều chỉ có vài chục con. Lần này lại ăn thịt bằm xào xả ớt, xúc bánh tráng rất hấp dẫn..

Thịt con dơi quạ không khác xa với thịt con gà nước hay cúm núm. Điều đặc biệt là khi chặt cánh, chặt đầu lột da rồi phải tìm gỡ cho sạch những lớp bầy nhầy trắng dính trên lưng, trong nách, mình tưởng lầm là mỡ, nhưng thật ra là xạ của nó, cực kỳ hôi dơi.

Còn một giống dơi nhỏ hơn chỉ bằng cườm tay, sống chen rúc trong những kẹt giữa cột, kèo, đòn tay, rui nhà lợp ngói, hay chui rúc trên ngọn cây dừa, đeo trên thân cây dưới những tàu lá khô rũ ấp vào thân cây làm nơi ẩn nấp kín đáo, an toàn chờ đêm bay ra kiếm mồi. Trước sân nhà tôi có nhiều cây trái, nào là vú sữa, nhãn, sa-pu-chê (sapotier) còn gọi là hồng xiêm, ổi... Mỗi tối hàng trăm con dơi sen bay thấp quấn quần (bay thấp và quần chung quanh các cây trái) trước sân, lâu lâu một vài con đáp vào cây này, hay từ cây khác bay ra. Cứ như vậy kéo dài hai ba tiếng đồng hồ chúng bay về nơi khác mất dạng. Có những buổi tối anh Năm tôi nổi hứng rủ hai ba đứa cầm cần trúc, mỗi đứa đứng một góc quơ lia lịa, đập tả đập hữu, cứ quơ cứ đập con nào bay ngang, lâu lâu nghe bịch, một con mất mạng. Cành trúc đập trúng một con tay mình thấy khoái cảm cũng bằng câu cá nó ăn câu, giựt dính nó trằn nặng (cá ăn câu giựt dính nó kéo dây trằn quặt đầu cần câu mình cảm thấy nặng), biến sự khoan khoái thành vui mừng, kêu la, cười lớn tiếng. Ba cành trúc lay động một hồi khiến bầy dơi sợ biến mất dần… trong khi chúng tôi bắt được bảy tám con. Sáng hôm sau tự tay anh Năm chặt đầu lột da, mổ rửa lấy xạ sạch sẽ nhờ cô Bảy quay chảo. Cảnh đập dơi tối hôm qua làm bữa cơm của chúng tôi vui nhộn hơn thường ngày. Thịt dơi sen mềm ngon ngọt còn hơn thịt chim.

Lấy Mật Ong Ruồi

Ong ruồi là một loại ong mật hoang dã, đóng trên một nhánh bông dừa không kết trái gọi là "kèo dừa", hoặc trên bất cứ một nhánh cây nào trong bụi rậm. Bầy ong bu đen thành một cụm như cái dĩa bàn tròn. Nếu gạt bỏ hết những con ong bu đặt chung quanh cái đĩa tròn đó thì người ta thấy một cục sáp tròn bằng cườm tay hay lớn hơn. Cục sáp đó có hàng ngàn lỗ nhỏ bằng đầu chiếc đủa, bao quanh cành cây dính liền với cái dĩa sáp. Những lỗ nhỏ đó chứa đầy mật, do đàn ong hút mật từ các bông hoa gần xa đem về cất giữ. Bọc mật đó thường gọi là "khúc mứt", lớn hay nhỏ tùy thời gian lâu mau ong đóng ổ. Bầy ong xây một dĩa sáp tròn dính liền với khúc mật cũng có lỗ nhỏ, chúng đẻ trứng vào đó. Trứng lớn dần thành con sâu trắng bạch, rồi những con sâu đó mọc chân, mọc cánh, thành ong con, cắn thủng lớp sáp mỏng bịt đầu lỗ, chui ra trở thành ong thợ đi hút mật như các con ong khác.

Ong ruồi nhỏ con hơn giống ong mật người ta nuôi để sản xuất mật bán trên thị trường. Thời đó quê tôi chưa có một nông dân nào biết nuôi ong lấy mật. Thông thường có vài người chuyên tìm kiếm những ổ ong, cắt lấy khúc mật, vắt vào chai đem bán. Mật ong là món quý, đắt tiền, thường dùng làm thuốc, hoặc các cụ già uống để tăng cường sức khỏe.

Khi ổ ong quá lớn, toàn bộ ong con trở thành ong thợ thì chúng bỏ ổ kéo đi làm thành nhiều ổ khác. Cho nên đôi khi người ta thấy một ổ ong to lớp sáp trở thành màu xám xịt không có ong bu đen là vì chúng đã già, bỏ ổ rồi.

Lấy ổ ong ruồi là một trò chơi rất ít khi tôi được may mắn thực hiện. Nhưng rất thường tôi thấy chú hai Giực, người sống trong làng và một vài người ở xã Long Phụng hay Vang Quới, chuyên lấy mật ong đem bán. Họ đi rảo trong các mẫu vườn lúc trưa nắng, tìm những bầy ong bay túa gần ổ, gọi là "ong xổ nực". Họ luôn đem theo một miếng "mo cau" sạch sẽ (mo cau là một bệ to ôm vào thân cây cau trước khi ra lá, không bị thấm nước, đôi khi người ta dùng làm gào múc nước tưới cây), khúc đầu của tàu cau nếu cắt bỏ lá, còn lại phần bầu dục, dầy, chắc, không thấm nước, dùng đựng những ổ ong họ lấy được. Những người này mang theo một "cung cúi" (đan bằng xơ dừa vấn tréo qua lại, kéo dài, đốt để giữ lửa), to như ngón chân cái, xơ dừa cháy ra khói nhiều hơn mọi thứ khác. Mỗi khi họ thấy một ổ ong, leo lên cây, thổi nhẹ vào cung cúi không cho cháy thành lửa, để cho ra nhiều khói làm những con ong say khói không còn khả năng cắn chích người. Vả lại nếu có bị chích thì đau nhức cũng ít chớ không như ong "bần" ong "lá" hay nhiều loại ong khác có nọc độc mạnh hơn, chích người đau nhất có thể lên cơn sốt nằm vùi đôi ba ngày. Có người còn nói ong "vò vẽ" chích trâu bò cũng rống!

Những con ong ruồi say khói đeo cục lại rơi xuống đất, còn những con đang bay ở ngoài không dám sáp lại gần. Người lấy ổ chỉ cầm dao gạt hết ong đeo trên ổ, cắt nhánh cây lấy trọn. Đôi khi chú hai Giực lấy được nhiều ổ, ghé qua nhà tôi bán cho ông nội. Chú cầm những khúc mật vắt bằng hai ngón tay, đã rửa sạch, trước mặt ông hoặc bà nội tôi. Đôi khi chú cũng đem theo một hai xị, có sẵn mật. Còn

Ổ ong ruồi. [agriviet.com]

mấy người lạ đem mật có sẵn trong chai thì ông nội tôi xé miếng giấy quyến, nhểu vào đó một giọt mật, nếu mật nằm im, không thấm giấy thì nó là mật thật, còn như chung quanh giọt mật có rìa ướt là mật có pha nước. Trong số người lạ đó cũng có người bị ông nội tôi từ chối không mua, và căn dặn đừng khi nào trở lại.

Những bánh ong con dính trong ổ sáp chấm mật ăn vừa ngọt vừa béo là món ăn chơi rất ngon, có thể nuốt luôn hoặc nhả lớp sáp bọc ong con cũng được. Lúc nào ông nội tôi mua cũng lấy luôn mấy miếng ong con cho chúng tôi chấm mật ăn thật béo.

Anh Năm và tôi chỉ được có hai lần thử nghề. Lần đầu tiên khi thấy ổ ong ruồi đóng trước cửa nhà, trong bụi cây dúi. Anh lấy nguyên hai miếng vỏ dừa khô bỏ than vào, bắc ghế đứng lên thổi khói mịt mù vào ổ cho chắc ăn. Bầy ong say khói, anh gạt chúng rớt lộp độp trên lá cây dúi. Cầm dao thật bén anh cắt dễ dàng ổ ong. Đem vào anh em chia nhau một cách vui sướng trong niềm hãnh điện đã thực hiện một việc coi như nguy hiểm đối với chúng tôi mà người lớn xem như trò chơi bán được tiền. Một lần khác chúng tôi thấy ổ ong đóng trên cây vú sửa lụp sụp trước nhà. Cũng anh Năm và tôi diễn lại hành động dè dặt như trước, nhưng rủi cho tôi không đứng gần mà xớ rớ ngoài xa bị ong chích, tay phủi lia lịa, nói năng lung tung gần như muốn khóc. Hôm đó anh Năm cho phần tôi một miếng ong con lớn hơn hết, ăn rồi tôi vét sạch mật trong chén lại còn liếm, nút cái cùi mật cho bỏ ghét để trả thù con ong hung dữ chích tôi nổi mận đỏ tươi.

Những Trò Chơi Thời Thơ Ấu

Thời gian lúc tôi còn nhỏ 1940-1950, trẻ con trong làng, giàu cũng như nghèo không có được những món đồ chơi như đám con tôi sau này, nào xe hơi chạy bằng pin điện, nào tàu con chạy trên nước, búp bê biết nói biết cười, thậm chí súng M16 bằng nhựa bắn xẹt lửa. Càng không thể tưởng tượng như bây giờ mấy đứa cháu tôi ở Mỹ có đủ thứ đồ chơi nhằm thỏa mãn sự tò mò, óc sáng tạo của chúng nó hay khiêu gợi sự thích thú về âm nhạc và màu sắc. Ngày nay đồ chơi vừa đem lại niềm vui vừa là phương tiện giáo dục cho trẻ con, đồ chơi nhiều đến nỗi chất cả đống trong một góc phòng dành cho chúng nó vui đùa phá phách.

Xét cho cùng mỗi thế hệ có những món chơi thích hợp với thời đại và với hoàn cảnh gia đình của nó. Tuổi thơ của tôi ở nhà quê có những thú vui rất đơn sơ giản dị, chỉ có những độc giả ở nhà quê, bây giờ ngoài sáu mươi tuổi mới biết, mới thấy hay chơi qua, như bẫy chim, đánh trõng, u nước, mổ đáo tường, đá banh chuối, vân vân.

Bẫy Cò

Trò chơi vui thích nhất, ít khi bắt được cò nhưng mỗi lần gài dính một con bị treo cổ lòng thòng trên cần bẫy là một sự vui mừng khó tả, một thành công, một chiến thắng của anh em chúng tôi và là một đề tài để bàn tán khoe khoang, đôi khi còn thêm mắm dặm muối cho ra vẻ ta đây là thiện nghệ.

Còn đối với những người trong nhà như bà cô tôi hay mấy chú giúp việc thì họ chế nhạo rằng: Tao có vạch con mắt nó thấy một bên bít chịt (con mắt nhắm bít lại như đui) còn một bên sưng tù vù hình như con cò này không thấy đường đó tụi bây! Cho dù có nói gì đi nữa thì chúng tôi cũng được ăn một món thịt cò bằm nhỏ xào xả ớt xúc bánh tráng hay món canh lá bầu non nấu với thịt cò ngon ơi là ngon.

Đồng ruộng miền Nam thời đó có chim đầy đồng, nước ngập có chàng bè, giang sen, giệc mốc (một loại chim lớn bằng rưỡi con cò trắng, lông màu xám xịt, nên gọi là mốc. Loại chim nầy có làm ổ trong thảo cầm viên "sở thú" Sài Gòn, trên cây cao gần chuồng gấu), chúng bay về ruộng tìm cá tép. Mùa gặt lúa xong, nhiều cánh đồng còn ít nước đọng vũng, những nơi đó cò trắng đáp từng đàn hàng trăm con, lăng xăng tìm nhái con hay cá nhỏ còn sót lại, ngày nào cũng thấy trắng ruộng. Khoảng thời gian đó là thuận tiện nhất để gài bẫy cò.

Bẫy cò rất đơn giản. Một cần tre hay trúc thật dịu, bật lên bật xuống dễ dàng, dài hai thước, một sợi dây thật chắc chừng một thước, cột dính vào cần tre. Sau đó tìm một lỗ chân trâu có nước khá sâu. Cần bẫy cắm sâu vào đất, hai bên miệng lỗ chân trâu cắm hai thanh tre xéo ở trên miệng, gài cây ngang cột dính với một lưỡi câu móc con cá mồi. Cây ngang này nối dính với đầu dây cần bẫy làm thành một thòng lọng tròn bao trùm miệng lỗ chân trâu đầy nước. Cò mổ cá, cây ngang sụp, cần tre bật, vòng thòng lọng thắt đầu cò treo cổ chờ chết. Cũng có khi cò dẫm chân trúng bẫy sập, dính một chân nó, giãy giụa bay hết trớn, nếu cần bẫy cắm không sâu dưới đất hay thòng lọng siết chân nó không chặt thì sút chân bay mất, hoặc nó nhổ luôn cần bẫy mất cả chì lẫn chài. Trong trường hợp nó dính chân còn bị siết chặt thì rất khó, nó bay tứ tung khó lòng bắt, bởi vì phải dè chừng nó mổ vào tay rách thịt, nếu không may trúng mắt thì nguy. Người lớn hay dọa chúng tôi về vụ đui mắt nên mỗi lần như vậy là chúng tôi dùng roi quất cho cò ngã chết mới dám lại gần.

Cái vui mừng, sự hồi hợp khi thấy con cò bị treo cổ, giống như tôi được giải nhất trong lớp trúng thưởng cuối năm, hay bỗng nhiên ông nội kêu cho một số tiền lớn. Sung sướng vì có cơ hội để khoác lác với bạn bè.

Hái Nhãn Lồng-Trứng Cá

Con nhà giàu hay con nhà nghèo ở thôn quê chỉ khác nhau khi tối về nhà cha mẹ, đứa được nuông chìu ăn ngon ngủ kỹ, đứa chỉ có đủ cơm no bụng, chăn gối mùng mền vừa đủ ấm. Còn ban ngày thì mọi đứa chạy rong tìm bạn vui đùa, thằng nào cũng như thằng nấy. Mấy đứa con nhà giàu thường lâm vào thế hạ phong bởi vì chúng nó không thuộc đường đi nước bước, không biết hang cùng ngõ hẻm, nơi nào có cây có trái, chỗ nào có thể hái trộm, trái nào ăn được, trái nào không. Thời còn thơ ấu tôi thích nhất là đi chơi với thằng Có, nó chăn bầy trâu của ông Hương Quản, tên Họa ở gần nhà.

Thằng Có nó biết rành nhà của ai có cây chùm ruột ở sát mí rào, nhà của ông bà nào có cây trứng cá de nhánh ra đường. Mồ mả của ông Bái Ba có nhiều cây trứng cá che mát toàn khu mộ, trái chín đầy, chim trao trảo ăn không hết. Những tháng nghỉ hè về làng, sáng hôm sau là tôi đi kiếm thằng Có. Chúng tôi hẹn nhau vào những buổi chiều nắng nhẹ khi thì ngoài ruộng thật xa nhà tránh bị phát hiện gọi về không cho chạy rong với đám chăn trâu, khi thì hẹn trên giồng cỏ, gần nhà bác Hai Châu. Bởi vì buổi trưa trời nắng chang chang, ra khỏi nhà là bị rầy la, có khi bị hăm sẽ ăn đòn không cho dang nắng đầu trần.

Việc trước tiên và hấp dẫn nhất đối với tôi là cỡi trâu. Bởi vì khi tôi còn học trường làng, thầy giáo Nhơn bắt phải học thuộc lòng bài:

Ai bảo chăn trâu là khổ?
Không, chăn trâu sướng lắm chớ!
Đầu đội nón mê như che lọng
Tay cầm cành tre như roi ngựa
Ngất nghểu trên mình trâu
Tai nghe chim hót trong chòm cây
Mắt trông bướm lượn trên đám cỏ
Trong khoảng trời xanh lá biếc
Ta và con trâu thảnh thơi vui thú
Tưởng không có gì sung sướng cho bằng!

Hai câu trên nó in sâu trong đầu và có những lúc ngán học, lười biếng tôi tự nhủ: Thà đi chăn trâu tôi cũng bằng lòng, còn hơn phải học nhọc nhằn với chữ nghĩa, cộng trừ nhân chia và thường xuyên bị thầy phạt.

Thằng Có đỡ tôi ngồi trên lưng trâu rồi nó thót lên ngồi sau lưng vịn tôi, sợ tôi té. Con trâu đi chậm rãi nhưng cái lưng

của nó lớn quá, hai chân tôi thì ngắn nhỏ không kẹp được vào đâu, không đạp vào chỗ nào để giữ được thăng bằng. Vậy mà sao thằng Có nó ngồi vắt vẻo vững trân như ngồi trên ghế trên váng. Tin vào bàn tay của nó vịn trên vai, tôi yên lòng ngắm cảnh đẹp của nắng chiều bao trùm cánh đồng rộng mênh mông trước mắt, tôi khoan khoái hưởng cái mát dịu của gió lay động mấy ngọn trâm bầu hay me keo, tôi hít thở mùi rơm rạ, mùi bông bắp, xen lẫn mùi hôi trâu mà bây giờ nhớ lại tôi hình dung rất rõ, tôi phân biệt được mùi hương của từng thứ như tôi đang sống trong cảnh vật đó dù là tưởng tượng.

Thằng Có và tôi thường hái trứng cá ở khu mộ ông Hương Bái Ba. Nó thích ăn thứ trái đó còn tôi thì ưa những trái nhãn lồng chín vàng, ruột chua chua ngọt ngọt thắm mát miệng. Cũng có khi tính con nít muốn phá làng phá xóm thằng Có rủ tôi đi hái trộm chùm ruột. Nhà ông Hương Cả Hộ. Cây chùm ruột chua ở gần mé rào nó có thể chui qua hàng rào bằng cây dúi vào hái được. Ăn chua lè chua lét mà nó nhai luôn cả hột nghe dòn rụm, ngốn ngáo thấy phát thèm, bây giờ nghĩ lại vị chua tôi còn nhỏ dãi rùng mình.

Sâu tuốt phía trong gần nhà có cây chùm ruột ngọt, thằng Có nói khó ăn cắp lắm vì nhà này có chó. Nó nói lâu lâu mày về chơi tao cũng liều hái cho mày vài trái thử coi được không. Nó bỏ trâu ăn trên mé giồng xa, hai đứa đi hái trộm, một trò nghịch ngợm lý thú nhưng tôi hồi hộp lo sợ quá. Còn thằng Có tỉnh bơ cười chúm chím lộ vẻ anh hùng coi chuyện nguy hiểm như “pha”. Vừa nghe nó nói vào sâu trong sân nhà có chó là tôi tản đi xa, trở về phía bầy trâu 5 con đang ăn trên mé đồng. Đi chưa được bao xa là tôi nghe tiếng chó sủa, nhìn lại thấy thằng Có chạy trối chết tay cầm một nắm vật gì trắng có đất có lá tôi đoán là chùm ruột. Thì ra anh ta bị chó phát hiện hoảng hồn, hốt đại một nắm trái cây rụng dưới đất chạy ù ra, chui càn qua hàng rào dúi, bị cây cào tét tay áo, xướcthịt rướm máu, nhưng miệng nó cười toe tét đưa tôi mấy trái cát bụi dính đầy: Cho mày nè, mày ăn chua không được thì có trái ngọt đây. Ba trái còn nguyên, hai ba trái khác thúi dập bỏ đi, tôi chùi hai trái vào áo bỏ vô miệng một trái còn một trái nhét vào mồm nó, trái kia tôi bỏ túi để dành.

Gặp lại bầy trâu, chúng nó đang liếm sang đầu hai hàng bắp non của người ta, thằng Có thất thanh chạy lại cầm roi tre quất bừa hết con này đến con khác, rượt chúng nó chạy thật xa ra giồng bỏ tôi ở lại một mình lủi thũi theo sau. Tới nơi nó nói không ra lời, chết mẹ tao rồi, nếu ai biết được trâu tao ăn bắp của họ thì tao sẽ bị đòn nát đít.

Tội nghiệp thằng Có quá, chiều hôm đó đi chơi mất vui, nhưng cũng chiều hôm đó lòng tôi biết rung động vì tình bạn mặn nồng thắm thiết qua sự liều lĩnh hy sinh của thằng Có. Nó muốn tìm trái cây ngọt cho tôi nên chấp nhận rủi ro, có thể bị đòn. Bị đòn là cái chắc, vì ở miệt Giồng Lớn này có trâu ai ngoài trâu của ông Hương Quản Họa? Về nhà, tối ngủ tôi nhớ thằng Có và thương nó quá, nó nghèo phải đi ở đợ chăn trâu. Mấy thằng con nít trong làng có đứa nào dám chơi với nó đâu? Con nhà khá giả đi chơi với chăn trâu là điều cấm kỵ. Mỗi khi đi chơi với thằng Có tôi phải lén trốn nhà vì khoái cỡi trâu. Cũng có lần anh Năm kiếm tôi không được, bắt gặp tôi đi chơi với thằng Có, anh méc cô Bảy tôi bị đòn, và nhiều lần bà dì ghẻ hửi thấy mùi trâu, biết tôi đi chơi với thằng Có bà méc cha, khi thì ông rầy la hăm he dữ dội, khi thì ông đánh cho mấy roi, khóc nhưng cũng không chừa. Bạn thân của thằng Có là năm con trâu của ông Họa. Cái bánh ngon nhất nó được ăn là "bánh ít" mỗi khi có đám giỗ trong nhà ông chủ.

Đôi khi trong nhà làm bánh, tôi bỏ túi vài cái bánh men bánh gai đem cho nó. Thằng Có mừng rỡ sáng mắt cười, nó không biết nói cám ơn mà chỉ nói, mày giàu sướng quá có bánh ăn hoài. Nó ăn hai cái để dành mấy cái, nói là để dành chớ một hồi sau dằn cơn thèm không được, nó lấy ra nuốt hết. Thấy vậy tôi buồn và tội nghiệp nó quá, cái buồn của thằng con nít, không sâu sắc có ý nghĩa gì khác chỉ do tình bạn ngây thơ mà thôi.

Đánh Trõng Tán U

Bộ trõng gồm một cây thước tròn gọn để cầm tay, dài độ năm sáu tấc và một con trõng nhỏ bằng ngón tay cái dài một tấc rưỡi hoặc hai tấc. Buổi chiều trời mát rủ nhau ra ruộng khô hoặc tìm sân, bãi nào trống. Khởi sự lấy đầu cây thước soi khoét một lỗ nhỏ xiên vừa để con trõng nằm nhóc đầu lên, lú ra một chút, đủ để đập xuống đầu nó con trõng văng bổng lên, gọi là "chặt gồng", đồng thời đánh mạnh vào con trõng, gọi là tán, cho nó đi càng xa mịt mù càng tốt. Đứa nào tán xa hơn là ăn, đứa nào tán gần là thua, đứa nào tán hụt thì thua chắc. Thằng nào ăn thì cầm con trõng và cây thước nắm trong cùng một tay, thảy bổng con trõng lên tán trúng cho đi thật xa, con trõng vừa rớt xuống đất thằng thua bắt đầu vừa kêu u… u… u vừa chạy đi lượm con trõng về, miệng phải kêu lớn u.u.u…liên tục không được đứt hơi, nếu chạy xa trở về mà đứt hơi thì phải tán lại và u lại cho tới khi nào đem được con trõng về đúng luật lệ mới khởi sự chơi bàn khác. Nếu đứa thắng cuộc tán hụt con trõng rớt tại chỗ thì khỏi u. Người lớn đánh trõng ăn tiền, người ta tán con trõng đi xa và lấy cây thước vừa đi vừa đo tổng cộng bao nhiêu thước rồi hai bên trừ số sai biệt, được bao nhiêu thước là phải chung bấy nhiêu xu.

U Nước

Một đám bạn bè chia nhau bắt bồ thành hai phe. Gạch một lằn ranh chia thành hai nước. Một thằng bên này chạy qua lằn mức bên kia miệng kêu lớn u…u…u không được phép đứt hơi, lấy tay bắt trúng mình một đối thủ và chạy thoát về kịp bên nước mình thì đối thủ bị bắt trúng chịu chết ra khỏi hàng ngũ. Nếu anh chàng u…u…u... xong qua nước người ta mà bị kẻ địch xúm nhau bắt cứng bên đó hoặc đứt hơi nửa chừng thì coi như chết phải ra sân. Cứ như vậy mà chơi cho đến khi nước nào hết quân là thua. Điều kiện giao trước là bên nào thua phải cõng bên thắng trận, bao nhiêu vòng hay xa từ đâu đến đâu. Vừa cõng chạy vừa u không được đứt hơi, đứt hơi phải cõng lại.

Chọi Đáo Ăn Cõng

Mỗi thằng có một đồng xu, bằng đồng hay bằng chì, nặng nhẹ, lớn nhỏ tùy ý miễn sao cầm vừa tay và đừng quá lớn vì người ta sẽ chọi để trúng đồng tiền của mình. Thời tôi còn nhỏ có một xu bằng đồng, lớn bằng rưỡi đồng quarter dollar của Mỹ, nó mỏng và nhỏ, người ta chọi khó trúng nhưng nhẹ quá không vừa tay khó chơi. Do đó đa số đi tìm chì hay đồng nấu chảy, đổ vào một lỗ đất khoét sẵn cho vừa ý mình. Đợi chì hay đồng nguội, lấy lên mài bằng mặt, dẹp tròn vừa tầm chọi cho sướng tay. Ai có tiền thì nhờ thợ bạc làm bằng đồng theo ý muốn của mình.

Chọi đáo thường chơi hai đứa, thằng đi trước thảy xu xa gần tùy ý, gọi là "thí", thằng sau nhắm chọi trúng là ăn, nếu không trúng thì đồng xu của mình văng gần hay xa đồng xu của người ta phải để y đó cho người ta chọi lại trúng thì thua, không trúng thì cứ tiếp tục như vậy. Ai thua khom lưng xuống cho kẻ thắng trận leo lên lưng cầm đồng tiền của kẻ bại thảy xa gần tùy ý rồi nhắm nó mà chọi trúng thì được ngồi trên lưng cho người ta cõng tới đó lượm xu đưa cho người thắng cuộc thảy xa chọi nữa, nếu trúng thì lại được cõng tiếp tục cho đến khi chọi trật mới thôi. Thường trước khi chơi phải giao hẹn: Có quyền nhảy lên lưng ngựa hay không? Nếu là có thì tội nghiệp cho kẻ thua! Thằng bạn nó lấy trớn phóng lên lưng mình có khi muốn té chúi nhủi. Con nít ác ôn như vậy đó, nhưng mọi thằng vẫn lấy đó làm vui và thích khi được hành tội người khác.

Mổ Đáo Tường

Trước khi chơi phải vẽ một khung lớn hình chữ Nhật. Đầu dưới lấy gạch kê một tấm ván dài năm tấc, ngang ba tấc, nằm ngửa mặt, đủ độ nghiêng để cầm đồng xu mổ vào đó nó chạy quanh như thế nào mà không ra khỏi đường vẽ cao nhất. Ai mổ ra khỏi lằn mức trên cao, hay đồng xu nằm ngoài khung vẽ thì coi như chết. Lượm xu về để trên dấu chết cách tấm ván chừng năm tấc.

Mọi người đều nhắm đồng xu của người đi đầu nằm ở đâu, canh làm sao để mổ cho đồng xu của mình nằm cao trên hết thì có quyền chọi những xu của người khác nằm dưới gần đó, rồi cứ tiếp tục chọi nếu trúng thì tiếp nữa, nếu trật thì người kế tiếp chọi đồng xu của người dưới mình. Ai thua thì đưa lưng ra chịu cho người khác cỡi. Con nít chơi ăn cõng người lớn chơi ăn tiền nhưng ít khi thấy người lớn chơi mấy cái trò như vừa tả trên đây.

Đá Banh Chuối

Làm một trái banh chuối quá dễ, lấy những tàu chuối khô, tuốt lá, còn lại tàu khô xé ra làm dây, nối liền nhau từng khúc dài. Cuộn lá chuối khô, dùng dây quấn chặt thành một cục tròn nhỏ, rồi cứ thế mà quấn lá và dây thêm vào, ràng dây siết chặt thành một cục tròn lớn. Lớp thứ ba phải dùng toàn bằng dây quấn thành một trái banh, lớn nhỏ tùy ý bọn con nít trong làng chơi chung với nhau. Rồi hai thằng đầu đàn bắt bồ, chia làm hai phe, khi nào có lẻ một thằng thì bên nào ỷ mạnh sẽ chấp bên kia thêm một cầu thủ.

Đá banh trên đường lộ, bằng phẳng dễ chơi nhưng thỉnh thoảng có người lớn đi ngang qua thì phải ngừng, nếu là thằng nhỏ trong làng đi qua thì không ngừng nhưng cũng có thằng liến khỉ, xông vô đá bậy một cái rồi chạy thì cả lũ chửi bới inh ỏi, có thằng tức giận bỏ sân rượt theo dĩ nhiên là chạy không kịp! Vui thật là vui. Nếu không may gặp cha mẹ hay cô bác của một cầu thủ đang hăng hái giành banh thì người cô bác đó đứng lại sỉ vả cả đám một hồi rồi đuổi xuống ruộng mà đá. Ruộng lồi lõm làm sao đá? Chỉ lấy chân vít banh và chạy theo giành, tất cả đám "xây lố cố" chúng tôi quần riết thửa ruộng cũng bị san bằng thành sân banh!

Những ngày nghỉ bãi trường về quê, chiều nào không đánh trõng thì cũng chọi đáo, u nước hay đá banh chuối với những thằng con nít trang tuổi trong xóm, hoặc rủ rê cả đám trong làng đá banh cho tới chạng vạng tối mới về nhà tắm rửa.

Đá Dế

Nhà có bốn anh em trai, tôi thương anh Năm nhiều hơn hết, lớn hơn tôi 3 tuổi, nhưng tôi chỉ thuận chơi với thằng Tôn em kế tôi. Đi đâu, làm bất cứ thứ gì cũng có nó và tôi, bị rầy bị phạt cũng tôi và nó. Trời nắng như đổ lửa hai đứa rủ nhau đi bắt dế. Thông thường những con dế sống trong hang, trong bụi, chúng tôi bắt được dễ dàng. Nếu là trong bãi cỏ rậm thì khi nghe nó gáy, nhào vô vạch cỏ nó phóng ra ngay, nhảy tứ tung rượt bắt dễ dàng. Nếu ở hang thì lấy nước đổ đầy hang, chờ vài ba phút anh ta lòi râu ra trước, tôi đưa tay chờ, nó lú đầu vọt ra trong tay tôi bụm lại bỏ vào hộp quẹt.

Những loại dế đó chung quanh nhà có nhiều. Điều khó kiếm là dế gò mả. Có nghĩa là những con dế ở trong kẹt mả, kẹt đá. Tại sao phải bày ra cái trò rắc rối tìm dế gò mả? Ban đầu chúng tôi không biết loại dế đó là những con dế vô địch. Lâu ngày dài tháng nuôi chơi, ăn thua nhiều độ tôi mới khám

phá ra những con dế chúng tôi bắt được ở khe mả của ông Hai hoặc mộ của bà cố tôi, con nào đá cũng thắng mấy con dế của thằng Đến thằng Trực ở lối xóm. Và nó luôn luôn đá thắng những con dế chúng tôi nuôi trong nhà. Tại sao? Có lẽ nó sống một mình với một hai con dế mái trong kẹt, mỗi khi có những con dế trống khác nghe "chắc mái", tiếng chắc… chắc…êm nhẹ, muốn xen vào thì xảy ra một trận thư hùng chết sống, con nào giành được phần thắng đuổi kẻ thù sẽ trụ lại đó làm chủ khe hang, chiếm nhà và "mái" của kẻ khác. Những con dế ở khe mả là những con dữ dằn nhất trong xóm. Con nào khác ló vào, muốn chiếm chỗ phải mạnh hơn, dữ hơn. Do đó dế gò mả là những anh hùng trong vùng, là kẻ "độc cô cầu bại".

Bắt dế gò mả phải đem theo cọng chổi, nẹp tre mỏng, dài để khều, để chặn, để ép cho nó chui ra. Vì vậy phải cần hai đứa. Cho nên thông thường dế gò mả là dế chiến, nên thằng Tôn và tôi hay lục lọi chẳng những ở mả ông Hai, bà cố, mà chỗ nào có mả đá và có khe ngách là chúng tôi có tới săn tìm.

Trận đá dế không có gì ngoạn mục cả. Trận nào cũng giống

Dế đá: dế lửa (trang trước) và dế ô (trên).

nhau, không lâu hơn năm ba phút. Tuy nhiên sự kiện ăn thua nó kích thích, nó chạm tự ái, nó buộc mình nghiên cứu cách nuôi, cho ăn, dợt nghề cho nó.

Thời tôi còn nhỏ chơi dế có hai loại: dế ô màu đen, trên lưng có khoen cổ trắng hoặc vàng, chúng tôi gọi đó là mặt trăng. Mặt trăng trên cổ phân biệt trống hay mái. Dế trống biết gáy. Tiếng gáy là cung cách để diệu oai, nó phùng vỏng hai cánh lên, (hai cánh tự nhiên dở cao khỏi mình nó) rung động thật nhanh, thật mạnh, cọ nhau thành tiếng re re, to hay nhỏ, thanh hay gắt, tùy mỗi con. Dế trống có một giọng kêu khác nữa là "chắc mái". Khi kêu mái thì nó không rung cánh nhanh và mạnh, nó chỉ giực giực nghe chắc chắc, hay chân sau của nó đẩy tới đẩy lui. Dế mái không có mặt trăng trên lưng, không biết gáy, cũng không biết chít chắc gọi trống. Dế lửa cũng giống như dế ô vừa mới điểm qua nhưng nó có màu vàng đỏ như lửa.

Tới mùa dế, có người chuyên đi bắt dế bỏ vào cái đụt,

mấy chục con gáy ồn ào, cắn nhau xả láng, họ đem bán ngoài chợ để cho những đứa nhỏ không có khả năng và điều kiện tự kiếm, tự bắt để chơi. Những con dế mua ở chợ ít khi nào đá thắng.

Như đã nói trên, nắng đổ lửa mà anh em tôi đi bắt dế bởi vì những con dế sống trong gò mả chúng nó chỉ ở tại khe mả buổi sáng và trưa. Xế chiều nó bò ra ngoài tìm cỏ ăn và hứng sương đêm, hứng đã rồi mới trở về hang ổ trong kẹt đá.

Tôi có một hộp bánh sâm-banh lớn, là chiến trường dùng để cho dế đá. Kỳ dư mỗi con nằm trong một hộp quẹt, do cha tôi và mấy chú giúp việc trong nhà hút thuốc bỏ ra, tôi lấy xếp chồng lên 5 cái, cột lại thành một nhà lầu 5 tầng cho dế ở.

Nuôi dế khá công phu nhưng cũng thú vị. Nhất là đêm ngủ để chúng gần giường nghe gáy te te, hết con này đến con khác. Tôi nằm đoán xem qua tiếng gáy của chúng, con nào hăng, con nào bệnh, con nào sắp chết. Nhiều khi buổi sáng mở ra để cho phơi sương, thấy một thây ma chổng cẳng ngay đơ chết cóng, đành giục bỏ và tìm bắt con khác. Sự thật nhốt chúng trong một ống quẹt nhỏ tù túng làm sao sống được lâu ngày. Mỗi sáng phải tìm ngắt gốc cỏ cú non, cho dế ăn, sang nhất là bỏ cho mỗi con nửa cọng giá đậu, chúng thích vô cùng. Trước khi cho dế đá, tôi bỏ đói nó nửa ngày, để cho nó bực bội, phải đá lộn để giành đất kiếm thức ăn. Đó là một cách tưởng tượng của hai thằng con nít như tôi và thằng Tôn. Nhưng đôi khi thấy có kết quả tưởng rằng mình đã nghĩ đúng.

Nuôi dế phải có cây để váy râu nó, làm bằng một cọng chổi ngắn, hay một thanh tre thật nhỏ, rồi lấy cục sáp hơ mềm gắn hai ba cọng tóc dài chừng hai phân. Mấy cọng tóc đó đụng vào râu con dế, xe xe váy váy là nó tưởng đâu là râu của kẻ thù, liền rống lên gáy để dương oai. Hai cái râu của nó là hai cây ăng-ten thay cho hai con mắt.

Muốn cho hai con dế đá nhau tôi thả chúng vào hộp, khều râu cho nó gáy rồi dẫn lần nó bò theo cạnh dài của cái hộp, chúng đụng râu nhau là "hả càng", nhe hai cái răng của nó, sáp lá cà cắn nhau ngay. Hai bên con nào cũng dùng chân lấy hết sức, tống đối phương thụt lùi, văng ra, hay có khi bị đối phương dở hổng lên không, nên đành nhả ra bỏ chạy. Dế chiến là con nào có càng to, hả miệng rộng có sức tống mạnh là gần như đương nhiên thắng cuộc. Con nào đầu, lưng to, nhưng nhỏ dần tới đuôi là tốt. Con nào gáy tiếng rè gắt, to có nghĩa là hai cánh nó nhịp mạnh, con đó có sức.

Thằng Tôn và tôi thường hay cho dế dợt nghề, bằng cách bắt một con dế hạng bét hoặc lờ đờ gần chết cho đá với một con đang sung, dĩ nhiên là nó thắng, nhiều lần như vậy nó càng hăng thêm. Khi sung trận nó dễ ăn hơn là thua.

Trong làng thằng Mai con chú hai Huỳnh đá dế thua chúng tôi nhiều nhất, với những con dế nó mua ở chợ. Thằng Trực con cô tư Lan, thằng Chất em cô cậu với tôi, Thằng Đến ở ngoài vườn là ba tay mê say đọ sức ngang ngửa với hai anh em chúng tôi.

Cái say mê và thú vị chẳng những ở chỗ ăn hay thua, mà vấn đề là nghiên cứu cách nuôi, lựa dế chiến, con nào mình xét đoán sẽ thắng đối phương. Nhưng đam mê gì thì cũng kéo dài một thời gian ngắn. Khi có một trò chơi khác, cũng hấp dẫn, cũng kích thích, cũng lôi cuốn thì thằng Tôn và tôi vào cuộc chơi mới ngay như đá cá lia thia chẳng hạn.

Nuôi Gà Che

Lối xóm nhà nào cũng có nuôi gà, lâu lâu mấy con gà trống dành mái đá lộn sứt mồng đổ máu, chúng tôi đeo theo coi mà không dám tới gần vì sợ chúng thấy người bỏ chạy. Đó là gà thịt, chúng không có máu anh hùng hiếu đá. Thỉnh thoảng có những độ gà che của Thằng Vĩnh con chú hai Mạnh và thằng Sung con dượng ba Thình nuôi gà che cho đá xả láng mà chúng gọi là "sổ gà" nghĩa là đá thử cho biết hay dở, dẻo dai, nghề ngón. Nào là đá dĩa, đá xỏ, con của mày có vảy này con của tao có vảy kia vân vân. Nói là như vậy chớ thằng nào cũng đều là con nít, biết khỉ gì ngoài cái học lóm của ba tụi nó rồi nói bừa ra vẻ ta đây vậy thôi.

Thực tế xem gà đá nhau cũng là một cảnh tượng lôi cuốn, hồi hộp, tội nghiệp hai con vật không biết người ta bắt mình phải đánh nhau cho họ coi vui mắt. Thế rồi tôi in vào trí nhớ và sức tưởng tượng của tôi về những độ gà mà tôi đã từng chứng kiến. Từ đó mỗi kỳ bãi trường tôi xin tiền ông nội mua gà che nhốt riêng hai bội, thỉnh thoảng bắt ra cho đá, mấy anh em la ó rùm trời có khi ông nội cũng xuống coi cười nói vui vẻ.

Lần đầu tiên tôi biết đá gà ăn tiền là có một ngày cha tôi nổi hứng nói với chú sáu Lưu: Lưu à, tao với mày đi Vang Quới, làng bên cạnh, coi đá gà chơi. Ba anh em tôi cũng xin đi theo, được phép liền. Tôi nhớ thật rõ, cha tôi bàn với chú sáu Lưu, con gà ở Long Thạnh, làng mé trên, là gà ngũ sắc mười phần ăn đủ chín, mày với tao hùn mỗi đứa năm đồng. Chú sáu Lưu bảo, tôi nghèo tiền đâu mà đá năm đồng, hai đồng thôi. Tôi nghe nói vậy động lòng ham muốn, khều chú sáu đưa cho chú một đồng, Cháu hùn với chú, nhưng mà đừng nói cho cha biết ổng rầy con chết. Con nít mà bày đặt cờ bạc thì chỉ có ăn đòn. Số là bãi trường về nhà ông nội tôi cưng chiều bằng cách cho tiền nhiều thôi, ít khi được ông hôn hít. Cùng lắm ông vò đầu vỗ cổ "mắng yêu": Cha mày… thằng cha mày… chó của ông nội v.v… Thời thơ ấu của tôi tình thương của ông bà dù là mặn nồng, nhưng thái độ cử chỉ không âu yếm, ngọt ngào như ngày nay. Tôi được ông nội nuô0ng chiều nhất, mà ít khi được ông hôn một lần.

Trở về độ gà ngũ sắc đó, thả vô xẹt qua xẹt lại, chưa kịp nóng máy, chưa đổ máu, thì con gà bông ngũ sắc nhảy lên đá "kịch" nhẹ nhàng cựa nó đâm dính đầu của đối phương, dãy đành đạch, con gà bông búng búng chân của nó để cho cựa sút ra mà nó phải búng nhiều lần mới sút cái đầu chết của đối phương. Tôi được đồng bạc ngày đó, thú thật ngoài cái vui, làm như nó khuyến khích một sự liều lĩnh, nó nung nấu một thứ đam mê. Phải chăng cái cảm giác đó vẫn kích thích trong đầu tôi? Đến khi lớn lên tôi cũng liều lĩnh đam mê với những hoạt động trong đời, dĩ nhiên có khác với sự liều lĩnh đam mê của thời thơ ấu bởi vì có thêm sự cân nhắc tính toán khôn dại.

Bơi Lội

Có những đứa bạn đồng hương trạc tuổi tôi, chiều chiều hết đá banh, đánh trõng, hay vật lộn trên những đống rơm, mình mẩy trầy trụa ngứa xót. Chúng nó nhảy đùng xuống mương, xuống rạch, bơi lội xơi xởi, người nổi ló đầu ngang ngực. Bơi như rái mà hình ảnh không giống như trong sách học. Sách vẽ người lực sĩ nằm bơi chân duỗi thẳng đập nước, tay sải nhẹ nhàng lớp lang. Còn mấy thằng này lội ngang lội ngược tay móc xuống nước như tìm kiếm một thứ gì chìm gần bên hông. Dù bơi như thế nào tụi nó vẫn nổi không chìm, vẫn tắm vui vẻ lặn lội tứ tung. Còn tôi mơ ước ngưỡng mộ, thèm được như chúng nó. Nghĩ tới lúc về nhà phải xối tắm từng gáo nước thì ước mơ biết lội của tôi nổi dậy mãnh liệt. Tâm sự với ai ngoài thằng Có, nó chăn bầy trâu của ông Họa gần nhà. Nó bảo:

- Mày cứ bắt một con chuồn chuồn trâu, màu xanh, con lớn, cho nó cắn rún là mày biết lội ngay.

- Có thật không?

- Thật mà.

- Mày có cho nó cắn rún mày không?

- Có, mấy chú lớn, kể cả ông chủ tao cũng bảo tao như vậy.

Tôi mừng thầm, sáng ngày hôm sau tôi bám quanh mấy cây lựu trước nhà kiếm bắt cho bằng được một con chuồn chuồn trâu, loại lớn hơn chuồn chuồn thường, dỡ áo lòi rún đút đầu con chuồn chuồn vào nó cắn đau điếng thấy mấy ông trời! Tay giựt mạnh, đầu con chuồn chuồn xứt ra còn dính trên da rún. Đau quá nhưng lòng mừng thầm ngày nay mình sẽ biết lội. Tôi còn tự nhủ mình phải đủ gan chịu đau, bắt thêm một con khác cho nó cắn một lần nữa mới chắc ăn. Nghĩ như vậy vì cái rún đã hết đau. Tôi làm gan bắt một con chuồn chuồn khác cho cắn lần thứ hai đau quá tôi vội buông tay con chuồn chuồn bay mất.

Chiều hôm sau tôi chờ cho trận cút bắt, trốn kiếm trong những đống rơm ngoài đồng chấm dứt, tụi nó kéo nhau ra mương dừa gần đó nhảy ào xuống tắm la ó om sòm. Tôi ngập ngừng lưỡng lự vì lần đầu tiên muốn xuống nước. Sự ham mê thúc giục tôi nhảy ùm xuống mương. Chìm lỉm! Uống nước ừng ực, sợ hãi vô cùng, nhưng đầu còn tỉnh táo, hai tay mò vào đất lần đi thẳng vô bờ, tôi ngóc đầu lên thở được. Nhưng cũng còn bán tín bán nghi, chưa biết mình bị thằng Có gạt. Tôi đứng dựa mé mương khoát nước tắm rửa cũng cười như mọi người nhưng đầu cứ tự hỏi sao thằng Có biết lội mà mình không biết?

Đêm đó tôi ngủ không ngon vì đầu thắc mắc chờ sáng sớm phải hỏi lại thằng Có xem sao? Nó lùa trâu đi xa nhà một khoảng, tôi vòng ngã trước đón đường gặp nó hỏi ngay:

- Có, sao hôm qua tao nhảy xuống mương không nổi, lội không được uống nước thấy mồ?

- Ai biểu mày ngu, nghe lời tao mày ráng chịu! Nó cười hô hố. Tự nhiên tôi phát khùng, dọng cho nó một thoi vào sườn, chửi mắng túi bụi. Nó không dám đánh lại, nó vừa chạy vừa lêu lêu nói:

- Tao bị người ta gạt thì bây giờ gặp mày tao gạt lấy vốn lại cho huề. Nó chạy trối chết, tôi không thèm rượt theo, trở về buồn bã vì ngu bị gạt và quyết tâm phải tập bơi cho bằng được. Khôi hài nhưng có dại mới nên khôn, những trò chơi ấu trĩ đó nó để lại cho tôi những kỷ niệm nhớ đời.

Đặt Chà Ngoài Sông

Sông Cửu Long rộng mênh mông chảy ngang qua làng Phú Thuận của tôi thẳng dài khoảng bốn mươi lăm cây số ra tới cửa biển gọi là cửa Đại. Hai bên bờ sông mọc đầy những đám cây bần. Trái bần non ăn chát, bần già ăn chua, bần dốt vỏ có màu hơi ngà, ăn ít chua, bần chín vỏ ngà ngà ăn có vị hơi ngọt ít chua. Bần chín rục, sút cuống rụng xuống sông làm mồi cho loại cá Bông Lau từ Biển Hồ ở Campuchia tới mùa nước nổi tràn ra sông Cửu Long, chúng sống bằng mồi hôi thúi hay bần chín rụng trôi dọc theo dòng nước. Sông có nhiều tôm cá, làng tôi có hai ông sống bằng nghề cá. Chú năm Đấu vừa đóng đáy vừa đặt chà. Ông ba Hàn sống bằng nghề câu ống.

Đặt chà, dở chà, đóng đáy là nghề của chú Năm Đấu trong làng. Nhà chú ở dựa mé sông, có một lỏm nhỏ đầy cát gọi là bến cát. Chú Năm đặt ba đám chà ngoài sông để cho tôm cá làm chỗ trú ngụ. Cứ mỗi tháng chú dở một đám bắt tôm cá khá nhiều. Nguồn cung cấp tôm cá trong làng là chú Năm Đấu. Đặt chà ngoài sông rất công phu cực nhọc. Trước tiên là phải chọn chỗ nào gần rạch dẫn nước vào các mương dừa vì nước ròng chảy ra mang theo những thức ăn cho tôm cá chực sẵn ngoài sông gần miệng rạch. Nơi đặt chà cách xa bờ khi nước ròng sát phải lòi bãi bùn cách khá xa mặt nước (nước lớn dâng lên gần sát bờ sông, nước ròng chảy hết ra biển để lòi bãi bùn cách xa mé bờ) Người cắm chà phải tính toán kỹ từ khi nước rút khỏi đám chà của mình cho đến khi nước lớn ngập đất không còn có thể bắt cá được là bao lâu và trong thời gian đó việc dở chà bắt cá phải hoàn tất. Sự tính toán đó cũng tùy theo con nước trong tháng vì có "nước rông", chảy mạnh, mặt nước dâng cao nhứt và "nước ươn" chảy lờ dờ, mặt nước ở độ thấp nhứt.

Trước tiên là phải đốn cây khá to vạt nhọn một đầu, bề cao phải lú khỏi mặt nước ít lắm năm phân hay một thước. Hơn vài chục cây cắm vòng tròn một khung đất bùn chừng mười thước vuông, hoặc nhỏ hơn. Trong khung đất tròn đó người ta cắm những nhánh cây khô rậm cành, cốt ý là có chỗ để tôm cá trú ẩn. Nước lớn hay ròng mỗi ngày cá tôm quen dần nơi trú ẩn. Cho đến một ngày "nước rông" đầy và khi nước sắp giựt ròng, Năm Đấu chèo xuồng chở mấy tay đăng dài bao trùm chung quanh cách đống chà vài ba thước. Tay đăng làm bằng cây sậy, hay nan tre, cao bện dính nhau thành một mẻ lưới bằng cây. Vấn đề khó khăn tế nhị là làm sao xuống đăng nhẹ nhàng êm ả không khua động nhiều làm cá tôm bỏ chạy theo dòng nước. Miệng đăng có những cây sào cao cắm cách nhau năm ba thước một cây, đỡ không cho đăng ngã khi nước chảy mạnh. Xuống đăng rồi thì chờ nước ròng khỏi mí đăng là chỉ còn bắt tôm cá thật mau. Cho nên mỗi khi dỡ chà là vợ chồng năm Đấu thông báo cho cả chợ biết ngày mai dỡ chà. Bà nội tôi thường đặt trước một mớ tôm và đặc biệt nếu có cá ngác, cá lăng hay cá bông lau thì tùy lớn nhỏ phải dành cho bà một hai con.

Phần anh em tôi thì sáng hôm đó thế nào cũng phải ra mé sông ngồi trên bờ xem bắt cá. Chú năm Đấu cuốn đăng tới đâu thì thím Năm và một cô con gái bắt cá lớn bỏ vào một giỏ riêng, tôm một giỏ khác và tép cá vụn một đụt lớn. Cuốn đăng xong chú Năm mới phụ rửa các giỏ cá tôm bỏ lên ghe. Còn thím Năm và con gái lội lên bờ về nhà tắm gội. Bắt cá ngoài sông nguy hiểm nhất là bị cá mặt quỷ chém. Loại cá này đầu to hơn mình, gai góc dài, đầu xấu xí nên dân chài lưới gọi nó là cá mặt quỷ. Cũng có khi thím Năm hoặc con gái bị cá đâm nhức nhối rên la và nghe nói phải nóng lạnh đôi ba ngày. Con cá ngác hình thù như cá trê, nếu bắt không đúng kiểu cách bị nó chém thì cũng đau nhức không ít nhưng không bằng cá mặt quỷ. Tôi đã nếm mùi bị cá ngác cá trê chém nhưng chưa có dịp nếm qua nọc độc của cá mặt quỷ.

Ngày nay người ta đăng bằng những tay lưới nhẹ nhàng, dài bao nhiêu tùy theo ý và theo nhu cầu. Đăng dọc theo mé sông và có thể đăng mỗi ngày mỗi chỗ khác nhau. Việc thả chà dỡ chà ngày nay cũng dùng những cung cách kỹ thuật khác nhau tiện lợi hơn trước.

Thả Chà Nuôi Tôm

Gia đình tôi có vườn dừa dọc theo mé sông Cửu Long, từ mé sông có đường mương thật to và sâu lớn bề ngang độ bốn năm thước gọi là rạch, từ rạch có những mương nhỏ chằng chịt chạy khắp cả khu vườn để dẫn nước vào nuôi những hàng dừa cao rậm rạp.

Muốn nuôi tôm người ta lựa mương gần mé rạch. Đắp bờ chặn không cho nước vô ra. Trên bờ mới đắp, người ta đặt một ống cống ở khoảng một phần ba dưới mặt nước cao nhất. Có nghĩa là khi nước ròng cái mương nuôi tôm vẫn còn hai phần nước cao trong mương. Ống cống thường làm bằng một hoặc hai khúc cây dừa khoét ruột để nước chảy thông thương. Trong mương người ta thả nhiều chà cây để cho cá tôm làm nơi trú ẩn. Những ngày "nước rông" tràn qua ống cống cá tôm có thể vào, ngày "nước kém", còn gọi là "nước ươn" chảy lờ đờ mặt nước thấp không tràn vào mương được. Sông Cửu Long trước năm 1945, thời tôi còn thơ ấu, tôm cá rất nhiều, mỗi ngày nước lớn ròng hai bận, tôm con hay trứng tôm hoặc tép cá, sinh vật lí tí theo luồng nước qua lỗ cống tràn vào mương. Đó là cách nuôi tôm thiên nhiên, không cần cho ăn, cứ chờ ngày tháng trôi qua tôm lớn, có khi phải cả năm hoặc hơn. Con tôm hay tép lớn tép nhỏ thích đeo trên các nhánh chà ăn rông hoặc cây mục, sinh vật nhỏ hay vi khuẩn bám trên các chà nhánh bỏ đầy mương.

Mỗi khi trong nhà có đám tiệc hay giỗ quảy thì bà nội tôi sai người đi mò tôm về nướng đãi khách, hoặc 'kho tàu" cúng trong ngày giỗ. Nói là mò tôm chứ sự thật là một cách bắt tôm chỉ có ở nhà quê và những nơi tôm cá nhiều mới có thể bắt được như vậy. Mương nuôi tôm của gia đình tôi mỗi năm chỉ bắt có một hai lần do đó có rất nhiều tôm lớn nhỏ. Mỗi lần bắt chỉ lựa những con tôm càng thật lớn, có khi tôm ít bắt về những con nhỏ thì bà nội hay rầy mấy chú không giữ vườn để cho người ta mò trộm bắt hết tôm lớn. Sự thật là các bà chủ cả vú lấp miệng em chớ mấy chú làm đâu có nhiệm vụ giữ vườn đâu. Cứ đắp đập rồi bỏ thí đó cả năm trời chờ khi cần là bắt ăn thôi.

Phương pháp bắt tôm rất giản dị. Một hoặc hai chú xuống mương quậy, bùng nổi lên cho nước trở thành đục ngừ, tôm không thấy đường hay không thở được, nước càng đục tôm càng nổi nhiều, chúng nổi lên mặt nước dựa mé bờ đưa những bộ râu đỏ lòm, cứ thế mà thộp đầu. Con lớn bỏ vào đụt con nhỏ bỏ lại chờ cho nó lớn.

Thú vui của tôi là lội xuống mương mặc sức mà quậy, càng quậy mấy chú càng khuyến khích. Nhưng khi bắt tôm thì tôi bị nó búng có khi cái gai trên đầu trúng tay chảy máu mấy chú la không cho tôi phá nữa sợ về nhà bà nội biết thì mấy chú bị rầy oan.

Cách nuôi tôm theo kiểu quảng canh này dựa vào thiên nhiên chỉ có ở những vùng quê tôm cá đầy đồng mới thực hiện được. Ngày nay chắc chắn không còn ai nuôi tôm kiểu đó nữa. Bởi lẽ tôm cá của sông Cửu Long ngày càng khan hiếm.

ĐĂNG CÁ

Ngày xưa lưới đắt tiền, người ta bện đăng bằng nhiều cây sậy đập dập, bằng nan tre hay bằng nan trúc khá cao dính liền nhau, dài hay ngắn tùy ý, thông thường độ bốn năm chục thước, gọi là một "tay đăng", có người dùng một lần hai hoặc ba tay đăng có thể bắt cá nhiều hơn nhưng công lao phải nhiều. Khi nước ròng sát, bờ sông để lộ bãi bùn khá xa, người ta cắm những cây sào dọc theo mé bờ cách xa chừng năm bảy thước tùy theo lúc nước ròng sát bãi bùn lộ xa hay gần. Nước lớn đầy, thợ đăng bơi xuồng bắt đầu xuống đăng từ sát mé bờ đầu này rồi từ từ thật êm, thật nhẹ, không làm động cá sợ lội tháo trở ra. Người thợ đăng mở lần cuộn đăng bao dọc theo những cây sào đã cắm trước, mỗi khi tới cây sào nào thì cột chặt đăng vào đó cho tới cuối đầu bờ kia. Như thế là những con cá đã vào bờ tìm mồi bị kẹt trong khối nước bị đăng bao quanh. Đến khi nước ròng phơi bãi, cá tép nằm dãy dụa chờ người bắt bỏ giỏ. Thời sau này người ta đan bằng lưới có khi vài ba trăm thước, họ nhận lưới xuống bùn cũng dọc theo mấy cây sào, nước lớn đứng người ta bắt đầu kéo lưới lên từ đầu này phăng lần đến đầu kia, cũng phải cột lưới vào những cây sào chờ nước cạn bắt cá.

Chú Năm Đấu, nhà ở sát bờ sông, vợ chồng sống bằng nghề bán cá, sáng hay chiều tùy theo con nước. Chú Năm có hai tay đăng chừng năm chục thước. Hai ông bà cùng xuống đăng, cùng bắt cá. Thím Năm bưng rổ cá tép đem mời từng nhà mua. Tôi tò mò xin chú Năm cho tôi lội xuống phụ bắt cá chơi, thấy ham quá. Thím ừ liền nhưng căn dặn tôi, mày bắt tép, cá bống dừa, bóng cát chơi thôi, đừng khi nào đụng tới cá chốt cá ngác nó có ngạnh đâm nhức khóc cả buổi đó con. Tuyệt đối không nên rờ tới con cá nào gai gốc cùng mình, đó là cá mặt quỷ nó đâm mày sẽ nóng lạnh hai ba ngày, ông nội mày chửi tụi tao chết. Thím Năm thì ừ mà chú thì không cho tôi xuống bùn, sợ không biết bắt, cá chém sanh phiền phức cho chú thím. Chú nói nếu mày ham đăng, ngày mai nước lớn mày theo tao lên ghe, tao chở mày theo coi xuống đăng chơi. Từ đó tôi làm quen rồi cũng có nhiều ngày tôi lội đại xuống bãi bắt cá mặc cho chú thím luôn miệng nhắc chừng, không nên đụng tới những con cá có gai có ngạnh.

ĐÓNG ĐÁY

Nhánh sông Cửu Long chảy về cửa Đại mang theo nhiều tôm cá. Người ta đóng đáy, câu giăng, câu ống, đặt chà, đăng cá, cuộc sống dân quê làng tôi sung túc, an nhàn do thiên nhiên ưu đãi.

Đóng đáy gồm một tay lưới miệng thật to, tóp nhỏ dần tới một cái rọ, cá tép vô mà không ra được nhờ cái hom, không thể chui trở lại. Đầu miệng đáy to, chót miệng đáy túm rụm, có nắp cây gài kín mở ra đóng lại để trút hết cá tép mắc vào lưới. Miệng lưới thật lớn căng rộng trên sông đón bắt những cá tép lội theo dòng nước chảy từ biển vào hay từ các nhánh sông trên chảy ra biển. Người ta gọi “miệng đáy” là do hai cây nọc to cắm sâu thật chắc trên dòng sông, cách xa ngang nhau chừng năm mười thước tùy miệng lưới lớn hay nhỏ. Cây nọc thường làm bằng những cây dừa lão cao nghều nghệu mới đủ sức chịu đựng và đủ cao, nếu còn thấp hơn mặt nước thì người ta chắp thêm cây mù u suôn đuột, đóng đinh và cột dính vào cây nọc dừa.

Chờ khi nước ròng sát người ta lặn sâu xuống đáy sông, cột dính hai đầu dưới của miệng đáy vào hai cây nọc, rồi cột hai đầu trên của miệng đáy vào hai bên nọc theo độ cao nhắm chừng, cao hơn mức nước đứng, nghĩa là lúc mặt nước ngưng chảy, và sắp chảy ngược gọi là nước ròng. Thợ đáy lặn xuống hai bên cây nọc, tháo dây kéo lên, mở hết dây túm miệng lại, kéo từ từ tay lưới để lên ghe, tới đoạn chót thì thấy cá tép nhiều hay ít tùy con nước, rồi mở nắp cây ra đổ cá tép vào hầm ghe có sẵn nước để rộng chờ khi vào bờ. Đóng đáy thường bắt được tép nhiều nhất, và nhiều cá kèo nếu đến mùa, cá tạp nhạp, ít khi có cá lớn, vì loại cá lớn khi lội đụng vào lưới nó đủ sức lội ngược dòng thoát thân.

Những người thợ đóng đáy có một món ăn ly kỳ ít người nếm được. Tôi chỉ nghe nói khi còn nhỏ, tôi in trí và tưởng tượng không biết nó ngon đến cỡ nào? Lớn lên thành danh có địa vị, về làng cứ nhắc cháo cá kèo trên các ghe đáy. Cậu hai Trứ bảo tôi: Con muốn ăn cháo cá kèo thì bữa nào về đây chơi vài ngày. Bây giờ thằng con năm Đấu nó nối nghiệp cha nó, có một miệng đáy. Hai cậu cháu mình lựa ngày ra khơi bảo nó làm một nồi cháo cá kèo nhậu chơi.

Đêm đó trời có trăng, cậu Hai và tôi lên ghe thằng Sung con năm Đấu. chiếc ghe khá lớn, có mui cao, đủ ngồi nằm thoải mái khi có mưa gió hay ngồi chơi tán dóc. Trong khoang ghe lót ván bằng phẳng, rộng đủ trải một chiếc chiếu bông. Có cả mền gối. Thằng Sung nói:

- Anh Sáu ở Sài-Gòn ăn đồ tây đồ tàu, nay muốn đổi mùi vị nếm thử cháo cá kèo phải không?

- Hồi nhỏ anh nghe mấy chú thường tả cảnh ăn nhậu ở giữa sông, vô cùng thú vị làm anh mơ ước có được một ngày như hôm nay. Nhất là về làng chia xẻ ngọt bùi những món nhà quê mà chợ búa ở tỉnh thành, nhà hàng sang trọng không có bán.

Nước đang lớn chảy mạnh, gió hiu hiu rất mát người, nhưng càng về khuya gió đùa hơi nước, khí trời trở lạnh. May nhờ có cái cà ràng lớn đầy than đá, đội một nồi cháo sôi, hơi nóng của than đá phảng phất qua lại cho tôi một cảm giác nhẹ nhàng, khoan khoái từ lạnh sang ấm từ ấm sang lạnh. Từ nảy giờ anh Ba người công nhân phụ giúp thằng Sung ngâm mấy câu vọng cổ mùi tận mạng. Nào tiếng vạc kêu đêm… nào lòng mẹ dạt dào… nào anh lính chiến Tết xa nhà…không biết ảnh hát theo bài bản hay anh ta tự đặt tuồng bụng. Trăng đêm nay rõ như ban ngày mặc dù đã sang ngày mười bảy. Thằng Sung kêu anh Ba chuẩn bị dỡ đáy. Thì ra bây giờ tôi mới biết hai sợi dây cột miệng đáy sâu dưới nước có một mối máng trên mỗi cây nọc cao, chỉ cần hai người mỗi bên nắm giựt sút mối dưới đáy từ từ kéo lên nhập với hai mối trên túm lại phăng lần tay lưới xếp gọn sau ghe, rồi tới cái nò được dở nắp ra đổ cá xuống hầm khoang. Thằng Sung cầm cái rổ súc hớt một lô cá kèo còn lội phăng phăng trong hầm nước, nó thò rổ xuống sông chao qua chao lại hai ba cái, đổ thẳng cá vào nồi, úp luôn cái rổ trên mặt, nghe tiếng rồ rồ lủm chủm thật nhẹ, là tiếng cá dẫy chết. Ba phút sau thằng Sung nhấc nồi xuống để trên miệng thau, nó cầm giá múc ra tô đã dọn sẵn. Vừa múc cháo nó vừa giải thích:

- Anh đừng sợ cá dơ vì không chà không rửa nhe.

- Anh có nghe nói qua mà không ngờ em làm gọn gàng như vậy, mà cá có đủ chín chưa?

- Thừa sức, cá kèo nhỏ con, nước đang sôi sùng sục đổ vô vài phút là nó đủ chín mềm rồi. Hôm nay có anh, em mới để lâu thêm vài ba phút đó. Để lâu quá con cá chín cong queo bớt ngọt. Nếu mình thò tay chà rửa đụng tới nó thì nó tiết ra nhớt càng dơ nồi cháo, có thể tanh và mất ngọt.

Thế rồi mỗi người một tô, bỏ thêm tiêu, hành, tô cháo thơm phức không một mùi tanh cá. Ai muốn ăn giá sống có giá sống, ai muốn ăn rau thơm có đủ thứ rau cắt sẵn. Riêng tôi muốn nếm toàn vị ngọt mùi thơm món cháo cá kèo vừa mới bắt ra khỏi nước, nó vừa mềm vừa ngọt, tôi nuốt hết

Đóng đáy.
[Cần Thơ: nghề đóng đáy bị xóa sổ | Báo *Người Lao Động*, nld.com.vn/.../can-tho-xoa-so-nghe-dong-day]

thịt ruột, lừa xương nhả ra còn lại một thứ gì béo, ngọt có vị đăng đắng của cái mật dập ra. Mùi vị đặc biệt của con cá kèo. Ăn vài ba con đầu tiên tôi còn nhả xương, mấy con sau tôi chấm nước mắm hòn nhai nát ngớu luôn (vừa dòn vừa nát). Ai cũng tu la-ve ừng ực, lại còn khui sẵn một lon cho tôi để đó. Tôi không uống ngay vì tôi muốn tận nếm mùi vị của tô cháo có nhiều cá kèo nằm ngổn ngang. Không nói không rằng tôi hồi tưởng lại những gì tôi đã nghe diễn tả về cháo cá kèo ăn giữa sông trên ghe đáy. Thực tế hình như tôi cảm thấy ngon hơn sự tưởng tượng của thời thơ ấu. Ăn thêm tô cháo thứ hai tôi mới bỏ rau thêm giá và nhâm nhi từng hớp la-ve, lại là một thú vị khác, gần như một món ăn thứ hai khác với tô cháo trước. Tiệc tàn, ngồi đấu láo với nhau tới khuya thằng Sung và anh Ba kéo neo mở đỏi ghe (đỏi là dây cột ghe vào một cây sào cắm giữa sông, cắm dựa mé bờ, hay cập bến ghe tàu, hoặc cột vào một gốc cây nào đó trên bờ), chèo vô bờ. Tôi cám ơn thằng Sung rối rít, vào nhà cậu hai tôi xách ra hai túi giấy đựng bốn chai Cognac Remy Martin trao cho nó nói, anh tặng em đem theo ghe uống cho ấm bụng khi mưa gió trở trời.

Ngày nay nghề đóng đáy bị cấm đoán, để bảo đảm an toàn giao thông đường thủy. Nhiều nơi giải tỏa các đáy giăng trên sông. Đây là nghề mưu sinh của hàng chục gia đình, nay họ phải đối mặt với tình trạng thất nghiệp nghèo đói. (Trích báo *Người Lao Động* ngày 1-05-2014)

"Sông nước giờ đây sao mà hiu quạnh,
Mênh mông chỉ thấy sóng bạc trùng"!

THAY LỜI KẾT LUẬN

Vạn vật trên thế gian chuyển biến không ngừng theo luật định của thiên nhiên, Miền Nam Quê Hương Tôi cũng không ở ngoài định luật đó. Tuy nhiên những biến chuyển tốt xấu có thể do con người ảnh hưởng rất nhiều theo mục tiêu và lý tưởng của nhóm người cầm quyền có trách nhiêm.

Tôi cũng đã ghi lại những "năm chìm bảy nổi" của cuộc đời trong quyển Hồi Ký Chính Trị tập I và tập II, quảng đời sinh động nhất của tôi. Tôi đã dấn thân… trọn vẹn dấn thân… mong đem lại an cư lạc nghiệp cho đồng bào tôi và cho chính bản thân mình. Trong chính trị đương nhiên có dị đồng và mâu thuẫn với bằng hữu cùng chiến tuyến, cũng như với đối thủ khác lý tưởng và mục tiêu.

Từ khi tôi còn ngồi trên ghế nhà trường ở hải ngoại, tôi đã học, đã biết và chủ trương, Việt Nam của tôi phải có dân chủ, phải tôn trọng nhân quyền. Cho nên dù phải đối mặt với thị phi, dù đã gặp gian nan đau khổ, tôi không nao lòng, luôn theo đuổi mục tiêu và lý tưởng của mình. Vã lại đối với tôi, "thị phi thành bại chuyển đầu không".

Tôi ước mong, và luôn tranh đấu cho quê hương tôi dù thời gian và cảnh vật có thay đổi, dù những người quản trị đất nước có thay nhau, họ cũng phải gánh trách nhiệm giữ được sự tốt đẹp, trù phú, và làm cho dân tộc tôi hưởng được sự bình an, công bằng và hạnh phúc nhiều hơn những gì tôi đã mô tả qua những kỷ niệm thời thơ ấu của Miền Nam Quê Hương Tôi.

Made in the USA
Columbia, SC
14 April 2020